கம்பர் கவியின்
செந்தமிழ் இன்பம்

தொ.மு.பாஸ்கரத் தொண்டைமான்

தொகுப்பும் பதிப்பும்
கிருங்கை சேதுபதி

நியூ செஞ்சுரி புக் ஹவுஸ் (பி) லிட்.,
41-பி, சிட்கோ இண்டஸ்டிரியல் எஸ்டேட்,
அம்பத்தூர், சென்னை - 600 050.
☎ : 044 - 26251968, 26258410, 48601884

Language: Tamil

KAMBAR KAVIYIN SENTHAMIZH INBAM

By T.M.BASKARATH THONDAIMAN

Editing & Compiling: **KIRUNGAI SETHUPATHI**

First Edition: August, 2024

Copyright: Kirungai Sethupathi

No.of Pages: 288

Publisher:

New Century Book House Pvt. Ltd.,

41-B, SIDCO Industrial Estate,

Ambattur, Chennai - 600 050.

Tamilnadu State, India.

Email: info@ncbh.in

Online: www.ncbhpublisher.in

ISBN: 978 - 81 - 978363 - 7 - 4

Code No. A 5147

₹ 325/-

Branches

Ambattur 044 - 26359906, **Spenzer Plaza (Chennai)** 044-28490027 **Trichy** 0431-2700885 **Pudukkottai** 04322- 227773 **Thanjavur** 04362-231371 **Tirunelveli** 0462-2323990, 4210990, **Madurai** 0452-2344106, 4374106 **Dindigul** 0451-2432172 **Coimbatore** 0422-2380554 **Erode** 0424-2256667 **Salem** 0427-2450817 **Hosur** 04344-245726 **Krishnagiri** 04343-234387 **Ooty** 0423-2441743 **Vellore** 0416-2234495 **Villupuram** 04146-227800 **Pondicherry** 0413-2280101 **Nagercoil** 04652-234990

கம்பர் கவியின்

செந்தமிழ் இன்பம்

தொ.மு.பாஸ்கரத் தொண்டைமான்

தொகுப்பும் பதிப்பும்: கிருங்கை சேதுபதி

முதல் பதிப்பு: ஆகஸ்ட், 2024

அச்சிட்டோர்: **பாவை பிரிண்டர்ஸ் (பி) லிட்.,**

16 (142), ஜானி ஜான் கான் சாலை, இராயப்பேட்டை, சென்னை - 14

☎: 044-28482441

All rights reserved. No part of this book may be reprinted or reproduced or utilised in any form or by any electronic, mechanical, or other means, now known or hereafter invented, including photocopying and recording, or in any information storage or retrieval system, without permission in writing from the publishers.

ஆனந்தபோதினி

இதழ்களில் வெளிவந்த கட்டுரைகளின் தொகுப்பு

கம்பர் கவியின் செந்தமிழின்பம்

—:(0):—

தொ. மு. பாஸ்கரத் தொண்டைமான். பீ. ஏ.

தொகுப்பும் பதிப்பும்

கிருங்கை சேதுபதி

பொருளடக்கம்

1. பதிப்புரை — 07
2. வாழ்த்துரை — 09
3. முன்னுரை — 13
4. கம்பன் அமுதூட்டும் கலைமணி:
   தொ.மு.பாஸ்கரத் தொண்டைமான் — 19

பகுதி - I

1. நாடென்ப நாடா வளத்தன — 35
2. வெண்ணெய் அண்ணல் — 41
3. தயரதன் தண்ணளி — 48
4. காகுத்தன் கன்னிப் போர் — 57
5. அண்ணல் தன் வண்ணம் — 64
6. கண்வழி நுழைந்த கள்வன் — 72
7. கேகயர் கோமகள் இழைத்த கைதவம் — 83
8. முன்னவன் முன்னம் முடி — 92
9. அன்பிற்கு முண்டோ அடைக்குந் தாழ்? — 101
10. பரதன் பண்பு — 111
11. புகழுடம்பு பெற்ற புனிதன் — 120
12. அங்கதன் அருந்திறல் — 127
13. இராவணன் வீர வாழ்க்கை — 137
14. வீணைக் கொடியோன் வீரத் தம்பியர் — 146
15. இந்திரசித்தன் வெந்திறல் — 155
16. மண்டோதரியின் மாண்பு — 163
17. சீதையின் சீலம் — 170

பகுதி - II

1.	கம்பன் கண்டதோர் காட்சி	181
2.	கம்பர் கண்ட உலாவியல்	188
3.	கம்பன் நகைச்சுவை	199
4.	கம்பர் கவி நலமும் மாதர் மனநிலையும்	212
5.	கம்பர் கவியின் செந்தமிழின்பம்	221

பகுதி - III

1.	புனைந்துரையும் மறுப்பும்	233
2.	மறுப்பின் மேல் ஓர் குறிப்பு	242

பகுதி - IV

1.	எங்கள் கவிராயர்	251
2.	தமிழறிஞர் முதலியார்	255
3.	பொதிகை முனிவர் டி.கே.சி	265
4.	அமரர் ஏ.சி. பால் நாடார்	272

பகுதி - V

பின்னிணைப்புகள்   279

பதிப்புரை

‘யாமறிந்த மொழிகளிலே தமிழ் மொழிபோல் இனிதாவது எங்கும் காணோம்’ என்றும் ‘யாமறிந்த புலவரிலே கம்பனையும் வள்ளுவரையும் இளங்கோவையும்போல் பூமிதனில் யாங்கணுமே கண்டதில்லை’ என்றும் கொண்டாடியவர் மகாகவி பாரதியார். அது கருதியே தமிழச்சாதி அழிவற்ற அமரநிலை கொண்டு வாழ்கிறது என்பது அவர் கண்டுணர்ந்து உணர்த்திய உண்மை.

நடையில் நின்றுயர் நாயகனான இராமனை, மானுடத்தின் மகோன்னதமான பாத்திரமாக்கி, உலகு தழுவிய சகோதரத்துவத்தையும், தோழமையையும் தமிழின் தனித்துவத்தோடு உயர்த்திப் பிடித்த காப்பியம் கம்பராமாயணம். அதன்வழி, எக்காலத்திலும் நின்று நிலைக்கும் மானுட விழுமியங்களை உலக அளவில் முன்மொழிந்த இலக்கியவாதிகளில் ஒருவராகத் தமிழில் கம்பரும் விளங்குகிறார். அதனால்தான் பாரதி மரபில் தோழர்கள் ஜீவாவும், தொ.மு.சி.ரகுநாதனும், எஸ்.ஆர்.கே.யும் கம்பரை மக்களிடம் கொண்டுபோய்ச் சேர்ப்பதில் முன்னின்றார்கள். அந்த வரிசையில், இந்த ஆண்டு நூற்றாண்டு காணும் தோழர் தொ.மு.சி.ரகுநாதனின் அண்ணன் தொ.மு.பாஸ்கரத்தொண்டைமானும் சிறப்புடன் பணியாற்றியிருக்கிறார்.

கல்லூரியில் பயிலும் காலத்திலேயே அக்காலத்துப் பிரபல இதழாகிய ஆனந்தபோதினியில் கம்பரின் கவிச்சிறப்பையும், அவர் படைத்த பாத்திரங்களின் பண்புநலன்களையும் இலக்கிய நயத்தோடு கலைமணி தொ.மு.பாஸ்கரத் தொண்டைமான் எழுதி வந்திருக்கிறார். அவை இதுவரையில் தனித்தொகுப்பாக வெளிவந்ததில்லை. அவற்றையெல்லாம் அரிதின் முயன்று தேடியெடுத்து, வகுத்துத் தொகுத்து, நிரல்படுத்தி, உரிய விளக்கங்களையும் தந்து தனி நூலாகத் தந்திருக்கிறார் பேராசிரியர் முனைவர் கிருங்கைசேதுபதி. கம்பராமாயணத்தில் ஆழங்காற்பட்ட புலமையும் கம்பன் கழகங்களோடு கொண்டிருக்கும் தொடர்பும்

இத்தகு அரிய முயற்சிகளில் இவரை ஈடுபட வைத்திருக்கிறது என்றே சொல்லலாம். அதனால்தான் காரைக்குடியில் ஜீவா பேசிய அரிய புகைப்படத்தையும், அவர் பங்கேற்ற விழாக்களின் அழைப்பிதழ்களையும், அங்கு அவர் ஆற்றிய உரைகளையும் அவரால் தேடித் தொகுத்து வெளிக் கொண்டுவர முடிந்திருக்கிறது. அந்த வகையில், காலத்தின் சாட்சியம் கம்பன்அடிப்பொடி, கம்பனில் ஆழம் கண்ட வேழம் கம்பன்அடிப்பொடி, கம்பன் காக்கும் உலகு உள்ளிட்ட நூல்களையும் உரிய சான்றுகளுடன் அவர் தந்திருக்கிறார்.

இந்நூலின் மூல ஆசிரியரைப்போலவே பதிப்பாசிரியரான கிருங்கை சேதுபதியும், கல்லூரி மாணவராக இருந்த காலத்திலேயே கம்பரில் ஈடுபாடு கொண்டு கம்பன் கழக அரங்குகளில் பேசியும் நூல்கள் எழுதியும் களம் இறங்கியிருக்கிறார். ஏறத்தாழ, 90 ஆண்டுகளுக்கு முன்னர் வெளிவந்த இக்கட்டுரைகள் முதன்முதலாக முழுத்தொகுப்பாக, இப்போதுதான் வெளிவருகிறது. வடமொழியில் இருந்து வருவித்துக் கொண்ட கதை என்றாலும், தமிழ் மரபுக்கேற்பத் தகவமைத்துக் கம்பர் தந்த காப்பியம் கம்பராமாயணம் என்பதை அழுத்தம் திருத்தமாய் எடுத்துரைக்கும் 24 கட்டுரைகள் இத்தொகுப்பில் இடம்பெறுகின்றன.

இந்த நூலுக்கு அணிந்துரை எழுதியிருப்பவர் பொன்விழாக் காணும் சென்னைக் கம்பன் கழகத்தின் தலைவர் நயவுரை நம்பி டாக்டர் எஸ். ஜெகத்ரட்சகன் அவர்கள். தொ.மு.பாஸ்கரத்தொண்டைமானின் 120 ஆவது பிறந்த ஆண்டில், 75 ஆவது ஆண்டில் அடியெடுத்து வைக்கும் நியூ செஞ்சுரி புத்தக நிறுவனம் வாயிலாக வெளிவரும் இந்நூலினை, 50ஆம் ஆண்டில் அடியெடுத்து வைக்கும், சென்னைக் கம்பன் கழகப் பொன்விழா நிகழ்வில் வெளியிட இசைந்திருக்கிறார்கள். அவர்களுக்கு மனமார்ந்த நன்றி.

கம்பநேயர்களுக்கும், தமிழ் ஆர்வலர்களுக்கும், ஆய்வாளர்களுக்கும் மட்டுமன்றி, பேச்சாளர்களுக்கும், கம்பன் கழகப் போட்டிகளில் பங்கேற்கும் மாணவ, மாணவியர்க்கும் இந்நூல் பெரிதும் பயன்படும். தகுதிசால் நூல்களைத் தொடர்ந்து தமிழ் வாசகர்களுக்கு வழங்குவதில் பெருமிதம் கொள்கிறோம்.

வாழ்த்துரை

"கற்பார் இராமபிரானை அல்லால் மற்றும் கற்பரோ?
புற்பா முதலாப் புல் எறும்பு ஆதி ஒன்று இன்றியே
நற்பால் அயோத்தியில் வாழும் சராசரம் முற்றவும்
நற்பாலுக்கு உயத்தனன் நான்முகனார் பெற்ற நாட்டுளே"

என்று திருவாய்மொழியில் அருளிச் செய்வார் நம்மாழ்வார்.

தயரதன் ஆண்ட அயோத்தியை விடுத்து அன்னை கைகேயி வரம் பெற்று அனுப்பிய காரணத்தால் இந்த வையகமே அயோத்தி ஆயிற்று. அதனால் நான்முகன் படைத்த இந்த நல்லுலகில் வாழும் புல் முதல் எறும்பு உடனாய எல்லாமும் நல்லொழுக்கத்துடன் நற்பாலுள் உய்த்தன.

'தம்மையே தமர்க்கு நல்கும் தனிப்பெரும் பதமாக' இராமனைக் காட்டிய கம்பன், எல்லாருக்குள்ளும் எல்லாவற்றுக்குள்ளும் இராமவொழுக்கத்தை நிலைநிறுத்திப் படைத்த காப்பியம் இராமாவதாரம்.

அந்தக் கம்பராமாயணத்தின் கதை மாந்தர்களை, கம்பன் படைத்த வண்ணமே படிக்கக் கற்றுக் கொடுக்கும் கட்டுரைகளை, அந்தக் காலத்தில் பிரபலமாக வெளிவந்த 'ஆனந்தபோதினி' இதழில் தொடர்ந்து எழுதி இருக்கிறார் அறிஞர் தொ.மு.பாஸ்கரத் தொண்டைமான். கவிதை நடை துள்ள, கலைநயம் மிளிரக் கம்பனது தொடர்களைக் கொண்டே விளக்கிச் சொல்கிற நடையில் எளிமையும் இனிமையும் ததும்பி வழிகின்றன. படிப்பவர்களுக்கு இன்பம் பயக்கின்றன. இக்கட்டுரைகளை அவர் எழுதிய காலம் கல்லூரிப் படிப்பு முடித்த காலம்.

சுமார் 25 வயதில் இவர் எழுதிய அந்தக் கட்டுரைகளையெல்லாம் தொகுத்து, பகுத்து, பதிப்பித்து முதன் முதலாகத் தமிழ்கூறு நல்லுலகிற்குத் தருகிறார்; பேராசிரியர், பேச்சாளர், எழுத்தாளர், கவிஞர் கிருங்கை சேதுபதி. இவர் சென்னைக் கம்பன் கழகத்தின் செல்லப்பிள்ளை; காரைக்குடிக் கழகத்திற்கோ சொந்தப் பிள்ளை. கல்லூரி மாணவராய் வந்து சென்னைக் கம்பன் கழகப் போட்டிகளில் பங்கேற்று பரிசுகளையும் சுழல் கோப்பைகளையும் வென்றவர்; எழுத்தில் பேச்சில் தனித்தடம் பதித்து வளர்பவர். நூற்றுக்கும் மேற்பட்ட நூல்களை எழுதியிருக்கிற எழுத்தாளர்; சாகித்திய அகாதெமியின் பால சாகித்ய விருது பெற்ற கவிஞர்.

கலைமணி தொ.மு.பாஸ்கரத் தொண்டைமான் எழுதி, 'ஆனந்த போதினி'யில் வெளிவந்த 24 கட்டுரைகளை, அதன் பொருண்மை அடிப்படையில் மூன்று பிரிவுகளாகத் தொகுத்துப் பகுத்துத் தந்திருக்கிற நூலாசிரியர் நான்காம் பகுதியைத் தந்த விதம் சிறப்புக்குரியது.

கட்டுரையாளர் தொ.மு.பாஸ்கரத் தொண்டைமான் நெல்லையில், பள்ளியில் பயின்ற காலத்தில், கவிதைச் சுவை காணும் பழக்கத்தை இவருக்குள் ஊட்டியவர் மேலகரம் ஸ்ரீசுப்பிரமணியக் கவிராயர். அதனை மேலும் துலக்கிக் கம்பனிடம் சேர்த்தவர் வெள்ளக்கால் சுப்பிரமணிய முதலியார். வட்டத்தொட்டியில் சேர்த்து ரசனைக் கலையில் மேலும் மேலும் திளைக்கச் செய்தவர் ரசிகமணியார். சமயம் கடந்து கம்பனை நேசிக்கவும் யோசிக்கவும் வைத்தவர் ஏ.கே. பால்நாடார். இவர்களின் அருமைபெருமைகளையும் இவர்கள்பால் அணைந்து

கற்ற அனுபவங்களையும் நினைந்து கட்டுரையாளர் எழுதிய படைப்புகள் நான்கும் நிரல்படுதொகையாய் இத்தொகுப்பின் நான்காம் பகுதியாக மலர்ந்திருக்கிறது.

எழுதியவரின் இளமைக்காலத்துக்கே நம்மை இழுத்துச் சென்று கம்பனின் பாக்கடலில் அழுந்தச் செய்து ஆனந்தத்தை அனுபவிக்கச் செய்கிறது, இந்தத் தொகுப்பு.

தொகுப்பாசிரியரும், தன் கல்லூரிக் காலத்து உணர்வுகளைச் சொல்லியவிதம் சுவை பயக்கிறது. கால் நூற்றாண்டுக்கு முன்பு சென்னை கம்பன் கழகத்தில் களம் இறங்கிய கிருங்கை சேதுபதியின் முயற்சியால் ஒரு நூற்றாண்டுக்கு முன் வாழ்ந்த பேரறிஞர் கலைமணி தொ.மு.பாஸ்கரத் தொண்டைமான் அவர்களின் கட்டுரைகள் தொகுப்பாகி, அரை நூற்றாண்டு காணும் சென்னை கம்பன் கழகத்தின் பொன்விழாவின் தொடக்க ஆண்டுக் கம்பன் விழாவில் வெளியிடுவது பொருத்தம்தானே.

அத்தோடு, சிற்றம்பலக் கவிராயராக உலாவந்த இவரது இளவல் தொ.மு.சி.ரகுநாதன் அவர்களுக்கு இது நூற்றாண்டு. முன்னவராகிய தொ.மு.பாஸ்கரத் தொண்டைமான் அவர்களுக்கு, இது நூற்று இருபதாம் ஆண்டு. இதனை வெளியிடும் சென்னை நியூசெஞ்சுரி புத்தக நிறுவனத்திற்கு இது 75 ஆவது ஆண்டின் தொடக்கம்.

காலப்பொருத்தமும் கவிதைப் பொருத்தமும் கூடி 'கம்பர் கவியின் செந்தமிழ் இன்பம்' நமக்கு அனுபவிக்கக் கிடைத்திருக்கிறது. உரிய பொழுதில் சரியாக நினைவூட்டி இது வெளிவர உதவியவர் சென்னை கம்பன் கழகத்தின் துணைச் செயலாளர் வழக்கறிஞர் பால சீனிவாசன் அவரும் நூலாசிரியருடன் இணைந்து கம்பன் கழகப் போட்டிகளில் களம் இறங்கியவர்தானே.

சென்னைக் கம்பன் கழகம் நடத்திவரும் போட்டிகளில் கலந்து கொண்டவர்கள், பரிசு வென்றவர்கள் கம்பனைப் பரப்புவதில் தலைநின்றவர்களாகச் சிறந்து விளங்குகிறார்கள் என்பதற்கு நிறையச் சான்றாளர்கள் இருக்கிறார்கள் என்பதைப் பெருமிதத்தோடு நினைந்து பார்க்கிறேன். அவர்களை வாழ்த்துகிறேன்.

இனிவரும் இளைய தலைமுறைக்கு கம்பனின் கவிச்சுவையைக் கனிச் சுவையாய்ப் பருகிடத் தமிழ்க் கோப்பையில் நிறைத்துத்

தருகிறது இந்த நூல். போட்டியாளர்களுக்குக் கையேடாய் கம்பநேயர்களுக்குக் கைவிளக்காய், அனைத்துத் தரப்பு வாசகர்களுக்கும் விருந்து படைக்கும் அமுதசுரபியாய் இது சிறந்து விளங்குகின்றது.

படைப்புத் தளத்திலும், பாரதியியலிலும் கம்பனிலும், ஈடுபாடு கொண்ட இளைஞர் கிருங்கை சேதுபதி, சுயமாய் எழுதி வெளியிடும் காலத்தில் நயம்பட வுரைத்த நல்லோர்களின் எழுத்தோவியங்களைத் தொகுத்து வெளியிடுவதும் சிறந்த தமிழ்த் தொண்டுதான். அதனைத் திறம்பட ஆற்றிவரும் நூலாசிரியர் பேராசிரியர் முனைவர் கிருங்கை சேதுபதியைப் பாராட்டுகிறேன். இன்னும் இதுபோல் பன்னூல்கள் படைத்துத் தமிழன்னையின் பொன்னடிகளுக்குச் சூட்டிப் புகழ்பெற வாழ்த்துகிறேன்.

சென்னைக் கம்பன் கழகப் பொன்விழா ஆண்டில் வெளியிடப்பெறும் இந்த நூல் கம்பன் புகழுக்கு மேலும் வளம் சேர்க்கட்டும். தொகுப்பாசிரியருக்கும், பதிப்பகத்தாருக்கும் பாராட்டுகள். வாசகர்களுக்கு வாழ்த்துகள்.

கம்பன் புகழ் வாழ்க! கன்னித் தமிழ் வாழ்க!

நாள்:13.06.2024 டாக்டர் எஸ்.ஜெகத்ரட்சகன்

முன்னுரை

"ராமாயணம் படிக்கிற வக்கீல் என்றால் கட்சிக்காரர்களுக்குப் பயந்தான்!" என்று டி. கே. சி. சொல்லுவார்கள். ராமாயணம் படிக்கிற வக்கீல்களிடம் 'கேஸ்' கட்டுக்களைக் கொடுப்பதற்கு அஞ்சுவார்களாம் அந்தக் காலத்துக் கட்சிக்காரர்கள்! அப்படியானால் இராமாயணம் படிக்கிற ஒரு ரெவின்யூ அதிகாரியைப் பற்றி அவருடைய மேலுத்தியோகஸ்தர்கள் என்ன நினைப்பார்கள் என்பதைச் சொல்லவும் வேண்டுமா?

ஆனால் இதற்கு விதிவிலக்கு நண்பர் தொ.மு. பாஸ்கரத் தொண்டைமான் அவர்கள்!

தொண்டைமான் அவர்களுக்கு மிகச் சிறு வயதிலிருந்தே தமிழ் இலக்கியத்தில் ஈடு இணையற்ற மோகம்! பி.ஏ. தேறியதும், அவருடைய ஜாதகம், அவரை 'ரெவின்யூ இலாகா'வில் கொண்டு சேர்த்தது. ஆனால் அவருடைய உள்ளமோ தமிழ்த்தாயின் சரண கமலங்களிலே தமிழ் மணத்தை அனுபவித்துக் கொண்டிருந்தது! எனினும் தொண்டைமான் அவர்களுடைய அதிருஷ்டம் என்னவென்றால், உள்ளத்தின் நாட்டத்துக்கும் உத்தியோகத்தின் கடமைக்கும் போராட்டம் ஏற்படாதவாறு வாழ்க்கை நடந்தது!"

என்கிறார் எழுத்தாளர் மீ.ப.சோமு.

இது தானாகவே அமைந்ததா? அல்லது பாஸ்கரத் தொண்டை மானால் அமைத்துக் கொள்ளப்பட்டதா? அல்லது மெய்யாகவே அதிர்ஷ்டம் தானா? எனில், இது தமிழால் விளைந்த ஆற்றல் என்பதே உண்மை.

‘தெள்ளுற்ற தமிழ் அமுதின் சுவை கண்டார், இங்கு அமரர் சிறப்புக் கண்டார்’ என்று பாரதி கொடுத்த விளக்கமே இதற்குப் போதிய சான்று.

யோசித்துப் பார்த்தால், தமிழாசிரியர்களுக்கும் மேலாய்க் கம்பனை உள்வாங்கிக் கொண்டு களம் இறங்கியவர்கள் பலரும் பிற துறை வல்லுநர்கள்தாமே. அந்த வரிசையில் இவரும் முந்திக் கொள்கிறார்.

வளர் இளம் பருவத்தில் சரியாக இவருள் இறங்கிய கம்பன் அமுது, பொங்கிப் பிரவகித்து, எழுத்தாகவும் பேச்சாகவும் தமிழில் வெளிப்படத் தொடங்கியிருக்கிறது.

கல்லூரிக் கல்வி பெற்ற காலத்திலேயே, கம்பன் குறித்த கட்டுரைகளை, அக்காலத்துப் பிரபல இதழான ‘ஆனந்த போதினி’யில், தொடர்ந்து எழுதி, வாசகர்களை ஈர்த்திருக்கிறார் தொ.மு. பாஸ்கரத் தொண்டைமான்; பின்னர் ‘கல்கி’ இதழ்களில் ஆலயங்கள் குறித்து அற்புதமான பதிவுகளைத் தொடர்ந்து தந்திருக்கிறார். மேடைகளில் தனித்துவம் துலங்க உரைகள் வழங்கியிருக்கிறார்; வானொலியிலும் இவர்தம் உரைகள் உலா வந்திருக்கின்றன. கடமையில் அறம் பிசகாமல் கலை இலக்கியத் துறைகளிலும் தடம் பதித்து நிலைகொண்டு முன்னியங்க, கம்பன் இவருக்குக் கைகொடுத்திருக்கிறான் என்பதை வரலாறு நமக்கு உணர்த்திக் காட்டுகிறது.

காலம் கருதி இவர் வழங்கிய கருத்துக் கருவூலங்களை, காற்றோடு போகாமலும் கரையானுக்கு இரையாகாமலும் காப்பாற்றி, ஆவணப்படுத்தியவர்களின் பங்களிப்பால், 15 நூல் கள் தமிழுக்கு நிரந்தரமாக வாய்த்திருக்கின்றன.

22.07.1904ல் தொடங்கி, 31.03.1965ல் நிறைவுற்ற தொ.மு.பா. அவர்களது இலக்கிய வாழ்வின் நிரந்தரச் சாட்சியங்களான படைப்புகள் யாவும், தமிழக அரசால், 2009ஆம் ஆண்டு நாட்டுடைமை யாக்கப் பெற்றுவிட்டன. என்றாலும், அவர்தம் ஆக்கங்கள் இன்னும் முழுமையாகத் தொகுக்கப்படவில்லை.

குறிப்பாக, அவர்தம் தொடக்க காலத் தொடர் கட்டுரைகளான ‘ஆனந்த போதினி’ இதழில் வெளிவந்த கம்பரின் கவிநயம்

காட்டும் ஆக்கங்கள் அவர்தம் தொகுதிகளில் இடம்பெற்றதாகத் தெரியவில்லை.

பாரதியியலிலும், கம்ப காவியத்திலும் ஈடுபாடு கொண்டு தேடல் மேற்கொண்டுவரும் எனக்கு இவ்விதழ்களைக் காட்டி ஆட்கொண்டவர்கள், புதுக்கோட்டை 'ஞானாலயா' பா. கிருஷ்ண மூர்த்தி - டோரதி கிருஷ்ணமூர்த்தி தம்பதியர்.

1915-ல் நாகவேடு முனிசாமி முதலியாரால் தொடங்கப்பட்ட 'ஆனந்தபோதினி' ஏராளமான வாசகர்களைப் பெற்றிருந்தது. அஞ்சல் வழியாகவே, 5000 சந்தாதாரர்களைச் சென்று சேர்ந்த இவ்விதழ்கள் பல, தனித்தும் ஆண்டு வாரியாகவும் அவர்களது நூலகத்தில் பாதுகாத்து வைக்கப்பட்டுள்ளன. தொட்டால் நொறுங்கிவிடும் அளவிற்குப் பழுப்பேறிப் பழமை கூடிக் கிழப்பருவம் எய்தியிருந்தாலும், 'ஆனந்த போதினி' இதழ்கள், வடிவமைப்பும் உள்ளடக்கமும் சிந்தனைக் கிளர்ச்சிக்கு வித்திடுவதாகவே அமைந்திருக்கின்றன.

இவை போன்ற பல்வேறு இதழ்களை, நூல்களை, தாயினும் சாலப் பரிந்து பேணிப் பாதுகாத்து வருகின்றனர், இந்த இலட்சியத் தம்பதியர்.

நலக் குறைவான நிலையிலும் உடன் இருத்தி, உபசரித்து இப் பணி சிறக்கப் பெரிதும் உதவிய அவர்களின் பெருங்கருணையினால் தான் இந்த நூல் முழுமை பெற்றிருக்கிறது. அவர்களின் உதவிக்கு ஏது கைம்மாறு?

'பீ.ஏ.' என்று பெற்ற பட்டத்தைப் பெயருக்குப் பின் சேர்த்து, எழுதிய கட்டுரையின் தலைப்பையும் இணைத்து, 'பிளாக்' செய்து இதழ்தோறும் அச்சிடப்பட்டிருக்கும் 'ஆனந்தபோதினி' இதழ்களை அச்சுமணத்தோடு வாங்கிப் பார்த்த கட்டுரையாளர் அப்போது, எவ்வளவு மகிழ்ந்திருப்பாரோ, அவ்வளவு ஆனந்தம் இந்த நூலாக்கம் செய்த எனக்குள்ளும், இப்போது.

கவித்துவம் துள்ள, தமிழ் மணம் கமழ, ரசனை பொங்கப் பொங்க, இவர்தம் பேனாவில் இருந்து கம்பன் பிறப்பெடுத்த கணம் எத்துணை உன்னதமாய் இருந்திருக்கும்?

முற்ற முழுக்கத் தனித் தமிழில், இளங்கலை (பி.லிட்) பட்டப் பேற்றிற்காகப் பயில வந்த என்னையும் அந்த வயதில்தானே கவிச்சக்கரவர்த்தி கம்பன் ஆட்கொண்டான். இவரினும் குறைந்த வயதில், சென்னைக் கம்பன் கழகக் கட்டுரை, கவிதை, பேச்சுப் போட்டிகளில் களம் இறங்கி வென்றபோது என்னுள்

கிளர்ந்தெழுந்த கம்பமோகம், இந்தக் கட்டுரைகளைப் படித்தபோது மீள எழுந்தது.

விலைக்கு வாங்க முடியாமல், கல்லூரி நூலகத்திலும், பெரியவர்களின் இல்லங்களிலும் இருந்து இரவலாகப் பெற்ற நூல்களால் கம்ப தரிசனம் இலகுவாய் வாய்த்தது நினைவுக்கு வந்தது. பேராசிரியர் அ.ச.ஞா, கம்பனடிப்பொடி சா.கணேசன், நீதியரசர் மு.மு. இஸ்மாயீல், பி.ஸ்ரீ, வ.சுப.மா., உள்ளிட்ட பேரறிஞர்கள் எழுதிய நூல்களைத் தேடித் தேடிப் படித்தபோது, இந்தக் கட்டுரைகளும் கிடைத்திருந்தால், இன்னும் சிறப்பாக இருந்திருக்குமே என்ற எண்ணம் உதித்தது.

அறிந்திருந்த பாடல்களுக்குள் ஆழ்ந்திருக்கும் கம்பனின் கவியுளத்தை எப்படி எழுதினாலும் தீராது என்கிற தகிப்பையும் தாகத்தையும் இந்த நூல் ஏற்படுத்தும் என்கிற உறுதி பிறந்தது.

காப்பியம் முழுவதையும் கற்க முடியாதவர்களுக்கு, அதன் பாத்திரங்கள் வாயிலாக விளக்கம் கொடுத்து, கம்பர் கவியின் செந்தமிழ் இன்பத்தை, வாசகர்களுக்கு எளிதாய் நுகர எடுத்து வழங்கும் அட்சய பாத்திரமாக 'காலம் தந்த கருவூலமாக' இந்த நூல் இருக்கும் என்ற நம்பிக்கை வளர்ந்தது.

கம்பனைக் கற்கவும், கம்பனைத் தான் கற்ற விதத்தை எடுத்துரைக்கவும், உற்ற முறையில் கம்பனை உணர்த்திக் காட்டியவர்களின் பெற்றியை விளக்கவும் கூடிய கலைமணி தொ.மு. பாஸ்கரத் தொண்டைமானின் கட்டுரைகள், ஐந்து பகுதிகளாக இந்நூலில் அணிவகுத்துக் காத்திருக்கின்றன.

90களின் தொடக்கத்தில் இருந்து, எனக்குள் கம்பனை எழுந்தருளப் பண்ணி, எழுதவும், பேசவும், இயங்கவும் வைக்கிற சென்னை, காரைக்குடி கம்பன் கழகங்களை, அக்கழகத் தலைவர், செயலர் பெருமக்களை நன்றியோடு நினைந்து போற்றுகிறேன். ஆண்டுதோறும் கம்பன் திருநாளில், அவனுக்குக் காணிக்கையாய் வைக்கும் நூல்களில் இந்த ஆண்டு, இத்தொகுப்பு வெளிவருவது அவனருளால் தானே!

அதிலும், பொன்விழாக் காணும் சென்னைக் கம்பன் கழகத்துப் பொலிவுமிகு நன்னாளில், அதன் பெருமைமிகு தலைவர், ஆழ்வார் தமிழையும் கம்பன் அமுதையும் தன்னுளம் நிறைத்த தமிழாளர், அண்ணல், நயவுரை நம்பி டாக்டர் திரு. எஸ். ஜெகத்ரட்சகன்

அவர்களின் வாழ்த்துரையோடு வருவது என் பேறு. அவர்களுக்கு நன்றி.

முன் விழாக்களில் எமைப் பேணி வளர்த்த கம்பனடிசூடி பழ.பழநியப்பன், மா.நா.சந்திரசேகரன், அருளாளர் ஆர்.எம்.வீ. இலக்கிய வீதி இனியவன் ஆகிய பெரியோர்க்கும், இப்பொன்விழா ஆண்டில் செயலர் பொறுப்பேற்கும் அக்கா திருமதி முனைவர் சாரதா நம்பி ஆரூரன் உள்ளிட்ட அனைத்து நிர்வாகிகளுக்கும் என் நன்றி!

கம்பன் புகழ் பாடிக் கன்னித் தமிழ் வளர்க்கும் அனைவருக்கும் இந்நூலை ஆக்கித் தரும், சென்னை நியூ செஞ்சுரி புத்தக நிறுவனத்தின் நிர்வாக இயக்குநர் தோழர் க.சந்தானம் அவர்களுக்கும் நன்றி.

நெல்லை மண்ணில் நிலைகொண்டு இயங்கும் அன்பு ஓவியர் பொன்.வள்ளி நாயகத்தின் கைவண்ணம், இந்நூலின் மெய் வண்ணம். அன்னவர்க்கும், இந்நூலின் வடிவமைப்பில் துணை புரிந்த என் பின்னவன், முனைவர் சொ.அருணன், தொடர்ந்து ஊக்கப்படுத்தித் துணைநின்ற இலக்கிய வழக்குரைஞர் பால சீனிவாசன் உள்ளிட்ட அனைவர்க்கும் நன்றி.

எப்போதும்போல் எனது நூல்களை வாசித்துக் கருத்துரைக்கும் வாசக அன்பர்களுக்கு எனது வணக்கமும் நன்றியும். என்றுமுள தென்றமிழை இயம்பி இசை கொள்ளுகிற கம்பன் நேயர்கள் யாவர்க்கும் கைகூப்பு.

புதுச்சேரி — அன்புடன்

04.06.2024 — **கிருங்கை சேதுபதி**

கம்பன் அமுதூட்டும் கலைமணி:
தொ.மு.பாஸ்கரத் தொண்டைமான்

இலக்கியத்தையும் கலையையும் தன் இரு கண்களாய்க் கொண்டு இயங்கிவந்த நிர்வாகி, தொ.மு.பாஸ்கரத் தொண்டைமான்.

தொண்டைமான் என்பது பட்டப் பெயர். பல்லவ அரசகுடியுடன் தொடர்புடையவர்களாக வரலாற்றில் குறிக்கப்பெறும் இம்மரபினரில் ஒருவர் சோழர் படைத் தளபதியாக விளங்கிய கருணாகரத் தொண்டைமான். அந்த மரபில் வண்ணச்சரபம் தண்டபாணி சுவாமிகளின் தலைமாணாக்கராக இருந்தவர் அருணாசலத்தொண்டை மான். அவர் தம்பி மகனான வி.பி.சிதம்பரத் தொண்டை மான்; அவர் தம் குமாரர் பிர்ம முக்தன் எனும் தொண்டைமான் முத்தையாவின் தலைமகன்தான் தொ.மு.பாஸ்கரத் தொண்டைமான்.

திருநெல்வேலியில் வாழ்ந்து வந்த முத்தையா தொண்டைமானுக்கும், முத்தம்மாளுக்கும் மூத்த புதல்வராக, 22.07.1904 அன்று பிறந்தவர், தொ.மு.பா.

இவருடன் பிறந்த ஐவருள் ஒருவர், பாரதி ஆய்வாளரும் எழுத்தாளருமான தொ.மு.சி.ரகுநாதன் ஆவார்.

திருநெல்வேலி இந்துக் கல்லூரியில் பி.ஏ. பட்டம் பெற்ற இவருக்கு, வனத்துறை (Forest Department)யில் முதற்பணி கிட்டியது. பின்னர் வருவாய்த்துறை (Revenue Department)யில் ஆய்வாளரானார். தொடர்ந்து தாசில்தார், மாவட்ட ஆட்சியர் எனப் பதவி உயர்வுகள் பெற்ற இவரை, வேலூர் மாவட்ட ஆட்சியராக இந்திய அரசு நியமித்தது. **1959**ஆம் ஆண்டு பணி நிறைவு பெற்ற பாஸ்கரத் தொண்டைமான், இறுதி வரையிலும் எழுத்தாலும் பேச்சாலும், அன்னைத் தமிழுக்கு அரும்பணி ஆற்றி வந்து, ***31.03.1965*** அன்று அமரரானார்.

❍

1964ல் மணிவிழாக் கண்ட பாஸ்கரத் தொண்டைமான் குறித்து, கல்கி இதழில் ‘கலைமணியின் மணிவிழா’ என்னும் தலைப்பில், எழுத்தாளர் மீ.ப.சோமு ஒரு கட்டுரை எழுதியிருக்கிறார். அதில், இவர்தம் ஜாதகத்தைப் பின்வருமாறு கணித்துக் கூறுகிறார்.

> “தொண்டைமான் அவர்களுக்கு மிகச்சிறு வயதிலிருந்தே தமிழ் இலக்கியத்தில் ஈடு இணையற்ற மோகம்! பி.ஏ. தேறியதும், அவருடைய ஜாதகம், அவரை ரெவின்யூ இலாகா’வில் கொண்டு சேர்த்தது. ஆனால் அவருடைய உள்ளமோ தமிழ்த்தாயின் சரண கமலங்களிலே தமிழ் மணத்தை அனுபவித்துக் கொண்டிருந்தது! எனினும் தொண்டைமான் அவர்களுடைய அதிருஷ்டம் என்ன வென்றால், உள்ளத்தின் நாட்டத்துக்கும் உத்தியோகத்தின் கடமைக்கும் போராட்டம் ஏற்படாதவாறு வாழ்க்கை நடந்தது!
>
> தொண்டைமான் அவர்கள் ரெவின்யூ இலாகாவில் ஒரு சாதாரண குமாஸ்தாவாகச் சேர்ந்தார். பணியிலிருந்து ஓய்வு பெறும்போது ஜில்லாக் கலெக்டராக விளங்கினார்.
>
> இத்தனை ஆண்டுகளிலும் அவருக்கு மேலதிகாரிகளாக இருந்த பெரியவர்கள் பலர். அவர்களில் யாரிடம் போய்க் கேட்டாலும் சரி. தொண்டைமான் ஒரு சிறந்த ரெவின்யூ அதிகாரி என்று தயக்கமில்லாமல் சொல்லுவார்கள்! அதேசமயம் இலக்கிய அன்பர்களிடம் கேட்டாலோ. “தொண்டைமான்தானே, அவர் செய்துள்ள இலக்கிய சேவையைப்போல் தமிழ்நாட்டு மக்களிடம்

நேர்முகமான இலக்கிய சேவை செய்துள்ளவர் வேறு யார்?" என்று துணிந்து சொல்லுவார்கள்! இதுதான் தொண்டைமான் அவர்களின் ஜாதக விசேஷம்!"

இவர் ஜாதகம் இப்படி இருக்கத் தமிழகம் தொடங்கி, இந்தியத் திருநாட்டின் பல்வேறு பகுதிகளுக்கும் சென்று, அங்குள்ள ஆலயங்களின் ஜாதகங்களை அழகுறக் கணித்து, அடுத்துவரும் தலைமுறைக்கு அதன் சிறப்புகளை எடுத்துக்காட்டிப் பல நூல்களை எழுதியிருக்கிறார்.

தமிழகத்துக் கோயில்கள் குறித்து இவர் எழுதிய ஆக்கங்கள், 'வேங்கடம் முதல் குமரி வரை' என்ற தலைப்பின்கீழ், ஐந்து பாகங்களாக வெளிவந்திருக்கின்றன. வடநாட்டுக் கோயில்கள் பற்றி இவர் எழுதிய நூல், 'வேங்கடத்துக்கு அப்பால்.' இவை போக 'இந்தியக் கலைச் செல்வம்.'

கலைகளில் இவ்வாறு மிகுந்த கவனம் செலுத்திய 'கலைமணி' தொ.மு.பா. கம்பனின் கவிதைகளிலும் பெருங்காதல் கொண்டிருக்கிறார். அக்காதல், அவரை எழுத்திலும் பேச்சிலும் ஈடுபடுத்தியிருக்கிறது. அதற்கும் காரணம் உண்டு.

காரைக்குடிக்கும் முன்னதாகக் கம்பனுக்கு விழா எடுத்து நடத்திப் பெருமை பெற்ற ஊர், தொ.மு.பா. பிறந்த திருநெல்வேலி. கூடுதல் சிறப்பு, பொதியமலையில் இருபதாம் ஆண்டு அகத்திய முனிவராய் ரசிகமணி டி.கே.சி. வீற்றிருந்தமை. பர்ண சாலை ஒத்த அவர்தம் 'வட்டத் தொட்டி' அமைப்பில், தொ.மு. பாஸ்கரத் தொண்டைமானும் அங்கத்தினராயிருந்தார். எனவே, எழுத்தும் பேச்சும் இவர்வசப்பட்டன.

மேலும், வெள்ளக்கால் ப. சுப்பிரமணிய முதலியார், நாமக்கல் கவிஞர் வெ. இராமலிங்கம் பிள்ளை, கவிமணி தேசிக விநாயகம் பிள்ளை, ராஜாஜி, கல்கி ரா. கிருஷ்ணமூர்த்தி உள்ளிட்ட பலரும் அதில் பங்கேற்றிருந்தமை, இவர்தம் பணியையும் பார்வையையும் கூர்மைப்படுத்தியது என்றே கொள்ளலாம்.

ரசிகமணியாரின் தாக்கத்தால், கம்ப காதல் கொண்ட காரைக்குடி சா.கணேசன், தம்மைக் கம்பன் அடிப்பொடியாகவே ஆக்கிக்கொண்டார். காரைக்குடியில் கம்பனுக்குக் கழகம் நிறுவி, ஆண்டுதோறும் விழா நடத்திவந்தார்.

அவர் தொ.மு.பா.வின் உடன்பிறவாச் சகோதரரும் ஆனார். அவர்தம் தொடர்பால், கம்பன் விழா நிகழ்வுகளில் தொடர்ந்து பங்கேற்கவும் கம்பன் குறித்து எழுதவும் செய்தார், தொ.மு.பா.

கம்பன் அடிப்பொடியுடன் பிள்ளையார்பட்டிக்குச் சென்று வழிபட்டதன் பயனாக விளைந்த நூல், 'பிள்ளையார்பட்டிப் பிள்ளையார்.'

அண்ணனைப் பற்றி எழுதிய கையோடு அவர் தம்பி ஆறுமுகன் குறித்தும் எழுத வேண்டும் என்ற அன்பர்களின் வேண்டுதலை நிறைவேற்ற இவர் முருகப்பெருமான் குறித்து எழுதிய கட்டுரைகளின் தொகுப்புநூல், 'ஆறுமுகமான பொருள்.'

'ஆடும்பெருமானும் அனந்த நெடுமாலும்' என்ற நூல், பல்வேறு காலக்கட்டங்களில் ஆலய, ஆன்மிகம் தொடர்பாக இவர் எழுதிய கட்டுரைகளின் தொகுப்பு.

பட்டிமண்டபம் என்ற பழந்தமிழ் அரங்கைக் காலத்திற்கேற்பப் புதுக்கி, கம்பனைப் பேசுவித்த சா.கணேசனாரின் முன்னுரையுடன் வெளிவந்த இவர்தம் பட்டிமண்டபத் தீர்ப்புரைகளின் தொகுப்பு நூல், 'பட்டிமண்டபம்.'

மேலும், கம்பன் தொடர்பாக, பாஸ்கரத்தொண்டைமானை எழுதுவித்து காரைக்குடிக் கம்பன் கழகம் வாயிலாக, சா.க. வெளியிட்ட தனிநூல், 'சீதா கல்யாணம்.' அத்துடன், காரைக்குடி கம்பன் விழா ஆண்டுமலர்களிலும், இவர்தம் கட்டுரைகளை வாங்கிப் பிரசுரித்தார் சா.க.

தொ.மு. பாஸ்கரத் தொண்டைமான் மறைவுக்குப் பின்னால், இவரது நூற்றாண்டில், அக்கட்டுரைகளையெல்லாம் தேடித் தொகுத்து, இவர்தம் புதல்வியார் திருமதி. இராஜேஸ்வரி நடராஜன் வெளியிட்ட நூல், 'கம்பன் சுய சரிதம்.'

2005ஆம் ஆண்டு, 'பாஸ்கரத் தொண்டைமான் அறக் கட்டளை' வாயிலாக, வெளியிடப்பெற்ற 'கலைமணி பாஸ்கரத் தொண்டைமான் கலைக் களஞ்சியம்' இவர் குறித்த பல்வேறு தகவல்களை உள்ளடக்கி அமைகிறது.

இவையெல்லாம், தொ.மு.பா. வாழ்ந்த காலத்திலும் மறைந்த பிறகும் வெளிவந்தவை.

2009ல் தமிழக அரசால் நாட்டுடைமை ஆக்கப்பட்ட இந்த 15 நூல்களையும்,(tamilvu.org/ta/library-nationalized-html-naauthor-57-235713) என்ற இணைய தளத்தில் காண முடியும்.

இவைபோக, இன்னும் சில நூல்கள் உள்ளவையென, தமிழ் விக்கி (https://tamil.wiki/wiki/தொ.மு.பாஸ்கரத்தொண்டைமான்) குறிப்பிடுகின்றது. (காண்க. பின்னிணைப்பு.) அது,

> "தொ.மு. பாஸ்கரத் தொண்டைமான் கலைக் குடும்பத்தில் பிறந்தவர். கல்லூரி நாட்களில் ஆனந்தபோதினி பத்திரிகையில் எழுதத் தொடங்கினார். திருநெல்வேலி இந்து கல்லூரியில் பணிபுரிந்த சுப்பிரமணியக் கவிராயரும், ரா.பி. சேதுப்பிள்ளையும் தொ.மு. பாஸ்கரத் தொண்டைமானுக்குத் தமிழில் ஆர்வத்தை முதலில் வளர்த்தவர்கள்."

என்று குறிப்பிடுகிறது.

இதனை உறுதிசெய்யும் வண்ணம், கல்லூரிப் பருவத்திலேயே தொ.மு.பா. 'ஆனந்தபோதினி' இதழில் கம்பன் குறித்துத் தொடர்ந்து கட்டுரைகள் எழுதியதைப் பலரும் குறிப்பிட்டுள்ளனர்; அதற்கான பின்புலங்களையும் முன்னுரைத்துள்ளனர்.

> **"திரு.பாஸ்கரன் அவர்களை, ரசிகமணி டி.கே.சி, பால் நாடார், வெள்ளக்கால் சுப்பிரமணிய முதலியார் ஆகியோரின் பிரதம சீடர் என்று கூறலாம். பாஸ்கரனின் கம்பராமாயணப் பித்துக்கு அவர்களே காரண கர்த்தர்கள்"**

என்று இவர்தம் 'கம்பமூலம்' தேடிச் சொன்ன தி.க.சிவசங்கரன்,

> "மாணவப் பருவம் முதலே தமிழ்ப் பற்றுக் கொண்டிருந்த பாஸ்கரனுக்கு, 1930ஆம் ஆண்டுவாக்கில் 'ஆனந்தபோதினி' முதலிய பத்திரிகைகளில் திரு. ரா.பி.சேதுப்பிள்ளையைப்போல் எழுதி வந்த பாஸ்கரனுக்கு, டி.கே.சி.யின் உறவும் தோழமையும் ஒரு பெரும் பொக்கிஷமாக இருந்து வந்தன"

என்று குறிப்பிடுகிறார்.

ஆனால், ரசிகமணியாரின் தொடர்புக்கு முன்னதாகவே, 'ஆனந்தபோதினி'யில், கம்பன் குறித்த கட்டுரைகளைத்

தொடர்ந்து தொ.மு.பா. எழுதி வந்ததை, அவர்தம் திருமகள் ராஜேஸ்வரி நடராஜன் உறுதிப்படுத்துகிறார்; கூடவே, அவற்றின் தலைப்புகள் சிலவற்றையும் குறிப்பிட்டு, அக்கட்டுரைகளின் மொழிநடைப் பாங்கு பற்றியும் பின்வருமாறு விவரிக்கிறார்:

"தொண்டைமான் அவர்களுடைய பேச்சு முந்தியதா எழுத்து முந்தியதா என்று கேட்டால் பதில் சொல்வது சிரமம். ஏனென்று கேட்டால் பேச ஆரம்பித்தபோதே எழுதியிருக்கிறார்கள். எழுத ஆரம்பித்தபோதே பேசியுமிருக்கிறார்கள்.

அந்த நாளில், தமிழ்நாட்டில் பிரபலமான ஒரே தமிழ்ப் பத்திரிகை, 'ஆனந்தபோதினி'தான். தொண்டைமானுடைய இலக்கியக் கட்டுரைகளைத் தொடர்ந்து வெளியிட்ட பத்திரிகையும் 'ஆனந்த போதினி' தான். அநேகமாக கம்பராமாயணக் கட்டுரைகளாகவே இருக்கும். 'தயரதன் தண்ணளி', 'கைகேயின் கைதவம்', 'பரதன் பண்பு', 'சீதையின் சீலம்' இந்த ரீதியில்தான் கட்டுரையின் தலைப்பும், ஏன் கட்டுரையுமே எதுகை மோனையோடு இருக்கும். அப்போதெல்லாம் அந்த நடைக்குத்தான் 'மவுசு.'

தொண்டைமானுடைய தற்போதைய தமிழ்நடையைப் படித்த வர்களுக்கு இதே தொண்டைமானா அப்படியும் எழுதினார்? என்று வியப்பாக இருக்கும். ஐயா டி.கே.சி.யுடன் தொடர்பு ஏற்படாத காலம் அது. தமது தமிழார்வத்தைத் தூண்டிவிட்டவர் பேராசிரியர் ரா.பி.சேதுப்பிள்ளை அவர்கள் என்றும், கவிதை என்றால் என்ன, கம்பன் யார் என்பதையெல்லாம் உணர்த்தி யவர் ரசிகமணி டி.கே.சி.தான் என்றும் அவர்களே அடிக்கடி கூறுவார்கள்."

'அநேகமாக' என்று இவர் குறிப்பிடுவதிலும் அர்த்தம் இருக்கிறது. கம்பனியல் தவிர, வேறு சில கட்டுரைகளையும் அவ்விதழில் இவர் எழுதி இருக்கிறார்.

இந்த விவரங்களெல்லாம் கிட்டியபோதிலும், 'ஆனந்த போதினி' இதழில் வெளிவந்த இவர்தம் கட்டுரைகளை யாரும் தேடித் தொகுக்க முனைந்ததாய்த் தெரியவில்லை. அவை எத்தனை என்பதையும் உறுதிப்படுத்த இயலவில்லை.

மகாகவி பாரதியார் குறித்த நெடுந்தேடலில் ஈடுபட்டிருந்த போது, 'ஆனந்த போதினி' இதழ்களை அரிதின் முயன்று தேடித் தொகுத்துப் பாதுகாத்து வைத்திருந்த புதுக்கோட்டை 'ஞானாலயா' பா.கிருஷ்ணமூர்த்தி அவர்களின் பெருங்கருணையினால், இக்கட்டுரைகள் என் வசமாயின.

நிரல் படுத்தி, உரிய அடிக்குறிப்புகளோடு, முதன் முதலாக இக்கட்டுரைகளை, 'கம்பர் கவியின் செந்தமிழ் இன்பம்' என்ற தலைப்பின்கீழ், தமிழ்கூறு நல்லுலகின் முன்வைத்து மகிழ்கிறேன்.

'காரைக்குடியில் ஜீவா', 'கம்பனில் ஆழம் கண்ட வேழம்: கம்பன் அடிப்பொடி சா.கணேசன்', 'காரைக்குடியில் பாரதி', 'தமிழ் ஹரிஜன்' இதழ்த் தொகுப்பு, சா.கணேசனின் 'இராஜராஜன்' செம்பதிப்பு ஆகிய நூல்களின் வரிசையில் இதுவும் ஒன்றாகிறது.

புதிதாய் எழுதப்படும் புத்தகங்கள் தமிழ் வளர்ச்சிக்கு எவ்வளவு உதவுகின்றனவோ, அதைவிடவும் ஒரு மடங்கு, இது போல், மூத்த அறிஞர்களின் ஆக்கங்களைத் தேடியெடுத்துப் பதிப்பிப்பது உதவும் என்பது எளியேனின் உறுதிப்பாடு.

❍

'தொ.மு.பாஸ்கரத் தொண்டைமான் பீ.ஏ' என்பதாகக் கட்டுரை யாளரின் பெயர் இடம்பெற்ற 'ஆனந்தபோதினி' இதழில் தொடர்ந்து பல இலக்கியக் கட்டுரைகளை, ரா.பி.சேதுப்பிள்ளையும் எழுதியிருக்கிறார். தலைப்பு, நடை ஆகியன இருவருக்கும் ஒத்துப்போவது வியப்பாக இருக்கிறது. சொல்லின் செல்வரின் தாக்கம், தொண்டைமானின் ஆக்கங்களில் பளிச்சென்று வெளிப் படுகின்றது.

சுமார் இருபத்தைந்து வயதில், 'ஆனந்த போதினி' இதழில், தொ.மு.பா. எழுதி வந்த ஒவ்வொரு கட்டுரையின் தொடக்கத் திலும் தான் எடுத்துக் கொண்ட பொருண்மையைச் சுட்டி விடுகிறார். வாசகர்கள் எளிமையாக உணர்ந்து கொள்ள, இதுவே "... இக் கட்டுரையின் நோக்கமாகும்" என்றும் தெளிவுபடுத்திவிடுகிறார்.

தருக்க நிலையிலும், கவிநயம் பாராட்டும் ரசனைப் போக்கி லும் கட்டுரையின் வாசகங்கள் வளர்கின்றன; சொற்றொடர்கள், அக்கால மரபினதாக அமைகின்றன; நெடுந்தொடர்களாக

வளரும் சொற்றொடர்கள், பிரிக்கப்படாது சேர்ந்த நிலையிலேயே விளங்குகின்றன. சான்றுக்குச் சில பின்வருமாறு:

- வெள்ளிடைமலை.
- தெள்ளிதில் விளங்கும்.
- கற்றோர் உளத்திற்குக் கழிபேருவகை தருவதாகும்.
- இன்னும் இராமனது வரம்பில் பேரழகை எடுத்தெடுத்துரைப்பது மிகைபடக் கூறல் என்னும் குற்றத்தின்பாற் படுமென அஞ்சி இத்துடன் நிறுத்தி மேற் செல்லுதும்.
- என்று யான் கூறுவேனேயானால் அது ஒரு சிறிதும் மிகை யாகாது.
- என்பதை ஒன்றிரண்டு குறிப்புகளால் விளக்கி இக்கட்டுரை யை முடிக்க விரைகின்றேன்.
- “ஐயிரண்டு திங்களாய்த் தனது உயிரனைய கொழுந்நனைப் பிரிந்து ஆற்றாத் துயர்க்கோர்மிரையாய் மாழ்கிப் பின் கொடுந்தொழில் இராவணன் மாய்ந்திடச் சிறை நீங்கிச் சிறந்தோங்கு முவகையொடு வந்த கற்பினுக்கரசினைப் பெண்மைக் காப்பினை பொற்பினுக்கு அழகினைப் புகழின் வாழ்க்கையைத் தற் பிரிந்து அருள்புரி தருமம் போலியை அமைய நோக்கி அக் கற்பின் வாழ்வனையவள் அணங்குறு நெடுங்கண் நீராறுவார வணங்குங் காலையில் பச்சிலை வண்ணமும் பவளவாயுமாய் கைச் சிலை யேந்தி நின்ற ஒருவீரன், பணங்கிளர் அரவென எழுந்து,

“குலத்தினிற் பிறந்திலை; கோள்இல் கீடம்போல்
நிலத்தினிற் பிறந்தமை நிரப்பினா யரோ”

என்று சீறினானென்றால் அவன் விடுசரமோ வாய்ச் சொல்லோ வெம்மையுடைத்து என்பதை அன்பர்களே உற்று நோக்குங்கள்.”

நிறைவாய்ச் சுட்டப்பெற்றுள்ள தொடர், அக்காலத் தொடர் அமைப்புக்கும், மூல பாடல் தொடர்களை அப்படியே கை யாளும் மரபுக்கும் எடுத்துக்காட்டாகிறது.

தலைப்புகளோ, கட்டுரையாளரின் தமிழார்வத்தைப் பிரதிபலிப்பதோடு, வாசக ஆர்வத்தையும் தூண்டி நிற்கின்றன.

'நாடென்ப நாடா வளத்தன', 'அன்பிற்குமுண்டோ அடைக்குந்தாழ்?' ஆகியன திருக்குறள் தொடர்கள். ஆயினும், அவை முறையே, கோசல நாட்டையும், குகனையும் குறித்துச் சொல்லப்பட்டிருக் கின்றன.

'கண்வழி நுழைந்த கள்வன்', 'கேகயர் கோமகள் இழைத்த கைதவம்', 'முன்னவன் முன்னம் முடி' ஆகியன கம்பன் தொடர்களை முன் னிறுத்திக் காட்டுகின்றன.

பொதுவான நிலையில், 'இராவணனது வீர வாழ்க்கை' என நேர்படச் சொல்லும் தலைப்பும் உண்டு. 'தயரதன் தண்ணளி', 'பரதனின் பண்பு', 'மண்டோதரியின் மாண்பு', சீதையின் சீலம்', 'வீணைக்கொடியோனின் வீரத் தம்பியர்', 'இந்திர சித்தன் வெந்திறல்' என்று எதுகை மோனையுடன் சூட்டப்பெற்ற தலைப்புகளும் உண்டு. வாசக ஆர்வத்தைத் தூண்டும், 'வெண்ணெய் அண்ணல்', 'புகழுடம்பு பெற்ற புனிதன்' ஆகிய பூடகத் தலைப்புகளும் உண்டு.

❍

தலைப்புகளைப் போலவே, எதுகையும் மோனையும் துள்ளி வரும் கவிதை நடையில் கம்பவாசகங்களை அப்படியே கட்டுரை களில் கையாண்டு வருகிறார், ஆசிரியர்.

ஒப்புநிலையில், பிற காப்பிய - இலக்கிய மேற்கோள்களைப் பொருத்தப்பாடு கருதி முன்வைக்கிற இடங்கள் இலக்கியச் சுவை பயக்கின்றன.

பொதுவாக, "...யென்று கூறி யென் பணி முடிக்கின்றேன்" என்றும், தவறாமல், "திருவருள் முன்னிற்க. சுபம்" என்று முடிக்கிற பத்தி மையும் வித்தியாசமாக அமைகின்றன.

இடையிடையே, தற்கூற்றாகத் தரும் சொற்றொடர்கள், வாசக - எழுத்தாள உரையாடலுக்குத் துணைபுரிகின்றன.

இவையாவும் இக்கட்டுரைகளின் தனித்தன்மைகளாக அமைகின்றன எனலாம்.

❍

வெவ்வேறு கட்டுமானக் கோப்புகளுக்கிடையே இதழ்களில் காணப்பெற்ற இக்கட்டுரைகளைத் தொகுத்துப் பதிப்பிக்கும்

போது கால வரிசையில் தராமல், கருத்தின் அடிப்படையிலேயே, வகைப்படுத்தி இருக்கிறேன்.

அந்த வகையில், காப்பியப் போக்கிற்கு ஏற்பக் கதை நிகழ்வின் படி, கட்டுரையாளர் சித்திரிக்கும் 'காப்பிய மாந்தர்கள்' பற்றிய கட்டுரைகள் இத்தொகுப்பில் நிரல்படுத்தப்பெற்றிருக்கின்றன. அவை முதல் பகுதியாக இந்நூலில் இடம் பெறுகிறது.

அடுத்து, கம்பன் குறித்த பொதுநிலைக் கட்டுரைகள், இரண்டாம் பகுதியில் இடம்பெறுகின்றன. அவற்றுள் ஒன்றான, 'கம்பர் கவியின் செந்தமிழ் இன்பம்' என்ற கட்டுரையின் தலைப்பே, பொருண்மை கருதி இந்நூலின் மகுடம் ஆகிறது. வான்மீக வழிப்பட்ட காப்பியத்தைக் கம்பர் இயற்றியபோதிலும், அதில் தமிழ் மரபும் மாண்பும் கமழ்கின்றன என்பதை, தொ.மு.பா. விளக்கியிருப்பார்.

மேற்சுட்டிய கட்டுரையை மறுத்து, கோபால திருமலை என்பவர் 'புனைந்துரையும் மறுப்பும்' என்ற தலைப்பில் எழுதிய கட்டுரையும் 'ஆனந்த போதினி' இதழில் காணப்பட்டது. பி.ஏ. பட்டம் பெற்ற அக்கட்டுரையாளரின் மறுப்புக்கு விளக்கம் தரும் வகையில் தொ.மு.பா. எழுதிய கட்டுரை, 'மறுப்பின்மேல் ஓர் குறிப்பு' என்பதாகும். இவ்விரு கட்டுரைகளும், இந்நூலின் மூன்றாம் பகுதியில் இடம்பெறுகின்றன. நயத்தக்க நாகரிகத் துடனும் பணிவுடனும் தத்தம் கருத்தை முன்வைக்கும் கட்டுரை யாளர்களின் கண்ணியம் கவனிக்கத்தக்கது.

1947ல் அ.ச.ஞானசம்பந்தன் எழுதிய 'இராவணன் மாட்சியும் வீழ்ச்சியும்' நூலுக்கு முன்னோட்டமாக அமையும் 'கம்பர் கவியின் செந்தமிழ் இன்பம்' கட்டுரைப் பொருண்மை, இன்றைக்கும் விவாதத்திற்கும் விளக்கத்திற்கும் உரியதாக வளர்ந்திருக்கின்றது.

நான்காம் பகுதியில் இடம்பெறும் தொ.மு.பா. எழுதிய நான்கு கட்டுரைகளும், 'கலைமணி தொ.மு.பாஸ்கரத் தொண்டைமான் கலைக்களஞ்சியத்தில்' இருந்து எடுத்தாளப் பெற்றிருக்கின்றன.

இளமைப்பருவம் தொடங்கி, இறுதிக் காலம் வரையிலும், இவருக்குள் பொங்கிப் பிரவகித்த தமிழ்ப் பேரூற்றுக்குக் காரணர் களாக விளங்கிய மே.சொ.சுப்பிரமணியக் கவிராயர், ரசிகமணி

டி.கே.சி.,வெள்ளக்கால் சுப்பிரமணிய முதலியார், பால் நாடார் ஆகியோர் பற்றிய சொற்சித்திரங்களாக இவை விளங்குகின்றன.

கம்பரின் கவிநயம் கண்ட கட்டுரையாளரின் 'கம்ப மூலம்' காட்டும் வரலாற்றுப் பதிவுகள் இவை.

தொடக்க நிலையில், சொல்லின் செல்வர் ரா.பி.சேதுப்பிள்ளை யவர்களின் மரபில் எழுதப்பட்ட கட்டுரைகளோடு, வளர்ந்த நிலையில் தொ.மு.பா.வால் எழுதப்பட்டவற்றையும் ஒப்பிட்டு உணர, இவை வழிவகுக்கும். கூடவே, இவர் கம்பனை எவ்வாறெல்லாம் அப்பெரியார்கள் வாயிலாகக் கற்றார் என்பதும் புரிபடும். சென்ற நூற்றாண்டின் தலைவாசலில், கம்பனை முன்னிறுத்தி இவர்கள் ஆற்றிய அரும்பணிகளின் செழுமையும் துலக்கமாகும்.

நிறைவாய், பின்னிணைப்பாக வரும் பக்கங்களில், ஆனந்த போதினி இதழ் முகப்பு, கட்டுரையாளரின் பெயருடன் கூடிய கட்டுரைத் தலைப்புகளின் பிளாக் அச்சுப்படிவங்கள் தரப்பட்டுள்ளன.

வாசிப்பு வசதிக்காக, இந்த ஐந்து பகுப்புகளின் பின்புலங்களிலும் கட்டுரைத் தலைப்புகள் உரிய பக்க எண்களுடன் தரப் பெற்றுள்ளன; பத்திகள் பிரிக்கப்பட்டிருக்கின்றன.

எழுத்துச் சீர்திருத்தத்திற்கு முன்பு அச்சான இவ்விதழ்களின் பழைய தமிழ் எழுத்துருக்கள், உரிய மாற்றங்களுடன் தற்கால முறைப்படி தரப்பட்டது தவிர, கட்டுரையாளரின் எழுத்து முறைமை மாற்றப்படவில்லை. ஆனால், கட்டுரையாளர் மேற்கோளிடும் பாடல்கள் மட்டும் சென்னைக் கம்பன் கழகப் பதிப்பான கம்பராமாயண நூலின்படி சந்தி பிரிக்கப்பட்டு, அவற்றுக்கான பாடல் எண்களும் தரப்பெற்றுள்ளன. திருக்குறள் எண்களும் இணைக்கப்பட்டுள்ளன.

மூலப் பிரதியில் காணப்படும் பாடல்களுக்கும், கழகப் பதிப்பில் காணப்படும் பாடல்களுக்கும் இடையில் உள்ள வேறு பாடுகள் அந்தந்தப் பக்கங்களிலேயே, பதிப்பாசிரியர் குறிப்பாகச் சுட்டப்பெற்றிருக்கின்றன.

மரியாதை நிமித்தமாக, 'கம்பர்' என்று பல இடங்களில் கட்டுரையாளர், கவிச்சக்கரவர்த்தியைக் குறிப்பிட்டாலும்,

சில இடங்களில் உணர்ச்சி மீதூர, 'கம்பன்' என்றும் சொல்லி விடுகிறார்.

தான் அனுபவித்த இலக்கியச் சுவையினை எழுத்தில் நிரப்பிப் பந்தி வைப்பதில் இவர் காட்டும் அக்கறையும் ஈடுபாடும் இளமை ததும்ப வெளிப்பட்டு நிற்கின்றன; வாசிப்பவர்களுக்குள் இடம் மாற்றி வைத்து விடுகின்றன.

எளிய நடையில், இனிய முறையில், கம்பனது காப்பியப் பாவிகத்தை விளக்கும் கட்டுரையாளரின் தெளிந்த பார்வையும், சிறந்த ரசனையும் வாசிப்புக்கு விருந்தளிக்கின்றன. மீளவும் கம்பனைப் புதிய கோணத்தில் சிந்திக்க வைக்கின்றன.

கம்ப நேயர்களுக்கும் கம்பனியல் ஆய்வாளர்களுக்கும் இந்த நூல் பெரிதும் உதவும்.

காலம் கருதி எழுதப்பட்ட இக்கட்டுரைகளின் மூலம் தேடி வரும் வாசகர்களுக்கான ஐந்து வாசல்களின் கதவுகள் திறந்தே இருக்கின்றன.

கம்பர் கவியின் செந்தமிழ் இன்பம் நுகர வாசகர்களே வருக!

உ

ஓம்

பரப்பிரஹ்மணே நம:

ஆனந்தபோதினி

"எப்பொரு ளெத்தன்மைத் தாயினு மப்பொருண்
மெய்ப்பொருள் காண்ப தறிவு"—திருவள்ளுவர்.

(ALL RIGHTS RESERVED.)

(இதழ்களில் வெளிவந்த கட்டுரைகளின் தொகுப்பு)

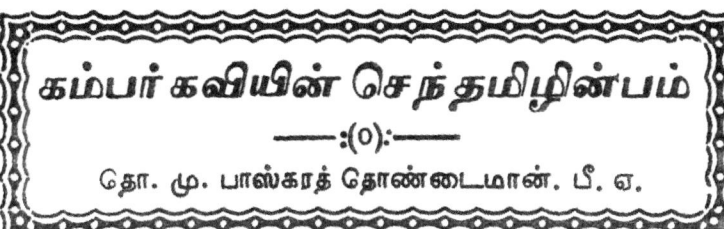

கம்பர் கவியின் செந்தமிழின்பம்

—:(0):—

தொ. மு. பாஸ்கரத் தொண்டைமான். பீ. ஏ.

பகுதி-I

1.	நாடென்ப நாடா வளத்தன	35
2.	வெண்ணெய் அண்ணல்	41
3.	தயரதன் தண்ணளி	48
4.	காகுத்தன் கன்னிப்போர்	57
5.	அண்ணல்தன் வண்ணம்	64
6.	கண்வழி நுழைந்த கள்வன்	72
7.	கேகயர் கோமகள் இழைத்த கைதவம்	83
8.	முன்னவன் முன்னம் முடி	92
9.	அன்பிற்கு முண்டோ அடைக்குந் தாழ்?	101
10.	பரதன் மாண்பு	111
11.	புகழுடம்பு பெற்ற புனிதன்	120
12.	அங்கதன் அருந்திறல்	127
13.	இராவணனது வீர வாழ்க்கை	137
14.	வீணைக் கொடியோன் வீரத் தம்பியர்	146
15.	இந்திரசித்தன் வெந்திறல்	155
16.	மண்டோதரியின் மாண்பு	163
17.	சீதையின் சீலம்	170

1

நாடென்ப நாடா வளத்தன

"நாடென்ப நாடா வளத்தன நாடல்ல
நாட வளந்தரு நாடு" (739)

என்பது திருவள்ளுவர் இன்குறள்.

உலகுய்வான் திருமறை வகுத்தருளிய ஆசிரியர் திருவள்ளுவனார், நாட்டின் இலக்கணம் கூறிப்போந்த விடத்து, தன்னகத்தே வாழ்பவர் தேடித் தேடி முயன்றாலன்றி அவர்கட்கு வேண்டும் பொருள்கள் நல்காத நாட்டை ஒரு நாடு என்று சொல்வது தகாது என்றும், நாடென்றால் ஒருவரது முயற்சியுமின்றி அதனகத்தே வாழும் மக்களுக்கு வேண்டும் பொருள்களைத் தானே நல்கும் நாடே நாடாகும் என்றும் கூறுகின்றார்.

ஒரு நாட்டின் இலக்கணம் இதுதான் என்று கொண்டால், கவியரசர் கம்பர் பெருமானது உலகம் போற்றும் உயரிய நூலாம் இராம காதையில் காணுகின்ற கோசலை நாடும் ஒரு நாடாகவே வேண்டும்.

அந்நாடு நம் வள்ளுவர் அருளிய தெள்ளிய குறளில் காணுகின்ற இலக்கணத்திற்கு எத்துணைப் பொருத்தமாய் அமைந்துள்ளது என்று பார்ப்பதே இக்கட்டுரையின் நோக்கமாகும்.

கவிதையியற்றிய கவிஞர் அனைவரும் அவரவர்தம் காவியத்தில், அவர்கள் எடுத்துக் கொண்ட நாட்டின் வளங்கூறப் போந்த விடத்து, அந்நாட்டிலுள்ள உழவர் பெருமைகளையே போற்றிப் புகழ்வர்.

“உழுதுண்டு வாழ்வதற் கொப்பில்லை” என்னும் உயரிய கொள்கையுடைய உழவர் பெருமக்கள் தம் தம் வயல்களுக்குச் சென்று, ஏரிலே எருதுகளைப் பூட்டி, நிலத்தை உழுது பண்படுத்தி, விதைவிதைத்து, களைகழித்து, பயிர் வளர்த்து, வளர்ந்த பயிரை அறுத்து, அடித்துப் புடைத்து, பின்னர் அத்தானியங் களை வண்டியி லேற்றி வீட்டில் சேர்ப்பர். இதுவே அவரது வாழ்க்கையாய் அமைந்து கிடக்கக் காண்கின்றோம். இத்தியாதிய வேறுபட்ட தொழில் முறைகளைப் புனைந்து கூறுவதே கவிகளது மரபாகும். ஆனால் உழவர்களை இவ்வளவு தொழில்கட்கும் ஆளாக்கி, அதனால் அவர்கள் வளம் பெற வாழ்ந்ததாய் அமைந் திருக்கும் நாடு, நம் வள்ளுவர் அருளிய நாட்டின் இலக்கணத்திற்கு மாறுபட்டதேயன்றோ?

அதனாற்றான் கவியரசர் கம்பர் பெருமான் மற்றைய கவிஞர்கள் கூறும் முறையினின்றும் மாறுபட்டு, தமிழின் தனிப் பெரும் புலவரான வள்ளுவர் அருளிய நாட்டின் இலக்கணத்திற்கு ஒப்பவே தமது கோசலைநாட்டை அமைத்தருளுகின்றார்.

கம்பரது கவியால் புனைந்து கூறப்பட்டுள்ள கோசல நாட்டில் மக்கள் சிறிதும் மெய் முயன்று தமக்கென ஒரு பொருள் ஈட்டிக் கொண்டாரல்லர். உழவர் பெருமக்கள் நிலங்களை உழுது பண்படுத்தியதற்கு இரண்டொரு குறிப்புகளே காணப்படுகின்றன. ஆனால், இவ்வுழு தொழில் செய்யும் மள்ளர்கள் பயிர் செய்ததைப் பற்றி ஒரு குறிப்பும் காணப்படவில்லை. அவர்கள் தம் நிலத்தில் விதை விதைத்ததாவது, நீர் பாய்ச்சியதாவது நாற்று நட்டதாவது கவியரசர் கம்பர் கண்ணுக்குத் தோன்றவில்லை.

களைதான் பறித்தனர் என்றாலோ, கோசல தேசத்து மள்ளர் நினைத்தனர், பறித்திலர்.

ஏனெனில்,

"பண்கள்வாய் மிழற்றும் இன்சொல்
கடைசியர் பரந்து நீண்ட
கண்கைகால் முகம்வாய் ஒக்கும்
களைஅலால் களை யிலாமை
உண்கள்வார் கடைவாய் மள்ளர்
களைகலாது உலாவி நிற்பார்.
பெண்கள்பால் வைத்த நேயம்
பிழைப்பரோ சிறியோர் பெற்றால்"   (41)

என்று கூறும் திறன் கற்றோர் உளத்திற்கு கழிபேருவகையைத் தருகின்றது. அம்மள்ளரது உள்ளத்தன்மை விளக்கிய கம்பரது கவிப்பெருமையே பெருமை.

நிலத்தையும் உழாது, விதையும் விதையாது, நீரும் பாய்ச்சாது, நாற்றும் களையும் பறியாது, தானே விளைந்த பயிரை அறுக்கவேனும் கவியரசர் கம்பர் தம் மள்ளர்களை ஏவவில்லை. அரிந்ததும் அறியார் அரிந்த கதிரை அடுக்கி வைத்தேனும் அறியார். ஆனால்,

"எறிதரும் அரியின் சும்மை
எடுத்து வான் இட்ட போர்கள்
குறிகளும் போற்றிக் கொள்வார்;
கொன்ற நெல் குவைகள் செய்வார்;
வறியவர்க்கு உதவி மிக்க.
விருந்து உண மனையின் உய்ப்பார்,
நெறிகளும் புதைய. பண்டி
நிறைத்து,மண் நெளிய ஊர்வார்."   (51)

என்று ஒரு பிரயத்தனமும் இல்லாது, தானே விளைந்த பயிரைத் தம் மனையகம் சேர்ப்பது மட்டுமே தமது உறுதொழிலாகக் கொண்டனர் கோசல நாட்டுக் குலமள்ளர் என்று கம்பர் பெருமான் அருளிய சித்திரம் எத்துணை அழகுடையதாய்த் திகழ்கின்றது என்பதை அன்பர்களே உற்று நோக்குங்கள்.

ஆகவே, பல் வளமும் பல் பொருளும் இவ்விதம் எளிதில் கோசல நாட்டார்க்குத் தந்து நாடென்பது நாடாவளத்தன என்று வள்ளுவர் அருளிய நாட்டின் இலக்கணத்திற்கு இலக்கியமாக

நின்றது நம் கோசலை நாடு என்று யான் கூறுவேனேயானால் அது ஒரு சிறிதும் மிகையாகாது.

ஆனால் ஒரு ஐயம்: வண்டுகள் எல்லா மலர்களிடத்தும் சென்று தேனைக் கொண்டுவந்து ஓரிடத்தில் சேர்ப்பது போல இம்மள்ளர் வயல்களுக்கும், பொழில்களுக்கும் சென்று அவ்விடத்தில் உள்ள பொருள்களைக் கிரகித்துக் கொண்டுவந்து தமது இருப்பிடத்தில் சேர்ப்பர் என்னும் பொருள்பட.

"கதிர் படு வயலின் உள்ள,
கடி கமழ் புனலின் உள்ள,
முதிர் பயன் மரத்தின் உள்ள,
முதிரைகள் புறவின் உள்ள,
படுபதி கொடியின் உள்ள,
படி வளர் குழியின் உள்ள.-
மதுவளம் மலரில் கொள்ளும்
வண்டு என - மள்ளர், கொள்வார்." *(52)*

என அமைத்திருக்கும் செய்யுளின் உண்மை என்னே என்று சிலர் வினவலாம். தேடித் தேடித் தேனைக் கொள்ளும் வண்டுகள் முயற்சியே செய்யாது வளம்பெற வாழும் மள்ளர்கட்கு உவமை யாவதெங்ஙனம் என்னும் கேள்வி எழலாம். ஆனால், தேனிருக்கும் மலரையும் செடியையும் அவ்வண்டுகளே வைத்து வளர்த்த தில்லை.

மற்றும் அத்தேனைச் சேகரிக்கிறதே யொழிய அத்தேனையும் அவை தாமே ஆக்கியதில்லை. பின்னும் தேடி எடுத்த தேனைத் தனக்கெனக் கொள்ளாது பிறர்க்கெனவே சேர்த்துவைக்கும் இயல்புடையது வண்டு. ஆகவே, வித்திடாது பயிர் விளைத்தும், விளைந்த பயிரை அரியாது தம் மனையகத்தே சேர்த்தும், சேர்த்ததை "தம்தம் இல்லிருந்து தாமும், விருந்தொடும், தமரி னோடும்" உண்டு வாழும் மள்ளர்கள் வண்டிற்கு உவமையே யாவர்.

இவ்விதம் நாடா வளத்ததாய் வேண்டிய பொருளை, ஒருவரது முயற்சியுமின்றித் தானே நல்கும் கோசலை நாட்டின் வளத்தைப் போற்றிப் புகழும் கம்பர் கவிநலம் நாம் கண்டு மகிழ்வதற்குரிய ஓர் இடமாகும்.

தொகுப்பும் பதிப்பும் : கிருங்கை சேதுபதி

"வரம்பு எலாம் முத்தம்; தத்தும்
மடை எலாம் பணிலம்; மா நீர்க்
குரம்பு எலாம் செம் பொன்; மேதிக்
குழி எலாம் கழுநீர்க் கொள்ளை;
பரம்பு எலாம் பவளம்; சாலிப்
பரப்பு எலாம் அன்னம்; பாங்கர்க்
கரம்பு எலாம் செந் தேன்; சந்தக்
கா எலாம் களி வண்டு ஈட்டம்.   (33)

என்று கம்பர் கூறுவது கோசல தேசத்தின் பெருமையைப் பெரிதும் விளக்குவதாகும்.

இன்லும் சேவலோடு கூடிய பெட்டைகள், தம் தம் கால்களால் குப்பை கூளங்களைக் கிண்டிய காலத்தும் அங்கும் அழகிய மணிகளே பிரகாசிக்கின்றன. இம்மணிகளைக் கண்ட குருவிக் கூட்டங்கள் அவைகளை மின்மினியெனக் கருதித் தம் கூடுகளுக்கு எடுத்துச் சென்று அவ்விடத்தே வைத்துக் கொள்ளும் என்று கோசலத்துச் செல்வத்தின் மிகுதியை குப்பை மேட்டிலும், குருவிக் கூட்டிலும் காட்டி கம்பர் தீட்டியுள்ள சித்திரத்தை உற்று நோக்குங்கள்.

பொன்னாலும், மணியாலும், முத்தாலும் சங்காலும் வளம்பெற விருந்த நாடு கோசலை நாடு என்பதே கவியரசர் கருத்தாகும்.

முற்றத்தில் உலர்த்திய பாக்கைக் கொழிக்கும் மாதர்கள் அவை களிலுள்ள முத்தை கொழித்தெடுத்தெறிவர் என்று கோசலத்துச் செல்வத்தின் மிகுதியைப் போற்றி யுரைக்கின்றார் கவியரசர் கம்பர் பெருமான்.

இவ்வாறு செல்வங் கொழித்து, யாதொரு முயற்சியுமின்றி தன்னகத்தே வாழும் மக்களுக்கு வேண்டும் பொருளை நல்கி நாடா வளத்ததாய்க் கோசல நாடு விளங்கியதற்குக் காரணம், அத்தேசத்து மாந்தரின் விருந்தோம்பும் வாழ்க்கையும், மாதர்தம் கற்புடைமையுமே யாகும்.

'நாடென்ப நாடா வளத்தன' என்று நாட்டின் இலக்கணத்தை கவியரசர் கம்பருக்கு எடுத்துக் கொடுத்த வள்ளுவரே,

“வித்தும் இடல்வேண்டும் கொல்லோ விருந்தோம்பி
மிச்சில் மிசைவான் புலம்.” *(85)*

என்றும்

“தெய்வம் தொழாஅள் கொழுநன் தொழுது எழுவாள்
பெய்யெனப் பெய்யும் மழை” *(55)*

என்றும் இரண்டு அழகிய குறள்கள் அமைத்துக் கொடுத்திருக் கின்றார்.

“விருந்தினர் முகங்கண்டன்ன விழவணி விரும்பும்”

கோசல தேசத்து மக்கள்,

“முந்து முக்கனியின், நானா
முதிரையின், முழுத்த நெய்யின்,
செந்தயிர்க் கண்டம், கண்டம்,
இடைஇடை செறிந்த சோற்றின்,
தம்தம்இல் இருந்து, தாமும்,
விருந்தொடும், தமரினோடும்,
அந்தணர் அமுத உண்டி
அயிலுறும்...” *(53)*

என்று விருந்தோம்பும் வாழ்க்கையைப் போற்றிப் புகழும் கம்பர் கவிநலம் அழகுடையதே யன்றோ?

இவ்வாறு, விருந்தோம்பும் வாழ்க்கையுடையராய மக்கள் வாழ்ந்த நாட்டில் மாதம் மும்மாரி தவறாது பெய்தது. ஆகவே வள்ளுவர் கூறிய நாட்டின் இலக்கணத்திற்குப் பொருத்தமாகக் கம்பரது கோசலநாடு இலக்கியமாக அமைந்தது போற்றத் தக்கதொரு பொருளாகும்.

– (ஆனந்த போதினி, 17.08.1931, பக்.94–96)

2

வெண்ணெய் அண்ணல்

"தோன்றின் புகழொடு தோன்றுக அஃதிலார்
தோன்றலின் தோன்றாமை நன்று"   (236)

என்று வள்ளுவர் அருளிய உண்மைக்குச் சிறந்த சான்றாக, இவ்வுலக முள்ளளவும் தம் புகழ் நின்று நிலவ வாழ்ந்த தமிழ்ப் பெருமக்கள் சிலரே யாவர். அவர்களுள் வெண்ணெய் நல்லூர் சடையப்ப வள்ளலும் ஒருவராவர்.

தமிழகத்தின் தனிப்பெரும் புலவரான கம்பர், தமது இளமைப் பருவத்தில், தந்தை தாயின்றித் தமியராய் இவ்வண்ணலை அடைந்த காலத்து அவருக்கு உண்டியும் உடையும் உவந்தளித்த பெருந்தகை இவரே யாவர்.

இப்பெரியார், கவியரசர் கம்பரை அவ்விளவயதில் ஆதரியாது விட்டிருப்பரேல் இத்தமிழகம், தன்னகத்தே கம்பரெனும் பெரும் புலவனை யுடைத்தாயிருப்பதும், அப்பெரும் புலவன் இராம காதையைப் பாடியிருப்பதும் ஆகிய பெருமையை இழந்தே நிற்கும்.

ஆகவே, கம்பரெனும் பாவலரைத் தமிழுலகுக்குத் தந்தளித்த புரவலன் வெண்ணெய் அண்ணல் என்று யான் கூறின் அது ஒரு சிறிதும் மிகையாகாது.

இவ்வாறு, தம் புகழ் நிறுவ உதவியாயிருந்த வெண்ணெய் அண்ணலின் புகழை இவ்வுலக முள்ளளவும் நின்று நிலவ அமைக்கக் கருத்துட் கொண்டார் கவியரசர். கொண்ட கருமத்தையும் முட்டின்றி முடிப்பாராயினர்.

உலகம் புகழும் உத்தமனான இராமனது காதையைப் பாடிய கம்பர் அக் காப்பியத் தலைவனது புகழ் இந்நிலவுலகில் நிற்குமளவும், தம்மை யாதரித்த சடையப்ப வள்ளலாரது புகழும் நிற்கும்படி யருளிய பெருமையை, யாரே அளவிட்டுரைக்க வல்லார்?

"வென்றிலென் என்ற போதும்
வேதம்உள் ளளவும் யானும்
நின்றுளென் அன்றோ அவ்
இராமன்பேர் நிற்கு மாயின்"   (9125)

என்று வீரமுழக்கம் செய்யும் இராவணன் புகழும், அந்த அமரர்தம் புகழை விழுங்கிய அரக்கர்கோனையடக்கிய இராமன் ஆற்றலும், அவ்விராம காதையில் புகழ்ந்து கூறப்படும் வெண்ணெய்வாழ் சடையப்ப வள்ளலாரது புகழும், இவ்வுலகில் என்றும் நின்று நிலவும் என்பதற்கோர் ஐயமிலது.

இனி கவியரசர் கம்பர், இப்பெருந்தகையின் புகழை எத்திறத்தில் ஆய்ந்து, நமது ஒப்பற்ற நூலில் அமைத்துக் காட்டுகின்றார் என்று பார்ப்பதே இக்கட்டுரையின் நோக்கமாகும்.

○

கம்பரது கவிநலத்தில் வெண்ணெய் அண்ணலின் கொடைத்திறம் உலகோர் புகழும் உயரிய மாண்புடையதாய் இலங்குகின்றது. "தாங்கரும் தவத்தின் மிக்கோனாகிய" விசுவாமித்திரன், தன்னிடம் அன்பு பூண்டொழுகும் இராம இலக்குமணர்களுக்குப் படைக்கலம் அருளிய பான்மையைக் கவியரசர் கம்பர்,

"மண்ணவர் வறுமை நோய்க்கு
மருந்துஅன சடையன் வெண்ணெய்
அண்ணல்தன் சொல்லே அன்ன
படைக்கலம் அருளினானே" (394)

என்று எடுத்திசைக்கின்றார். இவ்வாறு போற்றிப் புகழும் உரையில், சடையப்பரது வள்ளன்மையும் மொழிதவறா நேர்மையும் அழகாய் விளங்கக் காணலாம்.

மருந்துண்பாரிடம் வியாதி நில்லாததுபோல, சடையப்ப வள்ளலை அணுகிய மக்களிடத்து வறுமை நோய் நில்லா தொழியும் என்பதும், அப் பெருந்தகையின் மொழி நேர்மை போல, முனிவர் அருளிய படைக்கலங்களும் தத்தம் தொழில்களில் தவறா என்பதும் கவியரசர் கருத்தாகும். வெண்ணெய் அண்ணலின் வண்மையே வண்மை.

இவ்வண்மைமிக்க வள்ளல் தன்னைத் தஞ்சமென்றடைந்தாரைத் தாங்கும் பெற்றியும், கம்பரது கவிநலத்தால் அழகுறுவதாயிற்று.

அறத்தின் வழிநின்ற ஆரியர்கோனது ஆணையால் அரிகள் ஆழியைக் கடக்க அணைகட்டப் போந்தன. அணைகட்டப் போந்த வானரங்கள், பெரிய பெரிய மலைகளை அடியோடே பேர்த்து எடுத்து, கவிக்குலத் தச்சனாம் நளன் என்பானிடம் எறிகின்ற காலத்து, அப்பெருமலைகளையெல்லாம் இவன் தனது தடக்கையில் தாங்கி அணைகட்டினான். குரங்குகளோ ஒன்றிரண்டல்ல. எண்ணில் கோடி குரங்குகள். தம் தம் ஆற்றலின் அளவிற்கேற்பக் கற்களைப் பெயர்த்து எடுத்து எறிகின்ற காலத்து ஒரு கல்லையாவது தளரவிடாமல் தாங்கிய நளனது பெருமையே பெருமை!

இந்த இடத்தைச் சித்தரிக்க விரும்பிய கம்பர், இவ்வாறு நளன் தன்பால் எறியப்படும் மலைகளை யெல்லாம் தாங்குகின்ற தன்மைக்கு உவமானம் தேடித் தேடித் திரிகின்றார். தன்னை எத்தனை பேர் தஞ்சமென்றடைந்த காலத்தும், அவர்களது தன்மை நோக்காமலும் அவர்களைக் காக்கும் அருமை நோக்காமலும் எல்லோரையும் தாங்குகின்ற வள்ளன்மை மிகுந்த வெண்ணெய் வாழ் சடையப்பரையே உவமையாகக் குறிக்கின்றார்.

"மஞ்சினில் திகழ்தரு மலையை மாக்குரங்கு
எஞ்சுறக் கடிதுஎடுத்து எறியவே நளன்
விஞ்சையில் தாங்கினன் சடையன் வெண்ணெயில்
தஞ்சம்என் றோர்களைத் தாங்கும் தன்மைபோல்" (6682)

என்று சாற்றுகின்றார் கவியரசர். வள்ளன்மையோடு விளங்கிய வள்ளல் நமது சடையப்பரேயாவர்.

"ஈதல் இசைபட வாழ்தல் அதுவல்லது
ஊதியம் இல்லை உயிர்க்கு" (231)

என்றும் வள்ளுவர் அருளிய உண்மைக்குச் சிறந்த சான்றாய், "ஈத்துவக்கும் இன்பம்" அறித்து தம்மை அடைந்தோரது வறுமையைத் தீர்த்தும் தம்மைத் தஞ்சமென் றடைந்தோரைத் தாங்கியும் புகழ்பெற வாழ்ந்த பெருமான் நம் வெண்ணெய் அண்ணலே யாவர். இத்தகைய அண்ணலின் புகழ் இந்நில உலகம் முழுதும் பரவியுள்ள தென்பதற்கு ஒரே ஒரு சான்று மட்டும் கூறுகின்றேன்.

"வண்ண மாலை கைபரப்பி
உலகை வளைந்த இருள்எல்லாம்
உண்ண எண்ணித் தண்மதியத்து
உதயத்து எழுந்த நிலாக்கற்றை
விண்ணும் மண்ணும் திசைஅனைத்தும்
விழுங்கிக் கொண்ட விரிநல்நீர்ப்
பண்ணை வெண்ணெய் சடையன்தன்
புகழ்போல் எங்கும் பரந்துளதால்" (552)

என்பது கவிக்கூற்று:

சடையப்ப வள்ளலாரது புகழ் இவ்வுலக முழுவதும் பறந்து நிற்பதுபோல், தண்ணிய கதிர்களையுடைய மதியினது ஒளியும் உலகெலாம் பரந்து நின்றது என்று விளக்கும் பான்மையைவிட கம்பர் நிலவொளி வீசும் நீர்மைக்கு வேறு உதாரணம் கண்டாரல்லர்.

இஃதெல்லாம் ஒருபுறமிருக்க, கவியரசர் கம்பர், கடைசியாக சடையப்ப வள்ளலுக்கு அருளும் பெற்றியே பெற்றி.

○

இராமனது திருமுடியணி விழா நடத்த விரும்பிய கம்பர் அத்தோற்றத்தைக் கண்முன் தெற்றெனக் கண்டு தமது அழகிய கவிநலத்தால் புனைந்துரைக்கின்றார். அங்கு அவர் தீட்டிய சொற்சித்திரத்தை யொட்டித்தான் இன்று சித்திரக்காரர் பலரும் இராம பட்டாபிஷேகப் படம் வரைந்துள்ளனர் போலும்!

"அரியணை அனுமன் தாங்க
அங்கதன் உடைவாள் ஏந்தப்
பரதன்வெண் குடைக விக்க
இருவரும் கவரி வீச
விரைசெறி குழலி ஓங்க
வெண்ணெயூர்ச் சடையன் தங்கள்
மரபுளோர் கொடுக்க வாங்கி
வசிட்டனே புனைந்தான் மௌலி." *(10327)*

அன்பர்களே! இராமனுக்கு மௌலி சூட்டும் பெருமை வசிட்டருடையதாயிருந்தும், அம் மௌலியை எதிர்வந்து இவ்வசிட்டரிடம் தந்து, அம் மகுடஞ் சூட்ட வேண்டும் உரிமை சடையப்ப வள்ளலாரது முன்னோர்களுக்கே இருந்தது என்னும் விஷயம் எத்துணை தூரம் உண்மையோ அறியக் கூடவில்லை. எனினும் புனைந்துரை கூறும் புலவர் பெருமகன் எவனும் தன்னை ஆதரித்த தலைவனுக்கு, இச்சிறந்த பதவியைவிட வேறு உயர்ந்த பதவி அளிப்பது இயலாத காரியம் என்பதே எனது தாழ்மையான கருத்தாகும். வள்ளலின் புகழே புகழ்! கம்பரின் கவிப் பெருமையே பெருமை!

தம்மை ஆதரித்த வள்ளலது புகழ், இவ்வுலக முன்ளளவும் நின்று நிலவ, தமது ஒப்பற்ற காப்பியத்தில் அமைத்தருளிய கம்பரது நன்றி மறவா நேர்மை, நாம் கண்டு களிக்கத்தக்க ஒரு பொருளாகும். இவ்வாறு தங்களை ஆதரித்த தலைவர்களை தாங்களியற்றும் காப்பியங்களிடையே புகழ்ந்து அவர் தம் பெருமையைப் போற்றுவதே கவிமரபாகும்.

'வெண்பாவிற் புகழேந்தி'யெனும் பெயர் பெற்ற, தமிழகத்தின் தனிப்புகழை ஏந்தி நிற்கும் 'மாலார் களந்தைப் புகழேந்தி'யும் தம்மை ஆதரித்த சிற்றரசனாகிய **சந்திரன் சுவர்க்கி**யையும் அவன் புலவர்களுக்கு வரையாது கொடுக்கும் வள்ளன்மையையும்,

"வண்டார் வனவயல்சூழ் வள்ளுவநாட் டெங்கோமான்
தண்டார் புனைசந்திரன் சுவர்க்கி - கொண்டாடும்
பாவலன்பால் நின்ற பசிபோல நீங்கிற்றே
நாவலன்பால் நின்ற கவி"

என்றும் பாரதம் பாடிய வில்லியும் தம்மை ஆதரித்த தலைவனான கொங்கர்கோனை,

"தாசையாப் புகழான் பெண்ணை
நதிவளஞ் சுரக்கு நாடன்
வாகையாற் பொலிதிண் டோளான்
மாகதக் கொங்கர் கோமான்
பாசையாட் கொண்டான் செல்கை
பரிசு பெற்றவர் நெஞ்சென்ன
ஓசையாற் செருக்கி மீண்டார்
உதிட்டிரன் சேனையுள்ளார்"

என்றும் போற்றிப் புகழ்கின்றார்கள்.

இவ்விரண்டு பெரும் புலவர்களும் இந்த வள்ளல்களைப் பற்றிப் புகழ்ந்து கூறும் செய்யுள்கள் பலவுளவேனும் அவைகளை யெல்லாம் எடுத் தெடுத்துக் கூறி, மிகைபடக் கூறல் என்னும் குற்றத்தின் பாற்பட அஞ்சி இத்துடன் நிறுத்தினன். அன்பர்கள் பொறுப்பார்களாக.

இவ்விடத்து ஒரு சிறுகதை ஞாபகத்துக்கு வருகின்றது.

புகழேந்தியின் நளவெண்பாவையும், கம்பரது இராமாயணத்தையும் ஆராய்ந்த அன்பர் இருவர், தாம் தாமெடுத்துக் கொண்ட புலவர்களின் பெருமையைப் பற்றி வாதஞ்செய்ய நேர்ந்த காலையில் ஒரு அன்பர், "புகழேந்தி நூறு செய்யுள்களுக்கு ஒருதரம் தமது தலைவனாம் சந்திரன் சுவர்க்கியைப் புகழ்ந்துரைக்கின்றார். ஆனால் கம்பரோ, ஆயிரம் பாட்டிற்கொருதரம்தான் தமது வள்ளலைப் போற்றியுரைக்கின்றார். ஆதலால், நன்றி மறவா நேர்மையில் கம்பர் புகழேந்திக்குப் பின்பட்டவரேயாதல் வேண்டும்" என்று தருக்கிக் கூறினராம்;

அப்போழ்து, மற்றொரு அன்பர், "அற்றன்று, சந்திரன் சுவர்க்கியைப் போன்ற வள்ளல்கள் இவ்வுலக மக்களில் நூற்றில்

ஒருவராயிருப்பர் என்பது புகழேந்தியின் கருத்தாயிருக்க சடையப்பரைப் போன்ற வள்ளல்கள், ஆயிரத்திலொருவரேயாவர் என்பது கம்பர் கருத்தாயமைந்தது. ஆதலின் அன்பரே! ஏற்றமும் தாழ்வும் யார் யாருக்கென எடுத்துரையும்" என்றியம்பினராம்.

இதன் உண்மையை ஆராய்வது ஒருபுறமிருக்க, இச்சிறு சம்பவம், சடையப்பரது வள்ளன்மையையும் கம்பரது நன்றி மறவா நல்லன்பையும் பெரிதும் விளக்குவதாகும் அன்றோ!

○

இதுகாறும் எடுத்துக்காட்டிய ஒரு சில சான்றுகளால் கம்பரை இளமையில் ஆதரித்தவர் சடையப்ப வள்ளலார் என்பதும் அவ்வள்ளல் தம்மையடைந்தோரின் வறுமையைத் தீர்த்தும் தம்மைத் தஞ்சமென்றடைந்தாரைத் தாங்கியும் அதனால் தம் புகழ் நிறுவிய பெருமான் என்பதும், அப்பெருந்தகையின் புகழைத் தாம் பாடிய இராமகாதையில் பலவிடத்தும் கம்பர் போற்றியுரைக்கின்றார் என்பதும் ஒரு சிறிது விளக்கமுறுவதாகும். வள்ளல் தம்புகழ் நின்று நிலவுக - திருவருள் முன்னிற்க - சுபம்.

– (ஆனந்த போதினி, 16.07.1930,)

○

3

தயரதன் தண்ணளி

"முறைசெய்து காப்பாற்றும் மன்னவன் மக்கட்கு
இறையென்று வைக்கப் படும்" *(388)*
என்பது வள்ளுவர் இன்குறள்.

தன் குடைக்கீழ் வாழும் குடிகளின் குறைகளை அறிந்து, அவரவர்க்கு ஏற்ற முறைகளில் நீதி செலுத்தியும் அறத்தை நிறுவியும் குடிகளைக் காக்கின்ற அரசனே மக்களால் இறைவனாக எண்ணப்படுவான் என்பதே பண்டைத் தமிழக மக்களின் அரசனது இலக்கணமாக இலங்கக் காண்கின்றோம்.

கவியரசர் கம்பரது காவியத்தில் மன்னன் இவ்விலக்கணத்திற்கு இலக்கியமாய் அமைந்தவன் என்பதும், அவன் குடிகளிடத்தில் தண்ணளி மிகுந்தவனாய் வாழ்ந்து வந்தனன் என்பதும் யாவரும் மறுக்கமுடியாத உண்மை. தண்ணளி மிகுந்தவன் தயரதன் என்று யான் கூறுவேனேயானால் அது ஒரு சிறிதும் மிகையாகாது.

"முன்னுல களித்து முறைநின்ற உயிரெல்லாம்
தன்னுயிர் எனக்கருதும் தன்மையவன்"*

என்று, முற்றுந் துறந்த முனிவனான கோசிகன் தயரதனது செந்தண்மை பூண்டொழுகும் உள்ளத்தைப் புகழ்ந்து கூறும் உரை சாலவும் அழகிதாக அமைந்துள்ளது.

"தாய்ஒக்கும் அன்பின்;
 தவம் ஒக்கும் நலம் பயப்பின்;
சேய்ஒக்கும் முன்நின்று
 ஒரு செல்கதிஉய்க்கும் நீரால்;
நோய்ஒக்கும் என்னில்
 மருந்துஒக்கும்; நுணங்குகேள்வி
ஆயப் புகுங்கால்
 அறிவுஒக்கும்; எவர்க்கும் அன்னான்"   (171)

என்று கவியரசர் கம்பர் தயரதனது தன்மையை அழகாக எடுத்துரைக்கின்றார்.

தன்னரசில் வாழும் குடிகளிடத்துத் தாயன்பு பூண்டொழுகிய கொற்றவனாய் இலங்கிய பெருமை தயரதற்கே உரியதாகும்.

"தன்னனைய நிறைகுணத்து தயரத" மன்னன் தண்ணளி மிகுந்தவனாய் மட்டும் அமையாமல் வெற்றித் தனியரசாயும் விளங்கினான் என்பது வெள்ளிடைமலை.

அயோத்தி மன்னனது தலைவாயிலில் முடிபுனைந்த மன்னர் பலர் குறையிரந்து நின்ற காட்சியைச் சித்திரிக்க விரும்பிய கம்பர்,

அடியிணை தொழும்இடம் இன்றி மன்னர்தம்
முடியொடு முடி பொருவாயில்"

என்றும் நலஞ்சான்ற மொழிகளில் அழகாக எடுத்துரைக்கின்றார்.

---

* 'முன் உலகு அளித்து முறை நின்ற உயிர் எல்லாம்
  தன் உணவு எனக் கருது தன்மையினள்;' (365)
என்று தாடகையின் இயல்பு பற்றி, இராமனிடம் கோசிகன் உரைக்கும் கூற்றை, தயரதனுக்கு ஏற்றவாறு கட்டுரையாளர் மாற்றிக் கூறினர் போலும் (ப.ர்) குறிப்பு.

இன்னும் இவன் தன்னை அண்டினோரை ஆதரித்து அவர்தம் இடர் தீர்க்கும் பான்மையைக் கவியரசர் எடுத்துக் கூறும் நயம் கற்றோர் உளத்திற்குக் கழிபேருவகை தருவதாகும்.

"மன்னுயிர் அடங்கலும் உலகும் வேதமைந்து தேவரோடிடங் கொள் நான்முகனையும் படைப்பேன் உண்டெனத் தொடங்கிய துணியுறு முனிவனா"ன கோசிகனும் காணும் தயரதன் முன்னே வந்து குறையிரக்கின்ற பான்மையை உற்றுநோக்கினால், தயரதனது வலியும், நெறிதவறா நீர்மையும் பெரிதும் விளங்குவதாகும்.

"என்அனைய முனிவரரும் இமையவரும்
    இடையூறு ஒன்று உடையரானால்,
பல்நகமும் நகுவெள்ளிப் பனிவரையும்
    பாற்கடலும், பதும பீடத்து
அந்நகரும், கற்பக நாட்டுஅணி நகரும்
    மணிமாட அயோத்தி என்னும்
பொன்நகரும் அல்லாது புகலுண்டோ?
    இகல்கடந்த புலவு வேலோய்"   (321)

என்று முனிவன் தனக்கும் தன்னையொத்த முனிவர்களுக்கும் இடையூறுற்ற காலத்தில் தங்கள் இடர் களைய விரும்பி அணுகும் இடங்களில் தயரதன் வாழும் அயோத்தி நகரும் ஒன்றெனக் கூறும் செம்மை சான்ற சொற்கள் சாலவும் அழகிதாக அமைந்துள்ளது.

முனிவன் தயரதன் தங்கிய அயோத்தி நகரை, கைலை மலைக்கும், பாற்கடலுக்கும், பதும பீடத்திற்கும், கற்பக நாட்டிற்கும் உவமை கூறியது மிகவும் பொருத்தமுடையதேயாகும்.

இன்னும் முனிவன், "புரந்தரன் இன்று ஆள்கின்ற அரசு, நீ சம்பரனைக் கொன்று அன்று அளித்த அரசன்றி வேறாகுமா?" என்று தயரதனிடம் கூறும் சொற்கள் தயரதனது வலியையும் அவனது தண்ணளியையும் பெரிதும் விளக்குவதாகும்.

"இன்தளிர்க் கற்பக நறுந்தேன்இடைதுளிக்கும்
    நிழல்இருக்கைஇழந்து போந்து
நின்றுஅளிக்கும் தனிக்குடையின் நிழல்ஒதுங்கி,*
    குறைஇரந்து நிற்ப நோக்கிக்

---

* தனிக்குடைக்கீழதினொதுங்கி – கட்டுரையாளர் தரும் பாடல் அடி.

குன்றுஅளிக்கும் குலமணித்தோள் சம்பரனைக்
குலத்தோடும் தொலைத்து நீ கொண்டு
அன்றுஅளித்த அரசுஅன்றோ புரந்தரன்
இன்று ஆள்கின்றது? அரச!' என்றான்" *(322)*

என்று கவிகூறும் நயம் கம்பருடையதேயாகும்.

இன்னும் இம் முனிவன் மிதிலைமாநகரில் ஜனகனது பேரவையில் மன்னர் மன்னவன் காதலர்களின் குலமுறை கிளத்தும் போதும் தயரதன், தன் குடிகள் துன்பம் ஒரு சிறிதும் அடையாது வாழ்வதே தன் முதற்கடனெனக் குறித்த கோமகன் என்றும், நெறிதவறா நீர்மையுடையவன் என்றும் போற்றி யுரைக்கும் நலம் நயஞ் சான்றதாகும்.

"துனிஇன்றி உயிர் செல்லச்
சுடர்ஆழிப் படைவெய்யோன்
பணி வென்றபடி என்னப்
பகைவென்று படிகாப்போன்
தனுஅன்றித் துணைஇல்லான்
தருமத்தின் கவசத்தான்
மனுவென்ற நீதியான்' *(650)*

என்று கவியரசர் கவியாற்றுகின்றார்.

தயரதன் தன் மக்கள்பால் மாறாத காதலுடையான் என்பதை மறுப்பவர் ஒருவருமிலர்.

தயரதன் மகவில்லாக் குறையால் வருந்திய காலையில், வெய்ய கானகத்திடையே வேட்டைக்காகச் சென்று அங்கு இரண்டு கண்களுமிழந்திருந்த ஒரு முனிவன் மகனை அறியாது அம்பெய்து வீழ்த்தி பின்னர் தனது அடாத செயலை அம் முனிவனிடம் எடுத்துரைத்து குறையிரந்து நிற்கவும், மைந்தனைப் பிரிந்த முனிவன், தாங்கலாற்றாத துயருற்று அவ்விடத்தே உயிர்நீத்து நிற்கும் நிலையில் அமைந்த காலையில், தன் மைந்தனைப் பிரிந்து தானுறு துன்பம், தயரதனும் தன் மைந்தனைப் பிரிந்து அடைக என்று சாபமிட்டனன் என்பர் கவியரசர்.

இச்சாபத்தை ஏற்ற மன்னவன், இதற்காகச் சிந்தை தளர்வுற்றயர்தல் ஒரு சிறிதும் இலனாகி, **மைந்தனில்லாத தனக்கும் முனிவனது சாபத்தால் மைந்தனுளன்** என்பதறிந்து அந்த மகிழ்வோடே தன் நகரை நண்ணினான் என்று கூறும் கம்பர் கவிநலத்தை யாரே கணிக்கவல்லார்?

மகவிலாக் குறையால் வாடிய மன்னனின் வாட்டந்தீர முனிவர் தம் அருளால் மக்கட்பேறும் உண்டாயது.

இராமனாதிய வீரர் நால்வரும் நாளொருமேனியும் பொழுதொரு வண்ணமுமாய் வாழ்ந்துவரும் நாளில், கோசிக முனிவன் வந்து, தயரதனிடம், இராமனைத் தன் தவத்தைக் காக்க, தன்னுடன் கானகத்து அனுப்புமாறு வேண்டுகின்றனன்.

இம்மொழிகளைக் கேட்ட மன்னவன் உறுதுயரத்தை சித்திரித்துக் காட்டும் கம்பரது பேராற்றல் புகழ்ந்து போற்றுதற்குரிய தாய்த் திகழ்கின்றது.

“எண்இலா அருந்தவத்தோன் இயம்பியசொல்
மருமத்தின் எறிவேல் பாய்ந்த
புண்ணில்ஆம் பெரும்புழையில் கனல் நுழைந்தால்
எனச் செவியில் புகுதலோடும்
உண்நிலா வியதுயரம் பிடித்துஉந்த
ஆர்உயிர் நின்று ஊசலாடக்
கண்ணிலான் பெற்றுஇழந்தான் எனஉழந்தான்
கடும்துயரம் - காலவேலான்” *(325)*

என்று தயரதன் கூறும் செய்யுளில் தயரதன் உறுதுயரமும், அவன் அப்போதிருந்த நிலைமைக்கு, கண்ணிலான் பெற்றிழந்த தன்மையை உவமை கூறிய கம்பர் கவிநலமும் கற்றார் உளத்திற்கு நனிபேருவகை தருவதாகும்.

தயரதன் தன் மக்களைத் தனது இரு கண்கள் போலவும் தனது உயிர்போலவும் போற்றி வந்தான் என்பதும் யாவரும் தெரிய அமைந்த ஒரு பொருளாகும்.

“மைந்தனலாது உயிர்வேறிலாத மன்னனா’ய் இலங்கிய தயரதனிடம், கேகயர் கோமகள், தான் முன்னர்ப்பெற்ற வரங்களை இறைஞ்சி நிற்கின்றாள்.

இவ்விரண்டு வரங்களில் ஒன்றினால் தன் சேயரசாளவும், மற்றொன்றினால், சீதைகேள்வன் போய் பதினான்காண்டுகள் வனமாளவும் வேண்டுகின்றாள்.

அவ்வுரை கேட்ட மன்னவன் எய்தும் சோக நிலையைச் சித்திரித்துக் காட்டும் ஆற்றல் படைத்தவர் கம்பர் ஒருவரேயாவர்.

"கண்ணே வேண்டும் என்னினும்
ஈயக் கடவேன் என்
உள்நேர் ஆவி வேண்டினும்
இன்றே உனதுஅன்றோ?
பெண்ணே! வண்மைக் கேகயன்
மானே! பெறுவாயேல்
மண்ணேகொள்நீ; மற்றையது
ஒன்றும் மற" *(1522)*

"நின்மகன் ஆள்வான்;
நீஇனிது ஆள்வாய்; நிலம்எல்லாம்
உன்வயம் ஆமே; ஆளுதி;
தந்தேன்; உரைகுன்றேன்;
என்மகன், என் கண்,
என்உயிர், எல்லா உயிர்கட்கும்
நன்மகன் இந்த
நாடு இறவாமை நய" *(1526)*

என்று கேகயர் கோமகளிடம், இறைஞ்சிக் கேட்குஞ் சோகம் ததும்பிய சொற்களில், தண்ணளி மிகுந்த தயரதன் தன்னிரு கண்களையும், தனது ஆவியையும் விடத் தன் மக்களை அதிலும் தன் காதற்றிருமகன் இராமனைப் பெரிதும் மதித்துள்ள தன்மை புல னாகும்.

"இழைக்கின்ற விதி முன் செல்லத் தருமம் பின் னிரங்கியேங்க" கானஞ்சென்ற நம்பியையும் தம்பியையும் கானகத்தே நீத்து "சுந்தரத் தடந்தோள் வெற்றிச் சுமந்திரன்", அரசன் அயரும் அமளியை அணுகுகின்றனன்.

"நாயகன் பின்னும் தன்தேர்ப்
பாகனை நோக்கி, 'நம்பி
சேயனோ? அணியனோ?' என்று
உரைத்தலும் அனையான் செய்ய*
வேய்உயர் கானம் தானும்,
தம்பியும் மிதிலைப் பொன்னும்
போயினர் என்றான் என்ற
போழ்தத்தே ஆவி போனான்" (1898)

என்று கம்பர், தயரதன் ஆவி நீங்கியதை எடுத்துரைக்கும் நயம் கற்றார் உளத்தை உருக்குவதாகும்.

அறத்தின் வழிநின்ற ஆரியர்கோனே தயரதனது ஆவியாய் இலங்கினான் என்பதும் அவன் பிரிவை யாற்றாது மன்னர் மன்னவன் உயிர் துறந்தனன் என்பதும் வெள்ளிடைமலை.

தண்ணளி மிகுந்த தயரதன்பால், அவனுடைக் குடிகளும் அன்பு பூண்டொழுகியவராய் அமைந்தது போற்றத்தக்கதொரு பொருளாகும்.

"மன்னுயிர்க் குறுவதும் செய்ய" எண்ணி, தன்னாசைத் தன் காதற்றிருமகன் இராமனிடம் ஒப்படைக்கக் கருத்துட்கொண்டு மதிவல்ல மந்திரக் கிழவரோடு ஆராய, அறத்தின் வருகின்ற ஆரியர்கோனாம் இராமன் மணிமுடி சூடுகின்றான் என்பதால் உவகையும் மன்னவன் பிரிந்து செல்கின்றான் என்பதால் விம்முறு நிலையும் எய்தி, "இரண்டு கன்றினுக்கு இரங்கும் ஆவென விருந்தார்" என்று மந்திரக் கிழவர்தம் நிலையை எடுத்துக் காட்டும் கம்பர் கவிநலம் அழகுடையதேயாகும்.

இன்னும் "ஐயிரண்டு திங்களாய் அங்கமெலாம் நொந்து பெற்றும் பைய லென்றபோதே" பரிந்தெடுக்கும் தாயின் தன்மை வாய்ந்த தாதையாக அமைந்த தயரதன்,

"ஈன்ற பொழுதின் பெரிதுஉவக்கும் தன்மகனைச்
சான்றோன் எனக்கேட்ட தாய்" (69)

என்ற குறளுக்கு இலக்கியமாக அமைந்த தாதையாகவும் இலங்குகின்றான். பழிபடா மன்னனாய் வாழ்ந்த தயரதன் மந்திரக் கிழவரோடு தனது அரசுரிமையை இராமனிடம்

---

*உரைத்தலும் தேர்வலானும்–என்பது கம்பன் கழகப் பதிப்புப் பாடலடி.

ஒப்புவிக்கும் விடயமாய்க் கலந்து ஆலோசிக்குமளவில், அவர்களும், திசைமுகன் திருமகனான வசிட்டரும், இராமனது குணநலங்களைப் போற்றியுரைக்கும் மாற்றங் கேட்ட அரசர் கோமான் அம்,

.... "மகனைப்
பெற்ற அன்றினும், பிஞ்ஞகன்
பிடித்த அப்பெருவில்
இற்ற அன்றினும் எரிமழு
வாளவன் தன் இழுக்கம்
உற்ற அன்றினும் பெரியதுஓர்
உவகை யனாய்" *(1354)*

இலங்கினான் என்று கவிகூறும் திறன் கம்பருடையதேயாகும்.

"தந்தைமகற்கு ஆற்றும் நன்றி அவையத்து
முந்தி இருப்பச் செயல்" *(67)*

என்னும் பொய்யாமொழிக்கு இலக்கியமாய் அமைந்தவன் தயரதன் என்போன்.

"மகன் தந்தைக்கு ஆற்றும்உதவி இவன்தந்தை
என்னோற்றான் கொல்எனும் சொல்" *(70)*

என்னும் தேவர் திருமொழிக்கு இலக்கியமாய் அமைந்தவன் இராமன் என்று சொல்வதில் பின்னிடார்.

"எந்தையே ஏவ, நீரே உரைசெய
இயைவது உண்டேல்
உய்ந்தனன் அடியேன் என்னின்
பிறந்தவர் உளரோ வாழி!
வந்ததுஎன் தவத்தின்ஆய வருபயன்;
மற்றுஒன்று உண்டோ?
தந்தையும் தாயும் நீரே; தலைநின்றேன்;
என்று பணிமின்" *(1600)*

"சிந்துரப் பவளச் செவ்வாய்
செங்கையிற் புதைத்து மற்றைச்
சுந்தரத் தடக்கை தானை
மடக்குறத் துவண்டு" *(1598)*

நின்ற இராமனது திருமுகச் செவ்வியை நோக்குங்கள்.

அவனது "செப்பருங் குணப் பொலிவை"க் கண்டு மகிழ்வீர்கள் - தாதைக்கேற்ற தநயனாக அமைந்த பெருமை இராமனுக்கே உரியதாகும்.

இதுவரை கூறிய ஒன்றிரண்டு குறிப்புகளால் தண்ணளி மிகுந்தவன் தயரதன் என்பதும் அவன் தன் மகன்பால் என்றும் மாறாத காதலுடையான் என்பதும் யாவரும் மறுக்கொணாத உண்மையென்று கூறி யென் பணி முடிக்கின்றேன் - திருவருள் முன்னிற்க. சுபம்.

4

காகுத்தன் கன்னிப் போர்

"விரிந்திடு தீவினை செய்த
வெவ்விய தீவினை யாலும்
அருங்கடையில் மறைஅறைந்த
அறம் செய்த அறத்தாலும்
இருங்கடகக் கரதலத்து இவ்
எழுதுஅரிய திருமேனிக்
கருங்கடலைச் செங்கனிவாய்க்
கவுசலைஎன் பவள் பயந்தாள்"   (653)

என்பது முனிவர் மொழிந்த முதுமொழியாக, இராம காதையில் இராமன் பிறப்பு இலங்கக் காண்கின்றோம். இக்கலைகளின் பெருங்கடல் கடந்த கல்வியாளனான காகுத்தனின் கன்னிப்போர், கன்னிப்போராயே அமைந்தது போற்றத்தக்கதொரு பொருளாகும். இவ்விராமனோ இளவயதுடையவன், படையூற்றமில்லாத சிறியவன், அவன் ஏற்று நிற்கும் போரையும், அப்போரில் அவனது அம்பிற்கு இலக்காய் நிற்கும் அரக்கியின் ஆற்றலையும் ஒப்பிட்டு நோக்கில் உவமை சிறிதும் இன்று என்று காண்போம்.

இப்போரேற்று நிற்குமுன், விற்பயிற்சியாவது உடையவனா இவன் என்றாலோ அதுவுமில்லை. இந்த நிலையில் ஏற்ற போரில் வெற்றிபெற்ற வீரனது வீரமே வீரம். இந்தக் காகுத்தன் கன்னிப்போரைக் கவியரசர் கம்பர் பெருமான் தமது கவிநலத்தில் அமைத்துக் காட்டும் திறன் நாம் கண்டு மகிழ்வதற்குரிய ஓர் இடமாகும்.

இந்தப் போர் இராமனே உவந்தேற்ற போர் என்பர் சிலர். அன்று முனி விதியை மேற்கொண்டு மாமுனி பணி மாறாத காகுத்தன் இக்கன்னிப் போரை ஏற்று நின்றான் என்பர் பலர். இவ்விருவரது கூற்றையும் உற்று நோக்கி, இத்தாடகை வதையின் தன்மையை ஆராய்வதே இக் கட்டுரையின் நோக்கமாகும்.

முனிவன்பின் போந்த மன்னவன் மைந்தன், கண்டால் நயனமும், நினைத்தால் உள்ளமும், சொன்னால் சொல்லிய நாவும் வேகும் வெம்மையையுடைய கடுஞ்சுரத்தைக் காண்கின்றான். **அறநெறி வழாத அரசனது நாட்டில் நீர்வளமும் நிலவளமும் எவ்விடத்தும் குறையா என்பது தமிழர்தம் கொள்கை** யாதலின், தன் தாதை தயரதன் தண்ணளியால் உலகு புரக்கும்பொழுது, இக்கடுஞ்சுரம் ஒன்றும் அவனது அரசியலில் இருக்க வேண்டுவது அவசியமின்றே என்று எண்ணுகின்றான் காகுத்தன்.

இப் பாலைவனம், பொன்விலைப் பாவையர் மனம்போல் பசையற்றிருப்பதற்குக் காரணம், திரிபுரமெரித்த விரிசடைக் கடவுளின் நெற்றிக் கண்ணின் வெப்பத்தால் சேர்ந்ததாயிருக்கலாமோ என்ற ஐயமும் இவன் உள்ளத்தில் எழுகின்றது.

இவ் வையங்களைத் தீர்த்து, உண்மை யறிவான் விரும்பி,

‘சுழிபடு கங்கைஅம் தொங்கல் மோலியான்
விழிபட வெந்ததோ வேறுதான் உண்டோ?
பழிபடா மன்னவன் படைத்த நாட்டின் ஊங்கு
அழிவதுஎன்? காரணம் அறிஞ! கூறு’என்று *(358)*

இராமன் முனிவனைக் கேட்கின்றான். கேட்ட கேள்விக்கு மாற்றமுரையாது, இராமனை நோக்கி,

..................................இன்னுயிர்
கொன்றுஉழல் வாழ்க்கையள், கூற்றின் தோற்றத்தள்,

அன்றியும் ஐஇரு நூறு மையல்மா
ஒன்றிய வலியினள், உறுதிகேள்" *(359)*

எனத் தாடகையின் கதையைச் செப்ப விரைகின்றார் விஸ்வாமித்திரர். அவளது வெருவரு தோற்றத்தையும் அவளது ஆற்றலையும், அவளது வரலாற்றையும் விரித்துரைத்து, அவன் தன் மக்களாம் மாரீசனும், சுவாகுவும் பழிபடா மன்னவன் படைத்த காட்டினை அழித்துத் திரியும் திறனையும் இயம்பி,

"உளப்பரும் பிணிப்புஅறா
உலோபம் ஒன்றுமே
அளப்பஅருங் குணங்களை
அழிக்கு மாறுபோல்
கிளப்புஅருங் கொடுமைய
அரக்கி கேடுஇலா
வளப்பரு மருதவைப்பு
அழித்து மாற்றினாள்" *(363)*

என்று வளம்பொருந்திய நாடு பாலையாக மாறிக் கிடப்பதற்கு காரணம் காட்டுகின்றார்.

முற்றுந் துறந்த முனிவன், புனைவன புனைந்து, புதுவது புதுக்கி, தன் ஆற்றல் முழுவதையும், தாடகையின் ஆற்றலையும், அவனது கொடிய செய்கையையும் எடுத்துரைப்பதில் செலவழித்து, இராமனுக்குச் சினமூட்ட விரும்பியும், அக் கோமான், தன்னிடம் இயற்கையாய் அமைந்த அமைதியோடு,

"கொங்குஉறை நறைக்குல மலர்க்குழல் துளக்கா
எங்குஉறைவது இத்தொழில் இயற்றுபவள்?" *(366)*

என்று கேட்கின்றான். அவ்வுரை கேட்ட முனிவன், அவன் இவ்வனத்தில் உறைபவளே என அவளது உறைவிடம் கூறுமுன், அப் பெருமகளே இராம னது தோற்றத்தில், மைவரை நெருப்பெரிய வந்ததென வந்து சேர்கின்றாள். அவளது தோற்றத்தையும் அவள் தொடங்கிய வினையின் பயனையும், அவள் வந்த பரிசினையும் உணர்த்தும் இப் பெருந்தகையான இராமன், **"பெண்ணென மனத்திடை நினைந்து தான் போரேற்று நிற்க நினைந்திலன்."** அவளது, **"ஆவி உண்ண அடுகணை தொடுக்கிலன்."**

இந்த நிலையில் இராமனைக் கண்ட மாதவன், இப்பெருமகளைக் கொல்வதே நீதிமுறையாகும் என்று கூறி, அதற்குச் சான்று பகர விரைகின்றான்.

"மன்னர் மன்னவன் காதல! பிறப்பினால் இவள் பெண் தோற்றமுடையவளே யாயினும், உருவத்தாலும், அவள் ஏற்று நிற்கும் தொழிலாலும், பெண் தன்மை இழந்த பெரியாளாகவே விளங்குகின்றாள். பெண்ணைக் கொல்லுதல் பாபம், அது அரச தருமம் அன்று என்று கூறுவையாயின், பிருகுவின் மனைவியான கியாதியைத் திருமாலும், குமதி என்பவளை இந்திரனும் கொன்றுள்ள செயல்களை உற்றுநோக்குக. மற்றும் எல்லா விடத்தும் கொலை தீது என்று எனக்கும் நீதி கூறுவாயாயின், தீச்செயல் புரிவோர் எப்பாலவராயினும், அவர்க்குச் சிறிதும் இரக்கம் காட்டாது, ஒறுத்தலே முறையாகும்; அதுவே அரச தருமமும் ஆகும்" என்று பன்னிப் பன்னி, இத் தாடகையைக் கொல்ல வேண்டுவது அவசியமே என்று பல காரணங்களை எடுத்துக் காட்டுகின்றார் முனிவர் பெருமகன்.

முனிவரது உள்ளத்தில், தாம் ஏவி இக்கருமஞ் செய்தான் இராமன் என்னும் பழி தம்மைச் சேர்வதைக் காட்டிலும், அக் கோமனே பொருந்தி அவ்வரக்கியைக் கொல்வது தன் கடனே என்பதை உணர்ந்து செய்வதே பொருத்தமுடைத்து என்று கருதி அதற்கு வேண்டும் முயற்சிகள் பலவும் செய்து பார்க்கின்றார். ஆனால், அப்பெருமகனோ தாடகையை வதைப்பது தன் கடன் அன்று என்பதை உணர்ந்தவனாய், முனிவரது ஏவலையே எதிர்பார்த்த வண்ணம், விற்குனியாது நிற்கின்றான். இனி, தமது முயற்சி பயன்படாதது கண்ட முனிவர்,

"ஈறுஇல்நல்லறம் பார்த்துஇசைத் தேன்;இவட்
சீறின்அல்லது செப்புகின்றேன் அலேன்;
ஆறி நின்றது அறன்அன்று அரக்கியை
கோறி'என்றுஎதிர் அந்தணன் கூறினான்."   (382)

"ஐயன்அங்கு அது கேட்டு 'அறன் அல்லவும்
எய்தினால், 'அது செய்க' என்று ஏவினால்
மெய்ய!நின் உரைவேதம் எனக்கொடு
செய்கை அன்றோ! அறம்செயும் ஆறு' என்றான்"   (353)

முனிவர் தம் பணியைத் தலைமேற்கொண்ட காகுத்தன் முனிவர் தம் பணியை முடிப்பது கடனெனக் குறித்தானேயன்றித் தான் ஏற்றுநின்ற செயலைத் தனக்குவந்த செயலாகக் கொண்டிலன் என்பதே கம்பர்தங் கருத்தாய் இலங்கக் காண்கிறோம். இக் கருத்தையே கம்பர் பலவிடத்தும் வலியுறுத்தவும் பார்க்கின்றோம்.

"வயதின் இளமையாலும் போரின் முதன்மையாலும், போருக்கு இலக்காய் நின்ற அரக்கியின் ஆற்றலாலும்," இராம சரிதத்திலேயே இராமனது புகழிற்கு முக்கியமான ஒரு சான்றாய் இவ்வெற்றி அமைந்திருக்க, இவ்விராம காதையில் வரும் மற்ற பாத்திரங்கள் பலரும் இவ்வெற்றியை எடுத்தியம்பாதே செல்கின் றார் என்பது குறிக்கத்தக்கது.

தண்ணளி மிகுந்த தயரதன், தன் காதல் மைந்தனது புகழை, ஐவரை அறுவராக்கிய வசிட்டர் எடுத்தியம்பக் கேட்ட பொழுது அப் பெருமகனைப் "பெற்றவன்றினும் பிஞ்ஞகன் பிடித்த அப்பெருவில் இற்ற அன்றினும், எறிமழுவாளன் இழுக்கம் உற்ற அன்றினும் பெரியதோர் உவகையனாய்" இலங்குகின்ற பெருமையைப் போற்றி யுரைக்கும் கம்பர் கவிநலத்தில் தாடகையை வதைத்த பெருமை இடம் பெற்றிலது.

இராமகாதை முழுவதையும் ஆய்ந்து பார்த்தாலும், இவ்வரிய செயலைப் போற்றுவார் விசுவாமித்திரரை யன்றி வேறொருவருமிலர் என்று காண்போம்.

அரக்கரில் ஒன்றிரண்டுபேர் இப் போரைப் பற்றிப் பேசுவார்களானால் அதுவும் ஆத்திரத்தால் பேசும் சொற்களேயன்றி இராமனது ஆற்றலைப் புகழ்ந்து பேசும் சொற்களாக அமையவில்லை என்பது வெள்ளிடைமலை.

ஆனால், பணியேவிய முனிவன் மட்டும், எவ்விடத்தும், எவரிடத்தும், எக்காலத்தும், இராமன் தாடகையை வதைத்த பெருமையையே எடுத்தெடுத் தியம்பி மகிழ்கின்றான். கற்பிழந்த காரிகை கல்லா யமைந்திருக்க அக்கல்லில், இராமனது பாத தூளி யின் பரிசமெய்தவும், சாபம் நீங்கி நிற்கின்றனள். அவ்விடத்து, இக்கோமகனது கால் வண்ணத்தைப் போற்ற விரும்பிய முனிவர், "மழைவண்ணத் தண்ணலே! உன் கைவண்ணம் அங்குக் கண்டேன்;

கால்வண்ணம் இங்குக் கண்டேன்" என்று கூறித் தாடகையைக் கொன்ற புகழை இராமனுக்குப் புனைந்து பார்க்கின்றார்.

பின்னும் கோதமன் காதலன் சதானந்தரிடம் இவ்விராமனை அறிமுகம் செய்து வைக்கும் வாயிலாய்,

"வடித்த மாதவ! கேட்டி!
இவ்வள்ளல் தான்
இடித்த வெங்குரல்
தாடகை யாக்கையும்
அடுத்துஎன் வேள்வியும்
நின்அன்னை சாபமும்
முடித்து என்நெஞ்சத்து
இடர்முடித் தான்என்று" *(567)*

போற்றியுரைக்கின்றார்.

இம்மட்டன்று, இன்னும் ஜனகனது பேரவையில் மைந்தனின் குலமுறை கிளத்தி வீரனின் ஆற்றலைப் போற்றியுரைக்கும் மாற்றமாய்,

"அலைஉருவக் கடல்உருவத்து
ஆண்தகைதன் நீண்டுஉயர்ந்த
நிலைஉருவப் புயவலியை
நீஉருவ நோக்கு ஐயா!
உலைஉருவக் கனல்உமிழ்
கண்,தாடகைதன் உரம்உருவி
மலைஉருவி மரம்உருவி
மண்உருவிற்று ஒருவாளி" *(662)*

என்று தான் கொண்ட கருமத்தை மறவாது ஏற்ற இடந்தோறும் போற்றி யுரைக்கின்றார்.

இவையெல்லாம் ஒருபுறமிருக்க இன்னும் ஒரே ஒரு இடம் மட்டும் உற்று நோக்கத்தக்கதாய் அமைந்திருக்கின்றது.

இராமனது முடிசூட்டை நிறுத்துவான் விரும்பி, சூழ்ச்சி செய்யத் துணிந்த கிழக் கூனி, தன் தலைவியை யடுத்து, இராமனது முடி சூட்டுவிழா நாளையே அமைந்துளது என்று கூறி அவளது மனத்தில் இராமன்பால் ஓர் குற்றங் கற்பிக்க விரும்பியவள்,

வேறொரு செயலையும் எடுத்தாளாது, இத்தாடகை வதையையே எடுத்தியம்புகின்றாள்.

> "ஆடவர் நகைஉற ஆண்மை மாசுஉற
> தாடகை எனும்பெயர்த் தைய லாள்படக்
> கோடிய வரிசிலை இராமன் கோமுடி
> சூடுவன்நாளை வாழ்வுஇதுஎனச் சொல்லினாள்." (1456)

இதனால் கேகயர் கோமகளின் மனம் திரும்பியதும் திரும்பாததையும் ஆராய்ச்சி செய்யப்புகுந்தேமல்லேம். மற்றும் இராமனது புகழையும், இச் செயலை உரையாணியாகக் கொண்டு ஆராயப் புகுந்தேமல்லேம். ஆனால், ஒன்று மட்டும் கூற விரைகின்றேம்.

இப் பெண்ணைக் கொன்ற பெரும்பிழை இராமனது பகைவர்கள் இராமன்பால் ஓர் குற்றம் கற்பிக்க விரும்பிய காலையில் ஓர் வாயிலக்காக அமைந்ததே யொழிய, புகழ் பொருந்திய செயலாக அமையவில்லை என்பதே கவியரசர் கம்பர் கருத்தாகும். அதுவே என் தாழ்மையான கருத்தும் ஆகும்.

இக் கருத்தை வலியுறுத்தவும், இப்பழி இராமனைச் சாராது முனிவரைச் சாரவும் உதவிபுரிந்த பெருமகன் நமது கவியரசர் கம்பரேயாவர்.

முனி விதியை மேற்கொண்டு நின்றவனே இராமன் என்பதும், இராமன் ஏற்றுநின்ற போர் கவியரசர் கம்பர் கவிநலத்தில் **மாமுனி பணிமறாத காகுத்தன் கன்னிப் போராய்** அமைந்திருக்கிற தென்பதும் இதுவரை கூறிய ஒரு சில சான்றுகளால் தெள்ளிதில் விளங்கும் என்று கூறி என்பணி முடிக்கின்றேன் - திருவருள் முன்னிற்க - சுபம்.

○

5

அண்ணல் தன் வண்ணம்

"இவ்வண்ணம் நிகழ்ந்தவண்ணம்
இனிஇந்த உலகுக்கு எல்லாம்
உய்வண்ணம் அன்றி மற்றுஓர்
துயர்வண்ணம் உறுவதுஉண்டோ?
மைவண்ணத்து அரக்கி போரில்
மழைவண்ணத்து அண்ணலே உன்
கைவண்ணம் அங்குக்கண்டேன்;
கால்வண்ணம் இங்குக்கண்டேன்" (475)

என்று "ஐவரை அகத்திடை அடைத்த" கோசிக முனிவன் மன்னவன் மகனைப் புகழ்ந்து கூறும் உரையாக கம்பரது இராமகாதையில் இச்செய்யுள் அமைந்துள்ளது.

கவியரசர் கம்பர் பெருமான் மழைவண்ணத் தண்ணலின் கைவண்ணத்தையும் கால்வண்ணத்தையும் போற்ற எடுத்துக் கொண்ட இடங்கள் மிகவும் நயஞ் சான்ற இடங்கள் ஆகும் எனினும் அண்ணல் தன் வண்ணத்தை, இவ்விரண்டிடங்களில் மட்டுமன்றி இன்னும் பலவிடங்களிலும் அமைத்துள்ள பெருமை கம்பருடையதேயாகும்.

ஆகவே அண்ணல் தன் வண்ணத்தைக் கம்பர் தங் கவிநலத்தில் யானறிந்த மட்டில் எடுத்துக்காட்டுவதே இக்கட்டுரையின் நோக்கமாகும்.

அண்ணல் தன் வண்ணம் யாவரும் போற்றும் பெருமை வாய்ந்தது என்று நான் கூறுவது மிகையேயாகும். "நம்பியைக் காண நங்கைக்கு ஆயிரம் நயனம் வேண்டும்" என்று கவியரசர் கம்பர் பெருமான் இராமனது ஒப்புயர்வற்ற அழகினைப் போற்றியுரைக்கின்றார். அழகே உருவெடுத்ததென்ன நின்ற அணங்காம் சீதை மிதிலை மாநகரில் கன்னிமாடத்து மேடைமீது நின்று அண்ணலைக்கண்டு அவனது அழகெனும் தேறலை அமிர்தமா யுண்டு மயங்கி நிற்கின்ற நிலையைச் சித்திரிக்கும் கம்பர் கவிப் பெருமையே பெருமை.

"இந்திர நீலம் ஒத்து இருண்ட குஞ்சியும்
சந்திர வதனமும் தாழ்ந்த கைகளும்
சுந்தர மணிவரைத் தோளுமே, அல;
முந்தி, என்உயிரை, அம்முறுவல் உண்டதே" *(536)*

என்று சீதை கூறும் செம்மைசான்ற சொற்கள் இராமனது வரம்பில் பேரழகினுக்கும் ஓர் வரம்பு காட்டுவதாகும்.

இன்னும் "மையோ மரகதமோ மழைமுகிலோ ஐயோ இவன் வடிவென்பதோர் அழியா அழகுடையான்" என்று கவியரசர் இராமனது அழகைப் போற்றி யுரைக்கின்றார்.

அழியா அழகுடைய பெருமகனாய் இலங்கிய பெருமையை இராமனதாக்க விரைகின்றார் நமது கவியரசர். இவனது அழகை மாந்திமாந்திக் களிப்பென்னும் கடலுள் ஆழ்ந்த பெருமக்கள் காவியத்தில் பலருளர். இவனது ஒப்பற்ற திருவடிவின் ஒரு வடிவைக் கண்டவர் அவ்வடிவிலேயே ஈடுபட்டு நின்ற நிலையைக் கவியரசர் கம்பர் போற்றியுரைக்கும் மாற்றம் கற்றோர் உளத்திற்குக் கழிபேருவகை தருவதாகும்.

இராமன், மிதிலைமாநகர் செய்த மாதவத்திற்கு இரங்கி, மையறுமலரின் நீங்கி அந் நகரில் வந்து வதியும் செய்யவளை மணம் புரிய உலாப் புறப்படுகின்றான். இவன் உலாவருகின்ற பான்மையைக் கண்டு களிப்புறப் பெண்கள் ஓடிவரும் நிலையை "மானினம் வருவபோன்றும், மயிலினம் திரிவபோன்றும், மீனினம்

மிளிர்வ போன்றும், மின்னினம் மிடைவபோன்றும், தேனினம் சிலம்பி யார்ப்பச் சிலம்பினம் புலம்ப, வெங்கும் பூசனை கூந்தல்மாதர் பொம்மெனப் புகுந்து மொய்த்தார்" என்று கம்பர் நயஞ்சான்ற மொழிகளால் போற்றியுரைக்கின்றார். இன்னும்.

"தோள் கண்டார், தோளேகண்டார்,
தொடுகழல் கமலம்அன்ன
தாள் கண்டார் தாளேகண்டார்,
தடக்கைகண் டாரும் அஃதே,
வாள் கொண்ட கண்ணார் யாரே
வடிவினை முடியக் கண்டார்
ஊழ்கொண்ட சமயத்து அன்னான்
உருவுகண்டாரை ஒத்தார்" *(1081)*

என்று உலாக் காணப் போந்த மங்கையர் மனநிலையை அழகாக எடுத்துரைத்து அதனால் இராமனது மெய்வண்ணத்தின் மெய்ப்பெருமையினை விளக்கும் கம்பர் கவிநலம் சாலவும் அழகுடையதாகும். இன்னும் "ஆடவர் பெண்மையை யவாவும் தோள்களை யுடையவன் இராமன்" என்று கவிகூறுந் திறன் நயஞ் சான்றதாகும்.

இம்மட்டன்று. இவ்விராமனைக் கண்டு காமுற்று அதனால் தன்மூக்கிழந்து நின்ற அரக்கர்கோன் தங்கையும் தன் தமையனிடம் சீதையின் அழகினை அழகாக எடுத்துரைக்கின்றாள். அரக்கர் கோனும் தன் தங்கை கற்பித்த சீதையின் உருவத்தையே, தன்முன், உருவெளித் தோற்றத்தில் கண்டு, அத்தோற்றம் சீதையின் உருவா அன்றா என்றறியத் தன் தங்கையை அழைத்து,

"மைந்நின்ற வாள் கண் மயில் நின்றென
வந்து என் முன்னர்
இந்நின்ற வள் ஆம்கொல், இயம்பிய சீதை" *(3214)*

என்று வினவ, அண்ணலை மறவாத அணங்கும், தான் தனது உருவெளித் தோற்றத்தில் காணும் இராமனது அழகையே போற்றி யுரைக்கின்றாள்.

"செந்தாமரைக் கண்ணொடும்
செங்கன வாயினொடும்

சந்துஆர் தடந்தோளொடும்
தாழ்தடக் கைகளொடும்
அம்தார் அகலத்தொடும்
மஞ்சனக் குன்றம்என்ன
வந்தான் இவன் ஆகும்
அவ்வல் வில் இராமன்" *(3215)*

என்று கவி கூறுந்திறன் கம்பருடையதேயாகும்.

இன்னும் இராமனது வரம்பில் பேரழகை எடுத்தெடுத்துரைப்பது மிகைபடக் கூறல் என்னும் குற்றத்தின்பாற் படுமென அஞ்சி இத்துடன் நிறுத்தி மேற் செல்லுதும்.

இராமனது மெய்வண்ணத்தை நலமிக்க மொழிகளால் எடுத்துரைத்த கவியரசர் அவனது கை வண்ணத்தைப் போற்றும் திறன் நாம் கண்டு மகிழ்வதற்குரிய ஓர் இடமாகும்.

முற்றுந் துறந்த முனிவரது வேள்வி காக்கப் போந்த வீரர் இருவரும் அவ்வேள்வியைக் "கண்ணினைக் காக்கின்ற இமையாற் காத்து வந்தனர்" என்பது வெளிப்படை. முனிவர் தம் பணியைத் தலைமேற்கொண்ட காகுத்தன் வேள்வியைக் காத்ததோடு அமையாது அவ்வேள்வி செய்வதற்கு இடையூறாய் அமைந்த தாடகையையும் அவள் தன் மக்களாம் மாரீசன் சுவாகுவையும் அழித்து அறம் நிறுவிய பெருமையைப் போற்றியுரைக்கும் கம்பர் கவிநலம் சாலவும் அழகுடையதாகும்.

"சொல்ஒக்கும் கடிய வேகச்
சுடுசரம் கரிய செம்மல்
அல்ஒக்கும் நிறத்தினாள்மேல்
விடுதலும் வயிரக் குன்றக்,
கல்ஒக்கும் நெஞ்சில் தங்காது
அப்புறம் கழன்று கல்லாப்,
புல்லார்க்கு நல்லோர் சொன்ன
பொருள் எனப் போயிற்று..." *(388)*

என்னும் நயஞ்சான்ற மொழிகளால் இராமன் எய்த வாளியின்திறம் கூறிப் பின் அவ்வொரு வாளி "உலையுருவக் கனலுமிழ கட்டாடகைதன் உரமுருவி, மலையுருவி, மரமுருவி, மண்ணுருவிற்று" என்று முடித்துக்கொடுக்கின்றார் கவியரசர்.

இவ்வாறு தாடகையை முடித்துத் தன் கைவண்ணம் காட்டிய அண்ணல் தன் கால்வண்ணம் காட்டவிரைகின்றார் கவியரசர். அவ்வியம் அவித்தசிந்தை முனிவனாம் கோதமனது மனைவியாம் அகலிகையை அமரர் கோமான் வஞ்சனையாய்க் கவர்ந்து அவள் தன் நிறையழித்து நின்றதும், அதனால் கோபமுற்ற முனிவர் பெருமகனது சாபத்தால் இந்திரன் ஆயிரங்கண் பெற்றதும், அகலிகை கல்லாய் அமைந்ததும், கல்லாய் அமைந்த காரிகை காகுத்தனது பாத தூளியின் பரிசமெய்தத் தன்னுரு வெய்தினள் என்பதும் கர்ணபரம்பரைக் காதை.

"அஞ்சன வண்ணத் தான் தன்
அடித்துகள் கதுவா முன்னம்
வஞ்சிபோல் இடையாள் முன்னை
வண்ணத்தள் ஆகி நின்றாள்" *(478)*

என்று கவியரசர் கூற்றாகக் காதை அமைந்துள்ள பெருமையே இராமனது கால் வண்ணத்தை விளக்கப் போதிய சான்றாம்.

தீவினை நயந்து செய்த தேவர்கோன் தனக்குச் செங்கண், ஆயிரம் அளித்தோன் பன்னி'யாய அகலிகைக்குத் தீதிலா உதவி செய்த சேவடியின் வண்ணத்தையும் இடித்த வெங்குரல் தாடகை யாக்கையை முடித்த இவனது கைவண்ணத்தையும் முனிவர் எடுத்தெடுத்தியம்பி மகிழ்கின்றார்.

இன்னும் ஆற்றல் மிகுந்த அரனது வில்லை வளைத்து நாணேற்ற முடியாது மன்னர் பலர் மயங்கி நிற்க, வேள்வி காண வந்த மன்னர் மைந்தன் வில்லுங் கண்டு அவ்வில்லை ஒடித் தெறிந்த பான்மையை உன்னும்போது யாரே அவனது கை வண்ணத்தைக் கணிக்க வல்லார். "வெள்ள மணைத்தவன் வில்லையெடுத்துப் பிள்ளை முன்னிட்ட பேதமைக்காக" இரங்குவோர் பலரிருக்கவும் இராமன் அவ்வில்லை தன் தடக்கைளில் எடுத்த தன்மையை,

"ஆடகமால் வரைஅன்னது தன்னைத்
தேடஅரு மாமணிச்சீதை எனும்பொன்
சூடக வாள்வளை சூட்டிட நீட்டும்
ஏடுஅவிழ்மாலை இது என்ன எடுத்தான்" *(698)*

என்று நயஞ்சான்ற மொழிகளால் எடுத்துரைத்த கவியரசர்,

"தடுத்துஇமை யாமல் இருந்தவர் தாளில்
மடுத்தது நாண் நுதி வைத்தது நோக்கார்
கடுப்பினில் யாரும் அறிந் திலர், கையால்
எடுத்தது கண்டனர் இற்றது கேட்டார்" *(699)*

என்னும் செம்மைசான்ற மொழிகளால் இராமன் வில்லிறுத்த அழகினைப் போற்றியுரைக்கின்றார்.

இராமன் தனது இளமைப் பருவத்தில் தன் கைவண்ணம் காட்டப் புகுந்த ஒரு செயலாக இவ் வில்லிறுத்துத் தன்வினை முடித்த செயல் அமைந்துள்ளது போற்றத்தக்கதொரு பொருளாகும்.

இதுவரை இராமனது மெய்வண்ணம், கால்வண்ணம், கைவண்ணம் இவைகளில் ஈடுபட்டிருந்த, நாம், இனி இவனது சொல் வண்ணத்தைச் சிறிது ஆராய்வோம்.

"சொல்லொக்கும் கடிய வேகச் சுடுசரம்" என்று கவியரசர் கூறும் உண்மையில் இராமனது சொல்வண்ணம் அமைந்துள்ளது என்று யான் கூறுவேனேயானால் அது ஒரு சிறிதும் மிகையாகாது.

இராம சொல்வன்மை எவ்வளவில் அமைந்துள்ளது என்பதை ஒன்றிரண்டு குறிப்புகளால் விளக்கி இக்கட்டுரையை முடிக்க விரைகின்றேன்.

மன்னர் மன்னனிடம் வரம் பெற்ற கேகயர் கோமகள், "நாயகன் உரையான் நானிது பகர்வேன்" என்று, தன் முன் வந்த இராமனிடம்,

"ஆழிசூழ் உலகம் எல்லாம்
பரதனே ஆள நீபோய்த்
தாழ் இருஞ்சடைகள் தாங்கி
தாங்க அருந் தவம் மேற்கொண்டு
பூழி வெங்கானம் நண்ணிப்
புண்ணியத் துறைகள் ஆடி
ஏழ் இரண்டு ஆண்டின் வா என்று
இயம்பினன் அரசன்" *(1601)*

என்று கூறுகின்றாள். இராமன் நன் தாதை தயரதன் ஒருநாளும் இவ்வாறு விதித்திரான் என்பதை உணர்வனாய் "அம்ம! இது நின்

சூழ்ச்சியே யாகவேண்டும். பரதன் நாடாளவேண்டுமென்பதே உன்னுடைய விருப்பமாயின் அதற்கு யான் ஒருகாலும் எதிர் சொல்லேன். ஆதலின் உன் எண்ணத்தை உன்னுரையாகவே சொல். "பாவம் ஓரிடம் பழியோரிடம் என்பதேபோல் பழியைக் கொண்டுபோய் பாவம் தயரதன் மேல் சுமத்த வேண்டாம்" என்று சொல்வதில் எவ்வளவு வன்மையுண்டோ அவ்வளவு வன்மையையும் உள்ளடக்கி "மன்னவன்பணி யன்றாகில் நும்பணி மறுப்பனோ" என்றிறைஞ்சி நிற்கின்றான்.

இன்னும் தன்னை விடாது தொடர்ந்து தன் பணியையெல்லாம் செய்துவரும் இலக்குவன் தானொருவனே சகோதரபக்தி மிக்குடையவன், தன்னிலும் பரதன் தாழ்ந்தவனே யாகல் வேண்டும் என்று எண்ணிக் கொண்டிருக்கும் அவனது செருக்கை அடக்க எண்ணி அவனது முன்னிலையிலேயே,

"எத்தாயர் வயிற்றினும்
பின் பிறந்தார்கள் எல்லாம்
ஒத்தால் பரதன் பெரிதும்
உத்தமன் ஆவது உண்டோ?" *(3977)*

என்று இராமன் கூறும் செம்மை சான்ற சொற்கள் அவனது சொல் வன்மையைப் பெரிதும் விளக்குவதாகும்.

இன்னும் வீணைக்கொடியோன் வீரத்தம்பியான விபீடணன் அடைக்கலம் என்று தன்னை வந்தடைந்த காலையில், இராமன் சுக்கிரீவனைப் பார்த்து "கோதிலாதவனை நீயே என் வயின் கொணர்தி" என்றுரைக்கும் மாற்றம் சாலவும் அழகுடையதாகும்.

தன்னுடன் பிறந்த முன்னவனைப் பகைவனிடம் காட்டித்தரும் தகவிலாச் செய்கை செய்பவன் வீபிடணன் மட்டுமல்ல நீயுமுளாய் ஆதலின் நீயே நின்னினத்தைச் சென்று அழைத்துவா என்று நயம்பட உரைத்த செஞ்சொற்கள் நாம் கண்டு மகிழ்வதற்குரிய ஓர் இடமாகும்.

இவ்வாறு "வாழையுள் ஊசியை வைக்குமாறு போல் தாழ்மை யாம் சொற்களால் தைப்பதே" இராமனது சொல்வன்மையின் திறம் என்று அன்பர்கள் தவறாக நினைத்து முடிவு செய்ய வேண்டாம்.

"காழ்முதிர் தடியெனக் கடிந்த சொற்களாலும்" இராமன் தனது சொல்வன்மையைக் காட்டியுள்ளான் என்பது வெள்ளிடை மலை.

ஐயிரண்டு திங்களாய்த் தனது உயிரனைய கொழுநனைப் பிரிந்து ஆற்றாத் துயர்க்கோர்மிரையாய் மாழ்கிப் பின் கொடுந் தொழில் இராவணன் மாய்ந்திடச் சிறைநீங்கிச் சிறந்தோங்கு முவகையொடு வந்த கற்பினுக்கரசினைப் பெண்மைக் காப்பினை பொற்பினுக்கு அழகினைப் புகழின் வாழ்க்கையைத் தற் பிரிந்து அருள்புரி தருமம் போலியை அமைய நோக்கி அக் கற்பின் வாழ்வனையவள் அணங்குறு நெடுங்கண் நீராறுவார வணங்குங் காலையில் பச்சிலை வண்ணமும் பவளவாயுமாய் கைச் சிலையேந்தி நின்ற ஒருவீரன், பணங்கிளர் அரவென எழுந்து,

"குலத்தினில் பிறந்திலை;
கோள்இல் கீடம்போல்
நிலத்தினில் பிறந்தமை
நிரப்பினாய் அரோ" (10016)

என்று சீறினானென்றால் அவன் விடுசரமோ வாய்ச் சொல்லோ வெம்மையுடைத்து என்பதை அன்பர்களே உற்று நோக்குங்கள்.

இராமனது சொல்வன்மையின் திறமறிய இதுவரை எடுத்துக் காட்டிய சான்றுகளே அமையும்.

இதுகாறும் கூறிய ஒரு சில சான்றுகளால் அண்ணல் தன் வண்ணம் அவனது கைவண்ணம் கால்வண்ணம் இவைகளோடு மட்டும் அமையாது அவனது மெய்வண்ணமாயும், சொல்வண்ண மாயும் இலங்க அமைத்த பெருமை கம்பருடையதேயாகும் என்று கூறி என் பணி முடிக்கின்றேன்.

–ஆனந்த போதினி, ஜுலை,1931.

6

கண்வழி நுழைந்த கள்வன்

பண்டைத் தமிழகத்து எழுந்த பெருநூல்களிலெல்லாம், மக்களால், அன்றும், இன்றும், என்றும் போற்றத்தக்த தாய் அமைந்த நூல்கள் சிலவேயாம். அவைகளில் கம்பரது இராமாயணம் என்னும் பெருநூல், தமிழகத்துப் பெரும்புலவர் பலராலும் இன்றும் நன்கு பாராட்டப் படுகின்றது.

காரணம் என்னை? எனின். இந்நிலவுலகி லெழுந்த, வள்ளுவர் பெருமான் என்னும் மாப்பெரும் புலவரை ஒப்ப, இவர் தனது புகழுடம்பு நிலைபெற நிறுவிய இராமகாதையில் பயிலப்படுங் கருத்துக்கள் தான் வாழ்ந்த, தமிழகத்து மக்களின் கருத்துக்குப் பெரிதும் இயைந்ததாயும், மற்றும் எல்லோராலும், எக்காலத்தும் ஒப்ப முடிந்ததாயும் அமைந்ததேயாகும்.

நிற்க, இன்று எடுத்துக் கொண்ட தலையங்கம், "கண் வழி நுழைந்த கள்வன்" என்பது. என்னை!

கள்வனுங் கள்வன் அவனும் கண்வழி நுழைந்தான். சித்திரத்தில் விசித்திரம் போலும் என்று பலர் எள்ளி நகையாடலாம்.

ஆனால் இத்தலையங்கமான சொற்றொடர், கவியரசர் கம்பர் பெருமானால் அருளப்பட்ட ஒரு சொற்றொடர் ஆகும்.

கம்பர் பெருமான் தனது காவியத்தில் எடுத்தாளும் ஒவ்வொரு சொல்லும் - ஏன்! - ஒவ்வொரு எழுத்துங் கூட காரணமின்றி எடுத்தாண்டிரார் என்பதை கம்பராமாயணத்தை ஊன்றி வாசித்தோர் நன்குணர்வர். ஆகவே, இச்சொற்றொடரின் பொருண்மைகளை யெல்லாம் ஆராயவே இக்கட்டுரை எழுந்ததாகும்.

மிதிலைமா நகரில், அரசமாளிகையின் கன்னிமாடத்து மேடையில் நிற்கின்றாள் சீதை. தெருவூடே, முனிவர் முன்செலத்தம்பி பின்வரச் செல்கின்றான் இராமன். இருவரும் ஒருவரை யொருவர் பார்க்கின்றனர். ஒருவரது உள்ளத்தை ஒருவரது உள்ளம் ஈர்க்கின்றது. இருவரது கருத்தும் ஒருமித்து ஆதரவு படுகின்றன. பின்னர் தன் வழியே சென்ற இராமன் சீதையின் கண்ணிற்கு மறைகின்றான். அப்பொழுது அவள் தனியேயிருந்து புலம்பும் மாற்றத்தில் தன் கன்னிமாடத்தில் புகுந்து தன்காதலைக் கவர்ந்துசென்ற காதலனுக்கு "கண்வழி நுழைந்த கள்வன்" என்னும் திருப்பெயர் சூட்டுகின்றாள். இவ்விடத்து.

"பெண்வழி நலனொடும் பிறந்த நாணொடும்
எண்வழி உணர்வும்,நான் எங்கும் காண்கிலேன்
மண்வழி நடந்துஅடி வருந்தப் போனவன்
கண்வழி நுழையும்ஓர் கள்வனே கொலாம்" *(535)*

என்று கவியரசர் கம்பர் பெருமான் கவியாற்றுகின்றார்.

இச்சொற்றொடரை ஆராயுமிடத்துக் காணும் உண்மைகள்பல.

வான்மீகியினது முதனூலாம் இராமாயணத்தினின்றும் ஒரோவிடங்களில் கம்பர் மாறுபட்டு, தன் தமிழ்நாட்டுப் பழக்க வழக்கங்களுக்கேற்ப கதையை மாற்றியும் திருத்திச் செப்பம் செய்து கொள்வதற்கு இது ஒரு சான்றாக அமைகின்றது.

மிதிலைமா நகரில், சனகனது அரசவையில் அளவில் ஆற்றல் வாய்ந்த அவனது வில்லை இறுத்ததற்கு இராமன் பரிசாகப்பெற்ற வான்மீகரது சீதை, அன்புடை அண்ணலைக் கண்ணால் கண்டு, காதலால் பிணிப்புண்டு கணவனுக்கேற்ற கம்பரது சீதையாய் இலங்குகின்றாள்.

நிற்க. இனி கள்வன் என்ற பதத்தின் பொருள் தானென்னை என்று பார்ப்பாம்.

'கள்வன் என் கிளவி கரியோன் என்ப' என்பது திவாகரம். "கடகரிப் பெயரும் கருநிற மகனும் கற்கடக இராசியும் ஞெண் டுங் கள்வன்" என்பவர் பிங்கலந்தையார். "கள்வனே, முசு, ஞெண்டு, யானை, கருநிறத்தவனே சோரன்'' என்பர் சூடாமணி யார்.

ஆதலால் கள்வன் என்னும் பதம் கரியவன் என்ற பொருளிலேயே பண்டைத் தமிழ் நூல்களில் எல்லாம் பயிலப் பெற்றிருந்தது என்பது பெற்றாம். கருநிற மகனாம் இராமனுக்கு இது பொருத்தமான பட்டமேயாகும்.

இன்னும் கள்வன் என்னுஞ் சொல் பிறர் பொருள் வெளவுவோன் என்ற பொருளிலும் வழங்கப்படுகின்றது.

தனக்குரிமையற்ற ஒரு பொருளை உரிமையாக்குதலும், தனக்குரிய பொருள்பிறன் ஒருவனிடத்து வறிதேயிருக்குமாயின் அதனை வலிந்து கைப்பற்றுதலும் களவு எனவே கூறுவர் பெரியோர். இதில் முன்னையது பலராலுங் கடியப்பட்டாலும், பின்னையது பலராலும் போற்றப்படும். இவ்விடத்து இராமனும், தனக்குரிய பொருளாகிய சீதையை, மிதிலைமா நகரிலிருந்து களவாடிச் செல்வது பலர் போற்றத்தகுந்த ஒரு செயலாகுமேயன்றி, இழித்துக் கூறும் ஒரு செயலல்ல. எக்காரணம் பற்றியும், இராமன் கள்வன் என்னும் பெயருக்குப் பொருத்தமானவனேயாம்.

இனி, தமிழ்மொழியின் சிறப்புடை இலக்கணமாகக் கருதப்படும், அகத்துறையில் களவு எனும் பதம் எவ்வாறு பாராட்டப்படுகின்றது என்று பார்ப்போம்.

இத்துடன் களவின் இலக்கணம், கள்வனது மனப்பான்மை, களவு செய்தற்குரிய காலம், இடம், பொருள், வழி இவைகளையும் ஆராய வேண்டுவது நமது கடமையாகும். இவைகளையெல்லாம் கம்பர் தனது காவியத்தில், இராமனிடத்து எவ்வாறமைத்துக் காட்டுகின்றார் என்று பார்ப்பாம்.

ஒல்காப் பெரும் புகழ் தொல்காப்பியத்துள், களவின் இலக்கணம் கூறப் புகுந்த தொல்காப்பியர்,

“வேட்கை, ஒருதலை உள்ளுதல், மெலிதல்
ஆக்கஞ் செப்பல், நாணுவரை இறத்தல்
நோக்குவ எல்லாம் அவையே போறல்
மறத்தல் மயக்கம் சாக்காடு என்றச்
சிறப்புடை மரபின்வைகள் வெனமொழிப” *(தொல்.கள.97)*

என்று கூறுகின்றார்.

இவ்விடத்து அகப்பொருட் கருத்துக்களெல்லாம் பொதிந்து விளங்க, களவியலின் தன்மை கூறப்படுகின்றது.

“நோம்;உறு நோய் நிலை
நுவல கிற்றிலள்;
ஊமரின், மனத்திடை
உன்னி விம்முவாள்” *(521)*

என்றும்,

“வெம்புறு மனத்துஅனல்
வெதுப்ப மென்மலர்க்
கொம்புஎன அமளியில்
குழைந்து சாய்ந்தனள்” *(528)*

என்று கவி கூறும் செய்யுட்கள் சீதையின் நிலையை விளக்குவ தாகும்.

“இந்திர நீலம் ஒத்து இருண்ட குஞ்சியும்
சந்திர வதனமும், தாழ்ந்த கைகளும்
சுந்தர மணிவரைத் தோளுமே, அல
முந்தி என்உயிரைஅம் முறுவல் உண்டதே” *(536)*

என்று இராமனது ஆக்கஞ் செப்பி மகிழ்கின்றாள் சீதை.

இத்துடன் அமையாது, அவள் பார்க்குமிடமெங்கும் இராமனது தோற்றமே காணப்படுகின்றது.

தனது மாடத்தை விடுத்துக் கூடத்தைக் கடந்து, பொழிலிடத்திருக்கும் பொய்கையை யணுகும் பொழுதுங்கூட அங்குள தாமரையிலைகள் அண்ணலின் வண்ணத்தையும் கமலங்கள் அவனது கண்களையும் நினைப்பூட்டி இவளது உள்ளத்தை உருக்குவதாயின. இதை, கவியரசர் கம்பர் பெருமான்,

"பெண்இவண் உற்றதுஎன்னும்
பெருமையால் அருமையான
வண்ணமும் இலைகளாலே
காட்டலால் வாட்டம் தீர்ந்தேன்;
தண்நறுங் கமலங்காள், என்
தளிர் நிறம் உண்ட கண்ணின்
உள் நிறம் காட்டினீர் - என்
உயிர்தர உலோ வினீரே"* *(711)*

என்று சீதையின் கூற்றாகக் கூறுவாராயினர். சீதையின் நிலைதானிது வென்றால், ஆற்றல்சால் இராமனது நிலையும் இதையொத்தே இருக்கின்றது. பார்க்குமிடமெங்கும் சீதையின் தோற்றமே காணப்படுகின்றது. இதையே கம்பர்,

"....................கங்குலும் திங்களும்
தனியும், தானும் அத் தையலும் ஆயினான்" *(618)*

என்று கூறுகின்றார்.

இத்தகைய, கம்பர் கவித்திறனால் அமைந்த சான்றுகள், தொல்காப்பியரது களவின் இலக்கணத்திற்கு ஒப்பற்ற இலக்கியமாக அமைந்து கிடப்பது, நாம் கண்டு மகிழ்வதற்குரியதாகும்.

'...அயர்உலகினுக்கு அறத்தின் ஆறுஎலாம்
இழைத்தவன்" *(3965)*

இராமன்.

"விரிந்திடுதீவினை செய்த
வெவ்விய தீவினையாலும்
அருங்கடையின் மறை அறைந்த
அறஞ்செய்த அறத்தாலும் (656)

பிறந்தவன் இராமன். இத்தகைய அறத்தின் வழி நின்ற ஆரியர் கோனாம் இராமன், தான் கண்ட நங்கையைக் கண்ட அளவில் காதல் கொள்ளுதல் தகுமோ? என்று பலர் ஐயுறலாம்.

---

* "தண்ணருங் கமலங்காள் என் தளிர் நிறம் உண்ட கண்ணின் உண்ணிறங்காட்டி என் உயிர்தர உலோவினீரோ"
– என்பது கட்டுரையாளர் பதிவு.

மிதிலைமா நகரில் அரசமாளிகையில் கண்ட நங்கை, பிறன் ஒருவனது மனைவியா யிருந்தால், இராமனது அறத்திற்கு அது பழுதாகாதோ? அந்நங்கையின் நிறையுடைமைக்குப் பழுதாகாதோ? ஆகும்.

ஆனால் இதே வண்ணம் இராமனது உளத்தில் எழாதிருக்கவில்லை. தன்னுடைய கண்கள் இதுவரை எத்தனையோ பெண்களைப் பார்த்திருந்தும் அவர்களில் ஒருவரிடமாவது செல்லாமல், இன்று, கண்களும், உள்ளமும் ஒருங்கே தான் கன்னிமாடத்துக் கண்ட நங்கையின்பால் செல்லக் காரணமென்னையெனத் தன்னைத்தானே வினவுகின்றான்; வினவிய கேள்விக்கு விடையும் பெறுகின்றான். இதையே கம்பர்,

"ஆகும் நல்வழி; அல்வழி என்மனம்*
ஆகுமோ? இதற்கு ஆகிய காரணம்
பாகுபோல் மொழிப் பைந்தொடிக் கன்னியே
ஆகும் வேறு இதற்கு ஐயுறவு இல்லையே" *(626)*

என்று இராமன் தனது தன்மையுணர்ந்து தன் உள்ள நிலையை உணர்ந்ததாக அமைத்திருக்கின்றார்.

இனி, இக்கள்வன் களவு செய்த பொருள்கள்தான் யாவை? இக்கேள்விக்கு விடை நாம் சீதையின் வாயினின்றும் பெறுகின்றோம்.

சீதை, தன்னிடமிருந்த பெண்ணலன், நாண், உணர்வு என்ற மூன்று பொருள்களைக் களவாடிச் சென்று விட்டான் ஒரு கள்வன் என இரங்குகின்றாள்.

"பிறைஎனும் நுதலவள் பெண்மை என்படும்?
நறைகமழ் அலங்கலான் நயன கோசரம்
மறைதலும் மனம்எனும் மத்த யானையின்
நிறைஎனும் அங்குசம் நிமிர்ந்து போயதே" (519)

என்று கவியரசர் கூறும் செய்யுளில், இவளது பெண்மையின் நிலையும், மனநிலையும் விளக்க முறுவதாகும்.

இனி இக்கள்வன் எவ்வழி வந்து இப்பொருள்களைக் கவர்ந்து சென்றான் என்பதை, தலையங்கமே விளக்கி விடுகின்றது.

---

* "ஏகுநல்வழி யல்வழி யென்மனம்" – என்பது கட்டுரையாளர் பதிவு.

சீதையும் தன் காதலனைக் கண்வழி நுழைந்த கள்வன் என்றேயழைக்கின்றாள். வள்ளுவர் பெருமான் கூறும்,

"கண்ணொடு கண்ணிணை நோக்கொக்கின் வாய்ச்சொற்கள்
என்ன பயனு மில" (1100)

என்ற குறளொப்ப,

"எண்ண அரு நலத்தினாள்
இனையள் நின்றுழி*
கண்ணொடு கண்இணை கவ்வி
ஒன்றை ஒன்று
உண்ணவும் நிலைபெறாது
உணர்வும் ஒன்றிட
அண்ணலும் நோக்கினான்
அவளும் நோக்கினாள்" (514)

என்ற நிலையில், கள்வன் எவ்வழி நுழைந்தான் என்பது பெறப்படுகின்றது.

இக்கண்ணினால் குறிப்பறிதல் என்ற நிலை உண்மையாய் அனுபவித்த காதலர்க்கே தெரியும். இன்னும்,

"யான்நோக்குங் காலை நிலன்நோக்கும் நோக்காக்கால்
தான்நோக்கி மெல்ல நகும்" (1094)

என்ற குறள், வள்ளுவர் பெருமான் எவ்வாறு மக்கள் உள்ளத்தை உள்ளவாறு உணர்ந்திருக்கின்றார் என்பதை விளக்கும்.

இதைத் தான் கவியரசர் கம்பர் பெருமான்.

"பருகிய நோக்கு எனும் பாசத்தால் பிணித்து
ஒருவரை ஒருவர்தம் உள்ளம் ஈர்த்தலால்
வரிசிலை அண்ணலும், வாள்கண் நங்கையும்
இருவரும் மாறிப்புக்கு இதயம் எய்தினார்" (516)

என்று புவியரசனாகிய இராமனிடத்தும் அவன் காதற் கிழத்தியாம் சீதையிடத்தும் காட்டுகின்றார்.

---

* "எண்ணறா நலத்தினாள் இனையநின்றுழி"
– என்பது கட்டுரையாளர் பதிவு.

இக்கருத்தை, இவர்கள் காலத்திற்குப் பின்னெழுந்த பேராசிரியர்களெல்லாம் பொன்னேபோல் போற்றுவாராயினர்.

உதாரணமாக, புலவர்க்கு ஔடதமாகிய நைடதம் எழுதிய பேராசிரியரும், கொற்கையெனும் புவியரசருமான அதிவீரர்,

"உண்ணிறை வுடைய காமம்
உருவெடுத் தென்ன நின்ற
அன்னலும் அணங்கன் னாளும்
அழகெனு மினிய தேறல்
எண்ணருங் காதல் கூர
இனிதினில் மாறி மாறிக்
கண்ணினாற் பருகி யின்பக்
களிப்பெனுங் கடலுள் ஆழ்ந்தார்"

என்று இக்கண்ணின் நோட்டத்தைப் போற்றுவாராயினர். கம்பரது கண்வழி நுழைந்த கள்வனிடத்துக் கண்ட, கண்ணினால் குறிப்பறிதல் என்ற தன்மை, நைடதத்தாரது செவி வழி நுழைந்த செல்வனிடமும் காண்கின்றோம்.

ஆதலால் காதலின்பப் பெருவெள்ளத்தில் திளைத்து செம்மாந்து இருக்கும் காதலர்க்கு அவர்களது கண்களே அவர்களுக்கு எல்லாம்.

ஒருவரையொருவர் பார்ப்பதுவும் அதனாலேதான், ஒருவரிடம் ஒருவர் பேசுவதும் அதனாலேதான், ஒருவரது கருத்தை ஒருவர் உணர்வதுவும் அதனாலே தான், ஒருவரது உள்ளத்தில் மற்றவர் புகுவதும் அதனாலேதான். ஆதலால்தான் இக்கள்வர் பெருமகனும் சீதா பிராட்டியின் கண்வழி நுழைந்து, அவள்தன் நலன், நாண், நிறையென்ற பொருள் கவர்ந்தான் போலும்.

இவ்விடத்து கலித்தொகையிலுள்ள ஒரு செய்யுள் ஞாபகத்துக்கு வருகின்றது.

"சுடர்த்தொடீஇ! கேளாய்! தெருவில் நாம் ஆடும்
மணற்சிற்றில் காலிற்சிதையா அடைச்சிய
கோதை பரிந்து, வரிப்பந்து கொண்டோடி
நோதக்க செய்யும் சிறுபட்டி, மேலோர் நாள்
அன்னையும் யானும் இருந்தேமா, இல்லிரே

உண்ணும் நீர்வேட்டேன் எனவந்தாற்கு, அன்னை
அடர் பொற்சிரகத்தால் வாக்கிச் சுடரிழாய்
உண்ணுநீர் ஊட்டிவா என்றாள், எனயானும்
தன்னை அறியாது சென்றேன் மற்றுஎன்னை
வளை முன்கை பற்றி நலியத் தெருமந்திட்டு
அன்னாய் இவன் ஒருவன் செய்தது காண் என்றேனா
அன்னைஅலறிப் படர்தரத் தன்னையான்
உண்ணுநீர் விக்கினான் என்றேனா அன்னையும்
தன்னைப்புறம் பழித்து நீவ மற்று என்னைக்
கடைக்கண்ணால் கொள்வான் போல் நோக்கி
நகைக்கூட்டம் செய்தான் அக்கள்வன் மகன்

*(குறிஞ்சிக் கலி- **51**)*

என்று காதலால் கட்டுண்ட தலைமகள், தன் தலைவனைப் பற்றித் தோழிக்கு நினைப்பூட்டுங் காலத்தும் கள்வன் மகன் என்றே திருப்பெயர் சூட்டுகின்றாள். களவு செய்வதும் களவு செய்யப்படுவதும் காதலன் காதலிகளுக்கு உகந்த செயலேயாகும்.

எல்லாம் வல்ல இறைவனிடம், அன்பெனும் பாசத்தால் பிணிப்புண்டவரும், தம்மை ஆட்கொண்ட இறைவனைக் கள்வன் என்றே அழைக்கின்றனர்.

மூவாண்டிற் பாடும் அருட்சத்தி வாய்க்கப் பெற்ற சம்பந்தப் பெருமானும், "என் உள்ளங் கவர் கள்வன்" என்றே பிரமபுரத்துப் பெம்மானை அழைப்பாராயினர்.

ஆதலான் கள்வன் என்ற பெயர் அன்பின் முதிர்ச்சியால் அன்பிற்குரியார்க்கு அன்புடைப் பெருமக்களால் இடுகின்ற ஓர் திருப்பெயரேயாம் என்பது பெற்றாம்.

கண்வழி நுழைந்த கள்வன் என்னும் சொற்றொடரை ஆராயப் புகுந்து ஏதேதோ சொல்லி எம் அறியாமையை விரித்து விட்டேம் என அச்சம் எழுகின்றது எனினும், எடுத்த பொருளை முட்டின்றி முடிப்பதே, பணி செய்வார் கடன் என்பது கருதி இன்னும் சில சொற்கள் கூறி அடங்குதும்.

இவ்விடத்துத்தான் கம்பர் முதன் முதல் தனது முதனூலாசிரியராகிய வான்மீகியினின்றும் மாறுபட்டு, தான் செல்ல வேண்டிய வழியே செல்கின்றனர்.

வான்மீகியினது சீதை, தனது தாதையாம் சனகன், அவனிடமிருந்த அரிய வில்லை வளைத்து ஒடித்த காரணமாக, தன்னை வில்லொடித்த வீரனுக்குப் பரிசாயளிப்ப, தந்தை தந்த தலைவனே தன் தலைவனாவன் என்று ஏற்றுக்கொள்கின்றாள்.

ஆனால், கம்பரது சீதையோ, வில்லொடித்த வீரன் இவன் என்றாவது அல்லது தந்தை தந்த தலைவன் என்பது கருதியாவது, இராமனை மணஞ்செய்யக் கருதினாளில்லை.

இராமனைத் தன் கண்ணால் கண்டு, அவனது அழகெனும் இனிய தேறலை அமிதமாயுண்டு, அதனால் தன் நிறையெனும் அங்குசம் நிமிர்ந்து போயதை உணர்ந்து தன் தலைவனை அடைகின்றாள்.

கண்வழி நுழைந்த கள்வன் இவளைக் கன்னிமாடத்துத் தனியே விடுத்து, முனிவர் பின் சென்ற சிலபோழ்தில், இவளது தோழியாம் நீலமாலை இவளிடத்து வந்து, முனிவருடன் வந்த மன்னவன் மைந்தன் வில்லிறுத்தான். அவனே உன்னை மணமாலை சூடுவன் என்று சொல்லிய காலத்து இவளது உள்ளம் பட்டபாட்டை யாரே அறிவர்? கம்பரே அறிந்தார். தான் கன்னிமாடத்திருந்து கண்ட தலைவன் தானிவனோ, அன்றி வேறெவனோ என்று ஐயுற்று நீலமாலையிடம் பல கேள்விகள் கேட்டுப் பின்னர்,

"கோமுனியுடன் வருகொண்டல் என்றபின்
தாமரைக் கண்ணினான் என்ற தன்மையால்
ஆம்அவனே கொல்! என்று ஐயம் நீங்கினாள்" *(727)*

இவ்வாறு அவ்வையம் நீங்கிய சீதையும், பின்னும் பலகாலும் அவ்வையம் தன்னை வருத்த அதனால்,

"சொல்லிய குறியின் அத்
தோன்றலே அவன்
அல்லனேல் இறப்பன் என்று
அகத்து உன்னி" *(728)*

ஒர் தீர்மானத்திற்கு வருகின்றாள்.

நீலமாலையாம் தோழி சொல்லுகின்ற குறிகளால், வில் லொடித்த வீரன் என் நிறை கவர்ந்த கள்வனே யாதல் வேண்டும்.

ஒருக்கால் பிறிதொருவனாயிருப்பின், நான் அவனை வில் லொடித்த காரணத்தால் மட்டும், தலைவனாய் ஏற்றுக்கொண்டு அசுர மணத்தில் புகுவதைவிட உயிர் துறந்து, "இன்னும் ஒரு பிறப்பிலானாலும், தன்னந்தனியே யிருந்து தவ மாற்றி" தான் மனத்துட்கொண்ட காதலனது "பொன்னகல முள்ளுருகப் புல்லுதலே" மேலாகும் என்று கூறும் இவ்வழகிய கருத்துத் தமிழகத்து மாதரின் வீரத்தையும் தீரத்தையும் ஒருங்கே காட்டுவதாகும்.

இம்மட்டோ! இந்தத் தீர்மானங்களெல்லாம் செய்துகொண்டு, தான்கண்டு காதலித்த கணவனே தன்னை மணமாலை சூட்டப் போகின்றான் என்று கருதி தோழியர் புடை சூழ வந்த நங்கை, மணவறையில், மணப்பலகையில் மணமகனுடன் அமர்ந்திருந்த காலத்துங்கூட தன் பக்கலில் இருப்பவன், தன் கண்ணால் கண்டு, தன் காதலால் கட்டுண்ட அத்தலைவன் தானோ என்று அறிய தன் "கைவளை திருத்துபு கடைக்கணி லுணர்ந்தாள்" என்று கம்பர் கூறுகின்றார்.

ஒரேவிடத்து இவ் வில்லொடித்த வீரன் தன் கண்ணுழைந்த கள்வனாயிரானாயின் அந்த மணவறையில் கூட தான் முன் தீர்மானித்ததுபோல் நடக்கவே சீதை தயாராயிருந்தாள் என்பதைக் காட்டவே, கவியரசர் இச்சித்திரந் தீட்டுகின்றார்.

இக்கருத்துக்களெல்லாம் கம்பரது கவிதா விலாசத்தில் எழுதுவதற்குக் காரணமென்னை யெனில் கூறுதும்: தமிழகத்து நிறையுடைய மாதர், "பிறர் மனம்புகுதலே தம் நிறையுடைமைக்கு இழுக்கு" என்று கொள்ளும் பெருஞ் செல்வர் என்பதை உணர்ந்த தமிழகத்துத் தனிப் பெரும்புலவராம் கம்பர் பெருமான், ஆரிய சீதையைத் தமிழ்ச் சீதையாய்க் காட்டாதிருப்பாரே யானால் அவரது இராமகாதை இன்றிருக்கு நிலையில் நின்றிரா என்பதும், அவர் இன்று தமிழகத்துக் கவி உலகில் பெற்றிருக்கும் இடம் பெற்றிரார் என்பதும் எனது தாழ்ந்த கருத்தாகும் என்று கூறி என் பணி முடிக்கின்றேன் - திருவருள் முன்னிற்க - சுபம்.

- ஆனந்த போதினி, 1929 ஆகஸ்டு.

7

கேகயர் கோமகள் இழைத்த கைதவம்

இராமகாதையை அறிந்த அறிஞர் அனைவரும் தண்ணளி மிகுந்த தயரதன் மனைவியாய் அமைந்த மூவருள், கைகேயியை இரக்கமற்ற அறக்கொடியாள் என்றே குறிப்பாராயினர். கேகயர் கோமகள் இழைத்த கைதவத்தால், இராமன் நாடு நீங்கிக் காடு போகவும், அங்குத் துயர் பல உறவும், காதற்றிருமகனைப் பிரிந்த துயர் பொறுக்க ஆற்றாது மன்னர் மன்னன் உயிர் துறக்கவும், அரசனையும் அண்ணலையும் ஒருங்கே இழந்த பங்கமில் குணத்துப் பரதன் தவக்கோலம் பூண்டு அயிர்த்து நோக்கினும் தென்திசையன்றி வேறறியாதவனாய் வாழவும் அமைந்த காரணங்களால் கைகேயியை இரக்கமற்ற அறக்கொடியாள் என்றும் வன்கட் கயத்தி என்றும் பலரும் கூற அமைந்தது.

ஆனால் கம்பர் இவளையும் இவளது உள்ள நிலையையும் பற்றிக் கொண்டுள்ள கருத்தென்ன என்று பார்ப்பாம்.

இன்னல்செய் இராவணன் இழைத்த தீமையெல்லாம் திரண்டுருவெடுத்த கிழக்கூனி தன்னரசியை அணுகி இராமன் கோமுடி சூடுவன் நாளை என்றும், அதனால்

"வீழ்ந்தது நின்நலம் திருவும் வீந்தது
வாழ்ந்தனள் கோசலை மதியினால்" *(1454)*

என்றும் கூறிய பொழுது, உவகை மிக்கடைந்தவளாய்க் கைகேயி சுடர்க்கெலாம் நாயக மனையதோர் மாலையை அவளுரைத்த நற்செய்திக்குப் பரிசாக நல்குகின்றாள்.

இவள் இராமன்பால் கொண்டுள்ள ஆழ்ந்த அன்பை அறிந்த கூனிதான் சூழ்ந்த வினை பயன் பெறாதது கண்டு அதனால் வெகுண்டவளாய் அவள் தன் கைத்தந்த மாலையை நிலங்குழிய எறிந்து, இராமன் அரச பட்ட மெய்துவதால் கைகேயியும் அவள் மகன் பரதனும் பின்னர் தாழ்ந்த நிலையே எய்துவர் என்று பல தரம் இடித்துக் கூறியும் "இராமனைப் பயந்த எற்கு இடகுண்டோ?" என்று கேகயர் கோமகள் அவள் கூறியவற்றையெல்லாம் தடுத்துப் பின்னும்,

"எனக்கு நல்லையும் அல்லை;
நீ என் மகன் பரதன்
தனக்கு நல்லையும் அல்லை;
அத்தருமமே நோக்கில்
உனக்கு நல்லையும் அல்லை;
வந்து ஊழ்வினை தூண்ட
மனக்கு நல்லன சொல்லினை,
மதிஇலா மனத்தோய்!" *(1471)*

"உன் புன்புலைச் சிந்தையாலென் சொன்னாய் நின் புன்பொறி நாவைச் சேதியாது உன் முதுமை கருதி பொறுத் தருளுகிறேன். அறிவிலி! அடங்குதி" என்று தன் கண் சிவப்புறக் கடிந்து கூறுகின்றாள்.

இவ் வெவ்வுரைகளுக் கெல்லாம் அஞ்சி அகலாத மந்தரையும் கடைசியாக,

"கெடுத்து ஒழிந்தனை உனக்கு அரும்
புதல்வனைக் கிளர்நீர்
உடுத்த பாரகம் உடையவன்;
ஒருமகற்கு எனவே
கொடுத்த பேரரசு அவன் குலக்
கோமைந்தர் தமக்கும்,

அடுத்த தம்பிக்கும் ஆம்
பிறர்க்கு ஆகுமோ" என்றாள். *(1482)*

இதுவரை அறநெறி பிறழாது உண்மையில் உறுதியாய் நிலைத்த தெய்வக் கற்பினளது தூயசிந்தையும் தீய மந்தரை இவ்வுரை செப்பலும் திரிந்தது என்று அழகொழுக எழுதி அமைக் கின்றார் கவியரசர்.

'அயோத்தியை யாளும் தயரத மன்னன் அவன்றன் ஒப்பற்ற திருமகனான இராமனுக்குக் கொடுக்க விருக்கும் இறைமையாக்கம், அதைப் பெறும் இராமனுக்கும் அவன் வழிப்பிறக்கும் மக்களுக்கும் அவனை யடுத்து நிற்கும் தம்பி இலக்குவனுக்கும் உதவுவதல்லாமல் பரதன் முதலாய பிறர்க்கு உதவுதல் இல்லை. உன்னுடைய கையறவால் உன்னரும் புதல்வன் பரதனுக்கே கேடு சூழ்கின்றாய்' என்ற முறையிலேயே இச்செய்யுளுக்குப் பலர் பொருள் கொள்ளக் கேட்கின்றோம்.

இவ்வாறு பொருள் கொண்டால் இதுவரை கூனி சொன்ன "இராமன் கோமுடி சூடுவன் நாளை", "பேரிடர் பிணிக்க நண்ணவும் உணங்குவா யல்லை உறங்குவாய்" என்று சொல்லிய உரைகளுக்கும் இவ் வுரைக்கும் வேற்றுமை ஒரு சிறிதும் இல்லாதிருக்க இவ்வுரையால் மட்டும் கேகயர் கோமகள் தூயசிந்தை திரிவானேன்?' என்பது கேள்வியாக எழுகின்றது.

கேகயர் கோமகளோ, தன் மக்கள் எனவும் மாற்றார் மக்கள் எனவும் வேற்றுமை காணாத செவ்விய உள்ளத்தாள்.

"தெவ்அடு சிலைக்கை என்
சிறுவர் செவ்வியர்;
அவ்அவர் துறைதொறும் அறம்திறம்
பலர் ஆதலின்
எவ்இடர் எனக்குவந்து அடுப்பது?" *(1452)*

என்றும் "இராமனைப் பயந்த எற்கு இடருண்டோ?" என்றும் செம்மை சான்ற மொழிகளில் தன் மனநிலையை விளக்குகின்றாள்.

இத்தகையதொரு தாய் இராமன் நாடாளப் போகின்றான், அதனால் பரதன் நலமிழந்து நலிவான் என்று ஒரு கிழக்கூனி கூறக் கேட்ட காலத்துச் சிந்தை திரிந்து சற்றும் அயர்வாளோ என்பது ஐயமேயன்றோ?

ஆதலின் இச்செய்யுளில் ஒழிந்து கிடக்கும் மறைபொருள் ஒன்று உள்ளது. அப்பொருளையே கம்பர் கவிதையுணர்ந்த பெருமக்கள் ஏற்றுக்கொள்வர். அப்பொருள் கண்டு குறிப்பதே முறையாகும்.

இவ்விடத்து இராமகாதை முதன் முதல் எழுதிய வான்மீகர் சுட்டும் சுல்க வரலாற்றைக் குறிப்பது அவசியமாகும்.

கோசல நாட்டு மன்னனாய் விளங்கிய தயரதன் கைகேயியை விரும்பி மணம் பேசுங்காலையில் அயோத்தியின் அரசப் பட்டத்தையே கன்யா சுல்கமாகத் தந்து மணம் முடிக்கின்றான் என்பர் வான்மீகர்.

இம்முறையில் அயோத்தி அரசு கேகயர்கோமகளின் பரியப் பொருளாகி அவளுக்கும் அவள் வயிற்றில் தோன்றும் தநயனுக்கும் அவன் மைந்தருக்குமே வரன்முறை வழக்கால் உரிமையுடையதாகும்.

அவளுக்கும் சந்ததியற்ற காலையில் அயோத்தியரசு அவளுடன் பிறந்த கேகயநாட்டு அரச குமாரனான யுதாஜித்துக்கு உரித்தாமல்லாமல் தயாத குலத்தாரெவர்க்கும் இல்லை.

நீதியின் நிலையமாய பரதனை கேகயர் கோமகள் பயந்த பிறகு அயோத்தியரசுக்குத் தயரதன் உடையவனுமல்லை; அதை யவன் கோசலை மகனான இராமனுக்குக் கொடுக்கும் உரிமையுடை யவனுமில்லை; இக்கருத்தைச் சுட்டாது சுட்டிக் கூறும் கம்பர் கவிநலம் அழகுடையதேயாகும்.

இக்கருத்தை நம் மனத்தகத்தே கொண்டு "கெடுத்தொழிந்தனை" எனத் தொடங்கும் செய்யுளுக்கு உரை காணப் புகுந்தால் உண்மை காண்போம்.

"உன்னுடைய அருமை மைந்தன் தன்னுரிமை இழந்து தவிக்குமாறு கெடுத்தவளும் நீயேயாகின்றாய்; முன்னரே சுல்கமாகக் கொடுத்த அயோத்தியரசு உன்மகனான பரதனுக்கும் அவன் கால்வழி வரும் மைந்தர்தமக்கும் அவனும் அவன்வழித் தோன்றி னோரும் இல்வழி அடுத்த சுல்கக் கிரம வாரீசான உன் தம்பிக்கும் உரியதல்லாமல் பிறர்க்கு ஆவது அறமாமோ? ஆதலால் பரதனுரிமையைப் பாதுகாத்து அரசன் அருளிய வாக்கைக் காத்து அவனை அறத்துறையில் நிறுத்துங் கடன் நின்னதேயாகும்"

என்று கூனி அறிவூட்டும் மாற்றமாக இப்பொருள் தெளியுங்கால் கம்பர் கவியின் செம்பொருள் இன்பம் விளங்கக் காணலாகும்.

ஆகவே தன்னலவிருப்பாலேனும், தன்னொரு மகன் அரசெய்தி வாழ வேண்டும் என்னும் ஆசையாலேனும் கைகேயி இராமன் முடிசூடுதலைத் தடுக்கத் துணிந்தனள் அல்லள்.

தானடையும் நலங்களையெல்லாம் கூனி எடுத்துக் கூறியும் அதற்கு ஒரு சிறிதும் இசையாத உத்தமி, கடைசியாகத் தன் காதலன் அறநெறி பிறழ்ந்து தீவினை நயந்து செய்கின்றான் என்பதை அறிந்த காலையில் அவனை அறநெறி நிறுத்தல் தன் கடன் எனக் கொண்டு அதற்காகத்தான் ஏற்கவேண்டிய பெரும் பழியையும் அஞ்சாது எதிர் செல்கின்றாள்.

தான் வறிதே யிருப்பின் தசரதன் தன் காதல் மைந்தன் இராமன்மேல் கொண்ட காதலால் முன்னர் கேகயர்கோமகனுக்குக் கொடுத்த சூளறம் தவறிப் பாவமும் பழியும் எய்துவன். அதனால் தன் தலைவன் சொல்லறங்காத்து அறநெறியோம்புதலே கற்புடைப் பெண்டிர் கடன் எனக் கொண்ட கைகேயி அம் முடி சூட்டை இடைநின்று தடுக்கத் துணிகின்றாள்.

இவ்வாறு துணிந்து வந்த கைகேயியும் தயரதனிடம் சுல்கச் சூளைச் சுட்டிக் கேட்க விரும்பினளில்லை. சுல்கச் சூளைச் சுட்டிக் கேட்டு அதனால் அரசன் அமைத்துள்ள முடி - சூட்டலை நிறுத்தினால், தண்ணளிமிகுந்த தயரதமன்னன், தன் சொல்லற மறந்து நெறிதுறந்து முறையிறந்தான் என்னும் பழியினின்றும் தப்பு மாறில்லை என்பதை உணர்ந்த கேகயர் கோமகள் அவன் அப்பழி யெய்தாத முறையில் அவனை அறநெறி நிறுத்த நினைக்கின்றாள்.

தன் காதற் கிழவனுக்கு எவ்வகை ஏதமுமின்றி அவன்றன் புகழ் காத்தலையே தன் கடனெனக் கொண்ட தெய்வக் கற்பின் பேர்மகளான கைகேயி தான் முன்னர் சம்பராசூர யுத்தத்தில் தயரதனுக்கு உடனிருந்து உதவி அவன் உவகையால் தந்த வரங்களிரண்டையும் கேட்டு, ஒரு வரத்தால் பரதன் அரசாளவும், மற்றொரு வரத்தால் இராமன் பதினான்காண்டு காடெய்தி வாழவும் வேண்டுமென இறைஞ்சுகின்றாள்.

இவ்வாறு சமயமறிந்து வரங் கேட்டதை உணர்ந்த மாந்தர் பலரும் தன்னை அறக்கொடியார் என்று தூற்றிய போதிலும், தன்

கணவன், தன் காதலன் - தன் தலைவன் பழியெய்துமாறில்லை என்பதை உணர்ந்த மங்கை உவகை மிக்கடைகின்றாள்.

அரசன் தனக்குரிய பழி யெய்தாததுடன் அமையாமல், எக்காலத்தும், எவ்விடத்தும் சொற்காத்த வீரனாகப் புகழப்படுவான் என்ற ஓர் எண்ணமே அவனை அவன் கொண்ட கருமத்தில் ஊக்கியதாகும். என்னே! கேகயர் கோமகள் இழைத்த பேரறம்! இதுவோ கைதவம்! அன்று அன்று இதுவே பேரறம்!

அன்பர்காள்! இவ்விடம் ஓர் ஐயம் எழுகின்றது.

சுல்கச் சூளால் பரதன் நாடு பெற வேண்டுவதுதான் இன்றியமையாதது. இராமன் காடு போகவேண்டியது அவசியமின்றே எனினும் அவ்வாறு விரும்பிய கேகயர்கோமகளின் உள்ளக் கருத்தென்னை என்னும் கேள்வி எழலாம்.

கைகேயி இராமன்பால் இறவாத காதல் மிகவுடையாள் என்பது நாமறியாத தொன்றன்று. இத்தகையதொரு தாய் இராமனைக் காடுபோக்கக் கருத்துக் கொண்டதும் தன் காதலன் புகழ் நிறுவக் கருதியேயாகும் என்று கூறினால் அது ஒரு சிறிதும் மிகையாகாது.

பரதன் நாடெய்தி அரசாள அவனுக்கு முன்னவனான இராமன் அவ்வரசிலேயே வறிதேயிருக்க நேருமாயின் அதனால் இராமன்பால் அன்பு பூண்டொழுகும் பலரும் உண்மை உணராது ஏதம் - பல விளைப்பர்.

அதனால் அரசன் அறநெறி தவறிய ஒரு செயலை வெளிப்படையாய் உணர்த்த நேரிடினும் நேரிடலாம். அவ்வாறமைந் தால் தான் இதுவரை எடுத்த முயற்சிகள் பலவும் பயனற்றுப் போகும். இராமனும் எக்காலத்தும் காட்டில் உறைந்து வருந்த வேண்டிய அவசியமின்று.

பதினான்காண்டு காட்டில் வதிந்து வந்தானானால், அவன்மேல் அளவிலா அன்பு பூண்டொழுகியவரும் நாளாவட்டத்தில் பரதனது ஆட்சியில் அடைந்த நலங்கருதி வறிதே யிருப்பர்.

ஆதலின் கொஞ்சகாலத்திற்கு இராமன் அயோத்தியைவிட்டுப் பிரிந்து இருத்தல் அவசியம் என்பதை உணர்ந்த மங்கை அவ்வாறே பணிக்கின்றாள்.

"இராமா! நீபோய், தாங்கரும் தவமேற்கொண்டு, "பூழி வெங்கானம் நண்ணிப் புண்ணியத் துறைகளாடி ஏழிரண் டாண்டில் வா'' என்று இயம்பிய சொற்களில் மங்கையின் நிறைந்த உள்ளம் கனிந்து விளங்கக் காணலாம்

ஆதலின், கொடிய தொரு எண்ணத்தாலாவது அன்றி இராமன் பால் கொண்டுள்ள ஓர் வன்கண்மையாலாவது இராமனை வனம் போக்க விரும்பினாளில்லை என்பதும், சுல்கச் சூளறத்தால் நாடு பெற்ற பரதனது அரசு ஏதமின்றி இயங்கவும், மன்னர் மன்னவன் சொல்லறம் சோர்விலா நிலை நிற்கவும் விரும்பியே மன்னவன் மனைவி இராமனை வனம் போக்கக் கருத்துக் கொண்டாள் என்பது ஊன்றி ஆராயும் எவர்க்கும் புலனாகும்.

இனி, 'கன்யா சுல்கம்' இந்நாட்டினர்க்கு உடன்பாடன்று என்று கருதுபவரும் சிலர் உளர்.

இப்பாரத நாட்டிடையே, நளனும், தருமனும் தம்தம் நாட்டையே பணயம் வைத்துச் சூதாடித் தோற்றதும், மாவலியும் அரிச்சந்திரனும் தமையடுத்த வாமனர், விசுவாமித்திரர்களுக்கு முறையே தம்தம் நாட்டையே நல்கியதும் அறிந்த பெருமக்கள் அரசர்கட்கு அவர் தம் தேயத்தின் முழு உரிமை உண்டென்பதை உணர்வர். குரிசிலர் நாட்டில் கொடை யுரிமை கோடல் வரன்முறை வந்த வழக்காறுமாகும்.

இவ்விடத்து தயரத மன்னன் தான் மணக்க விரும்பிய பெண்ணிற்குப் பரிசமாகத் தன் நாட்டையே கொடுத்தனன் என்பது முறையோ அன்றோ என்று அன்பர்கள் ஆராய்வார்களாக.

இவ்வாறு தயரதன் தன் நாட்டைப் பெண்ணின் பரிசமாகக் கொடுத்ததை இராமன் அறியாதிருந்தான் என்று சொல்வதற்கு இடனில்லை.

> **"வரன்நில் உந்தைசொல் மரபினால் உடைத்**
> **தரணிநின்னது என்றுஇயைந்த தன்மையால்**
> **உரனின் நீ பிறந்து உரிமை ஆதலால்**
> **அரசு நின்னதே ஆள்க"** *(2485)*

என்று பரதனிடம் இராமன் கூறும் செஞ்சொற்கள் கவிஞர் உள்ளத்தைத் தெள்ளிதில் விளக்குவதாகும்.

"உந்தை சொல் மரபினால்", "நீ பிறந்துரிமையாதலால்" என்னும் சொற்றொடர்கள், சுல்க வரலாற்றைச் சுட்டாது சுட்டுகின்றன என்று கூறுதல் மிகையாது.

"பார் என்னதாகில் யானின்று தந்தனன் மன்னா! போதி நீ மகுடஞ்சூடு" என அன்பின் மிகுதியால் பரதன் நெகிழ்ந்து கூறிய காலத்தும் இராமன்,

"எந்தைஏவ, ஆண்டு ஏழொடு ஏழ்எனா
வந்த காலம் நான் வனத்துள் வைக நீ
தந்த பாரகம் தன்னை மெய்ம்மையால்
அந்த நாளெல்லாம் ஆள்என் ஆணையால்" *(2490)*

என்றே கூறுகின்றான்.

கோசல நாடும் அயோத்தியரசும், இராமனுக்கு எக்காலத்தும் உரிமையுடையதன்று என்பதும் பரதன் தந்த நாட்டையே பதினான்காண்டு கழிந்து பரிபாலிக்கப் புகுந்தனன் இராமன் என்பதும் "நீ தந்த பாரகம்" என்று இராமன் கூறும் செஞ் சொற்களால் இனிதே விளங்கும்.

இனி கைகேயியைப் பற்றிக் கம்பர் குறிக்குமிடமெல்லாம் 'தூயவள்', 'தெய்வக்கற்பினள்', 'தெய்வக்கற்பின் பேர் மகள்' என்றே குறிப்பாராயினர்.

பாத்திரங்கள் வாயிலாய் அவரவர் கருத்திற்கேற்பப் பழித்தும் கூறும் இடங்களை விடுத்துக் கவிக் கூற்றாக ஆரோய்வோமாயின்,

"சுடுமயானத்திடைதன் துணை ஏக,
தோன்றல் துயர்க் கடலின் ஏக,
கடுமைஆர் கானகத்துக் கருணை ஆர்
கலிஏக, கழல்கால் மாயன்
நெடுமையால் அன்றுஅளந்த உலகுஎல்லாம்
தன்மனத்தே நினைந்து செய்யும்
கொடுமையால் அளந்தாளை ஆர் இவர்என்று
உரைஎன்னக் குரிசில் கூறும்" *(2370)*

என்ற செய்யுளில், கைகேயியைத் திண்ணமாகக் கொடியவள் என்றே கருதும்படி கவியாற்றுகின்றார் கவியரசர் என மயங்குவோர் பலர் உளர்.

மாவலியினது ஆட்சியிலிருந்த மண்ணையும் விண்ணையும் ஈரடியால் அளந்து மூன்றாம் அடியால் மாவலியை ஆட்கொண்ட திருமாலின் நெடுமை தோற்றத்தில் கொடுமையாயும் உண்மையில் மாவலியைத் தன்னடிக்கீழ் அமைத்த ஒருபெரும் அருளாயும் இருப்பது போல, இராமனை வனம் போக்கி அது காரணமாய் மன்னன் உயிர் குடித்த மங்கை இயற்றிய கைதவம், தன் தலைவன் புகழ்காத்த பேரறமாயும் இராமன் பிரதாபம் உலகறியச் செய்த ஒரு திறமாயும் அமைந்தது என்று கொள்வோமேயானால் கம்பர் தம் கவிநலம் கைவரப் பெற்றவராவேம் என்பதே எம்முடைய தாழ்ந்த கருத்தாகும் என்று கூறி என் பணி முடிக்கின்றேன்.

குறிப்பு:– [இக்கட்டுரைக் கருத்துக்கள் மதுரை வழக்கறிஞர் திருவாளர் ச. சோமசுந்தர பாரதியார் B. A. B.L. அவர்களியற்றிய 'தயரதன் குறையும் கைகேயி நிறையும்' என்னும் புத்தகத்தினின்றும் எடுத்தாளப்பட்டுள்ளன.)

–ஆனந்த போதினி, அக்டோபர் 1931.

8

முன்னவன் முன்னம் முடி

பொன்னையும் பொருளையும் பெரிதென மதித்து நீதிமன்றங்களில் எல்லையற்ற வல் வழக்காடுதலே உடன் பிறந்தாரது ஒழுக்கமா நிகழும் இக்காலத்தில் அயோத்தி நகரில் மன்னன் மக்களாய்த் தோன்றி அண்ணன் தம்பியாய் இலங்கிய இருவரது வரலாற்றை அறிவது முறையே யாகும்.

இராமன்பால் இறவாத அன்பு பூண்டொழுகியவன் இலக்குவன் என்பது சொல்லாமலே அமையும்.

இருவரும் வேறு வேறு தாயார் வயிற்றில் பிறந்தும், ஒரு சிறிதும் வேற்றுமையின்றி ஒத்த அன்புடையராய் இலங்கிய பெருமையை உன்னுந்தோறும் நாம் ஆரா உவகை யெய்துகின்றோம்.

இலக்குவன் இராமன்பால் இறவாத அன்பு பூண்டு அவனது ஏவலைச் செய்வதே தன்கடன் எனக்கொண்டு வாழ்ந்த பெருமகன் என்பது வெள்ளிடைமலை.

"தருவனத்துள் யான் இயற்றும்
தவவேள்விக்கு இடையூறாத்
தவஞ் செய்வோர்கள்

வெருவரச்சென்று அடைகாம வெகுளிஎன
நிருதர் இடை விலக்கா வண்ணம்
செருமுகத்துக் காத்தி'என நின்சிறுவர்
நால்வரினும் கரிய செம்மல்
ஒருவனைத் தந்திடுதி" *(324)*

என்று இரந்து நின்ற முனிவனுடன் தயரதன் "வந்த நம்பியைத் தம்பி தன்னொடும்" அனுப்பும் பான்மையில், இலக்குவன் அவ்விளவயதிலேயே இராமனைப் பிரியாத அன்பன் என்பது விளக்கமுறுகின்றது.

முனிவன் கேட்டதும் ஒரு மகனைத்தான். கொற்றவனும் "திருவின் கேள்வனைக் கொணர்மின் சென்றென" இராமன் ஒருவனையே அழைத்து வரும்படி ஏவலாளர்கட்கு கட்டளையிடுகின்றான். இருந்தும், நம்பியுடன் தம்பியும் புறப்பட்ட தன்மையில், இருவரும் இணைபிரியாத் துணைவர்கள் என்பதைக் கவிஞர் அழகாக எடுத்துரைக்கின்றார்.

இனித் "தாய் வரங்கொளத் தந்தை யேவலால்" சடை முடியும் மரவுரியும் தரித்து, இராமன் தாங்கரும் தவம் மேற்கொண்டு பூழி வெங்கானம் நண்ணி, புண்ணியத் துறைகளாடப் புறப்படுகின்றான். இவ்வுரை கேட்ட இளையோன்,

"கண்ணின் கடைத் தீஉக, நெற்றியில்
கற்றை நாற,
விண்ணில் சுடரும் சுடர்தோன்ற,
மெய்ந்நீர் விரிப்ப,
உள்நிற்கும் உயிர்ப்பு எனும்ஊதை
பிறக்க நின்று" *(1717)*

"மூட்டாத காலக்கடைத் தீயென மூண்டெழுந்த நிலையை" விளக்கும் கம்பரது கவிநலம் அழகுடையதேயாகும்.

"சிங்கக் குருளைக்கு இடுதீம்சுவை
ஊனை நாயின்
***வெங்கண் சிறுகுட்டனை ஊட்ட**
விரும்பினாளே" *(1718)*

---

* வெங்கண் கடுங்குட்டியை – என்பது கட்டுரையாளர் பதிவு.

என்று இலக்குவன் கொதித்துக் கூறும் மொழிகள் அவனது மனநிலையை விளக்குவதாகும்.

இவனது சீற்றத்தைத் தணிப்பவர் ஒருவருமில்லா நிலையில் இராமன் இவன் முன்வந்து ஆறுதல் மொழிகள் பல கூறி, சீற்றத்தைத் தணிக்கவும் அண்ணல்தன் சொல்லிற்கு அடங்கியவனாய் "தெவ்வர் சொல்லு சொல்லுஞ் சுமந்தேன் இருதோளெனச் சோம்பி யோங்கும் கல்லுஞ் சுமந்தேன் கணைப்புட்டிலும் கட்டமைந்த வில்லுஞ் சுமக்கப் பிறந்தேன்" என்று தன்னைத் தானே நொந்து சீற்றம் துறந்து நிற்கின்றான்.

இணைபிரியாத் துணைவனான இலக்குவனும் அண்ணல்தன் பின்னே செல்லப் புறப்படுகின்றான்.

சோதரர் இருவரும், அன்னையாய சுமித்திரையிடம் விடை பெறச் சென்றார்கள்.

மரவுரி தரித்த மக்கள் இருவரையும் கண்ட மங்கை மனம் கலங்கி, அடிதொழுத மக்களை அன்புடன் எடுத்தணைத்து கண்ணில் நீரருவி சோரக் கலங்கி யழுது கரைகின்றாள்.

தன் காதற்றிருமகன் இலக்குவனை நோக்கி "அப்பா! இனி உனக்கு அவ்வனமே இவ்வயோத்தி, இராமனே தந்தை, சீதையே தாய்" என்று சொல்லியதோடமையாது, "நீ இவனுக்குத் தம்பியென்ற முறையில்லாது அடியவன்போல் ஏவல் செய்தலே முறையாகும். இன்னும் இம்மணி நகர்க்கு அவன் மீண்டும் வருவானேல், நீயும் வா. அன்றேல் முன்னவன் முன்னம் முடிந்திடு" என்று கூறும் மொழிகள் கற்றோர் உளத்தை உருக்குவனவாகும்.

"பின்னும் பகர்வாள், 'மகனே
இவன்பின் செல்;தம்பி
என்னும்படி அன்று; அடியாரின்
ஏவல் செய்தி;
மன்னும் நகர்க்கே இவன்வந்
திடின்வா; அதன்றேல்
முன்னம்முடி' என்றனள், வார்விழி
சோர நின்றாள்"   (1752)

என்று கவியரசர் கூறும் அன்பு ததும்பும் சொற்கள் கருங்கல் மனத்தையும் கரைப்பனவாகும்.

இலக்குவன்தான் தன் தமையனிடம் மாறாத காதலுடையான் என்றால் அவனை யீன்ற தாயும் அவனைவிடப் பன்மடங்கு தன் மக்கள்பால் ஆறாத அன்புடையவளாய் இலங்குகின்றாள். தன் மக்களிலும் நன்மகனாய் இராமனைப் போற்றும் பான்மை வாய்ந்த சுமித்திரையைப் பங்கமில் குணத்துப் பரதன், கங்கை யிருகரையுடைய நாவாய் வேந்தனிடம் அறிமுகப்படுத்தும் வாயிலாய்ப் போற்றி யுரைக்கும் நயம் சாலவும் அழகுடையதாகும்.

"அறம்தானே என்கின்ற அயல்நின்றாள்
தனைநோக்கி, 'ஐய! அன்பின்
நிறைந்தாளை உரை'என்ன நெறிதிறம்பாத்
தன் மெய்யை நிற்பது ஆக்கி
இறந்தான்தன் இளந்தேவி யாவர்க்கும்
தொழுகுலம் ஆம் இராமன் பின்பு
பிறந்தானும் உளன் என்னப் பிரியாதான்
தனைப் பயந்த பெரியாள்" *(2369)*

என்று "தன்புகழ் தன்னினும் பெரிய தன்மை"யனான பரதன், இலக்குவனையும் அவனது அன்னையையும் போற்றும் பான்மை யொன்றே இருவரது பெருமைக்கும் போதிய சான்றாகும்.

இத்தகைய இணைபிரியா இயலமைந்த இலக்குவன் தன் தாய் மொழியை ஆதரித்துப் போற்றும் முறை ஆராய்வதற்குரியதாகும்.

வெய்ய கானகத்திடை கால் வருந்த நடந்து சென்ற கமலக் கண்ணனையும் அவன் காதலியாம் சீதையையும் அவர்தம் நிலைமையையுங் கண்டு மனங்கரைந்து அவர்கட்குக் காயும் கனியும் கொய்து கொணர்வதும் இரவு முழுதும் அவர்கள் தூங்கும் போது கண்ணிமையாமல் காவல் புரிவதுமே இவக்குவனது தினசரி வாழ்க்கையாக அமைந்தது.

தாயுரை தலைமேற்கொண்ட தனையன் தன் அண்ணனிடம் அடியவன்போலப் பணிசெய்யும் பான்மை அவனுடையதாகவே இருந்தது.

இவர்கள் மூவரும் நதியைக் கடக்க நேர்ந்த காலையில் மூங்கிலால் ஒரு தெப்பம் ஒன்றமைத்து அதில் அண்ணலையும் அவன்றன் தேவியையும் இனிதேயிருத்தி, ஒரு கையால்,

தெப்பத்தைத் தாங்கி மற்றொரு கையால் ஆற்றில் நீந்திச் சென்ற இலக்குவனது செயற்கருஞ் செயலை,

"வாங்குவேய்ங் கழைதுணித்தனன்;
மாணையின் கொடியால்
ஓங்குதெப்பம் ஒன்றுஅமைத்து அதின்
உம்பரின் உலம்போல்
வீங்கு தோள்அண்ணல் தேவியோடு
இனிது வீற்றிருப்ப
நீங்கினான், அந்த நெடுநதி
இருகையால் நீந்தி" *(2034)*

என்று கவியரசர் போற்றியுரைக்கின்றார்.

இராமனும் சீதையும் அயர்ந்து தூங்கும்பொழுது கண்ணிமையாமல் நின்று காவல் செய்த இலக்குவனது அன்பினை அறிந்த வேடர் வேந்தன்,

"அல்லைஆண்டு அமைந்த மேனி
அழகனும் அவளும் துஞ்ச
வில்லைஊன் றியகை யோடும்
வெய்துஉயிர்ப் போடும் வீரன்
கல்லைஆண்டு உயர்ந்த தோளாய்!
கண்கள்நீர் சொரியக் கங்குல்
எல்லைகாண்பு அளவும் நின்றான்
இமைப்பிலன் நயனம்" *(2344)*

என்று பரதனிடம் போற்றி யுரைக்கின்றான்.

இராமன்பால் மாறாத காதலுடையவனாய் அவனைவிட்டுப் பிரியாதபடி அவனுக்கு ஏவல் செய்யும் இலக்குவனது தன்னல மற்ற தொண்டினை உணர்ந்த பரதனும், "யானென்று முடிவிலாத துன்பத்துக்கு ஏதுவானேன் அவன் அது துடைக்க நின்றான்" என்று இலக்குவனது அன்பைப் பாராட்டும் மொழிகள் நயஞ் சான்றனவாகும்.

இன்னும் தானும் சீதையும் தங்கி உறைவதற்கேற்ற பர்ண சாலையைத் தம்பி தனிநின்று செய்து முடித்ததைக் கண்ட இராமன், தாரை தாரையாகக் கண்ணீர் சொரிந்து "குன்றுபோலக்

குலவிய தேளினாய், என்று கற்றனை நீயிதுபோல்" என்று ஏங்கி, தம்பியின் அளப்பரிய அன்பினுக்கு எல்லை காணாது மயங்குகின்றான்.

இனி கானகத்திடையே அரக்கர்கோன் இழைத்த வஞ்சனையால் மங்கையைப் பிரிந்த மன்னன் மைந்தர்கள், கவந்தன் வாழும் காட்டை அடைந்தார்கள்.

"எவ்வுயிரும் பகையால் வளைத்து வயிற்றடக்கும் கவந்தன்" கையிற் சிக்கிய காளையர் இருவரில் இராமன் இலக்குவனை நோக்கி,

"தோகையும் பிரிந்தனள்; எந்தை துஞ்சினன்;
வேக வெம்பழி சுமந்துஉழல வேண்டலேன்;
ஆதலின் யான்இனி இதனுக்கு ஆமிடம்;
ஏகுதி ஈண்டு நின்று இளவலே!" *(3664)*

என்று தம்பிமேல் வைத்த காதலால் உரைக்கின்றான்.

இவ்வுரை கேட்ட இலக்குவன் "அண்ணலே! இடர்தன்னை வென்றாரன்றோ வீரர்களாவர்? நீர் கருதும் செய்கை புகழுடையதாகுமோ? அதுதான் இருக்கட்டும். என்னை உம்முடன் அனுப்பிய என் அன்னை 'மன்னும் நகர்க்கே இவன் வந்திடின் வா. அதன்றேல் முன்னம் முடி' என்றன்றோ பணித்துள்ளாள். அத் தாயுரையை நிலைநிறுத்த வலியற்ற போதன்றோ நீர் இவ்வாறு எண்ண இயலும்?" என்று கனிந்து கூறும் மொழிகள் அழகுடையனவாகவே அமைந்துள்ளன.

"என்தாய், 'உன்முன் ஏவி
யாவும் இசை; இன்னல்
பின்றாது எய்திப் பேர்இசை
யாளற்கு அழிவுஉண்டேல்
பொன்றா முன்னம் பொன்றுதி'
என்றான் உரைபொய்யா
நின்றால் அன்றோ நிற்பது
வாய்மை நிலை அம்மா" *(3671)*

என்பது நல்லியல் கவிஞரின் நலமுடைய வாக்காக அமைந்து தாய்மொழிந்த உரைவழி நின்ற தநயனது பெருமையை உலகுக்குப் பறைசாற்றுகின்றது. இன்னும்,

"கேட்டார் கொள்ளார்; கண்டவர்
பேணார்; 'கிளர்போரில்
தோட்டார் கோதைச் சோர்குழல்
தன்னைத் துவளாமல்
மீட்டான் என்னும் பேர்இசை
கொள்ளான் செரு வெல்ல
மாட்டான் மாண்டான்' என்றபின்
மேலும் வசைஉண்டோ?" *(3674)*

என்று இலக்குவன் கூறிய செம்மைசான்ற சொற்கள் இராமனது உளத்தில் ஆழ்ந்து பதிந்தன.

உண்மை உணர்ந்த வீரர் இருவரும் ஒருவர் முன் ஒருவராய இகலிச் சென்று கவந்தனது கைகளை அறுத்தெறிந்தனர்.

இவ்வாறு தாயுரை தலைமேற்கொண்டு, தமயனுக்குத் தொண்டு செய்து வந்த தம்பியும் இந்திரசித்தன் விடுத்த மலரவன் கணையால் மாழ்கி, மண்மீது விழுந்து கிடந்ததைக் கண்ட இராமன்,

"அறம், தாய், தந்தை, சுற்றமும் மற்றும்
எனைஅல்லால்
துறந்தாய்! என்று மெய்ம்மற வாதாய்
துணை வந்து
பிறந்தாய்! என்னைப் பின்பு தொடர்ந்தாய்
பிரிவு ஆற்றாய்
இறந்தாய்; உன்னைக் கண்டும் இருந்தேன்
எளியேனோ?" (8653)

என்று பன்னிப் பன்னி அளவிறந்த சோகத்தால் நலிந்த நிலை யை சித்திரிக்கும் கம்பரது கவிப்பெருமையே பெருமை.

இராமனும் இலக்குவனும் அவர்தம் சேனையும் ஒருங்கே வீழ்ந்து கிடந்ததைக் கண்ட அரக்கர்கோன் சிறையிருந்த செல்வி யாய சீதையைத் தனது விமானத்திலேற்றிப் போர்க்களத்தை அவளுக்குக் காட்ட, மண்மீது கிடந்த மன்னன் மைந்தர்களைக் கண்ட மங்கை மயங்கி,

"விழுந்தாள்; புரண்டாள்; உடல்முழுதும்
வியர்த்தாள்; உயிர்த்தாள்; வெதும்பினாள்;

எழுந்தாள்; இருந்தாள்; மலர்க்கரத்தை
நெரித்தாள்; சிரித்தாள்; ஏங்கினாள்;
‘கொழுந்தா’ என்றாள்; ‘அயோத்தியர்தம்
கோவே’ என்றாள்; ‘எவ்வுலகும்
தொழும்தாள் அரசேயோ’ என்றாள்;
சோர்ந்தாள்; அரற்றத் தொடங்கினாள்;* *(8879)*

என்று கூறும் கம்பர் கவிநலம் நயஞ்சான்றதாகும்.

களங்காண வந்த நங்கை களத்திடையே மயங்கிக் கிடப்பதைக் கண்டபோழ்து, இளைய வீரனது இணையற்ற பெருமையை நினைந்து நங்கை புலம்பலுற்றாள்.

“மேதா! இனையோய்! விதியார் விளைவால்
பேதாநெறி எம்மோடு போதுறு நாள்
மூதானவன் முன்னர் முடித்திடு எனும்
மாதா உரையின் வழி நின்றனையோ?” *(8889)*

என்று மங்கை மருகிக் கூறும் உரை சாலவும் அழகுடையதாகும்.

“முன்னவன் முன்னே முடிந்திடு” என்று தாயுரைத்த மொழியின் தலைநின்று இறந்துள்ளனோ இலக்குவன் என்று மங்கை மயங்கிக் கூறும் செம்மை சான்ற சொற்கள் இலக்குவன் தாயுரை பேணிய தகைமையைப் பெரிதும் விளக்குவனவாகும்.

மலரோன் படையால் மயங்கிய வீரர்கள் மாருதி கொணர்ந்த மருந்தினால் உயிர் பெற்றெழுந்தார்கள். பின்னர் இலக்குவன் இந்திரசித்தனது முடித்தலை துமித்து, அவன்றன் தலையுடன் வந்த தம்பியைத் தழுவிய இராமன்,

“கம்ப மதத்துக் களியானைக்
காவல் சனகன் பெற்றெடுத்த
கொம்பும் என்பால் இனிவந்து
குறுகினாள் நன்றுஎனக் குளிர்ந்தேன்;
வம்புசெறிந்த மலர்க் கோயில்
மறையோன் படைத்த மாநிலத்தில்
‘தம்பி உடையான் பகைஅஞ்சான்’
என்னும் மாற்றம் தந்தனையால்” *(9183)*

---

* சோர்ந்தாள்; சிரித்தாள்; ஏங்கினாள் – என்பது கட்டுரையாளர் பதிவு.

என்று போற்றியுரைக்கும் நலம் அழகுடையதாகவே அமைந்துள்ளது.

"தம்பியுடையான் பகையஞ்சான்" என்னும் முதுமொழிக்கு இலக்கியமாய் அமைந்த இலக்குவன் தன் தலைவனான இராமனுடனே மன்னும் நகர்க்குத் திரும்பி வந்து அண்ணலுடன் இணைபிரியாது வாழ்ந்தான் என்பர் கவியரசர்.

இதுகாறும் கூறியவற்றால் "மன்னும் நகர்க்கே இவன் வந்திடின் வா. அதன்றேல் முன்னம் முடி" என்று தாயுரைத்த மொழிகளைத் தலைமேற் கொண்டு வாழ்ந்த பெருமான் இலக்குவன் என்பதும் அவன் அண்ணல்பால் மாறாத காதலுடையான் என்பதும் அவனது ஆரா அன்பினை அளவிட்டுரைக்கும் ஆற்றல் படைத் தவர் கவியரசர் கம்பர் பெருமானே என்பதும் எமது தாழ்மையான கருத்தாகும் என்று கூறி என் பணி முடிக்கின்றேன். திருவருள் முன்னிற்க.

○

9

அன்பிற்கு முண்டோ அடைக்குந் தாழ்?

"அன்பிற்கும் உண்டோ அடைக்கும்தாழ் ஆர்வலர்
புன்கணீர் பூசல் தரும்"   (71)
என்பது வள்ளுவர் இன்குறள்.

இந்நிலவுலகில் மக்களாய்ப் பிறந்த ஒவ்வொருவரும் அன்பெனும் பாசத்தால் பிணிப்புண்டு ஒருவரையொருவர் தழுவி வாழ்வது கண்கூடு.

"அன்பின் வழியது உயிர்நிலை" என்பது ஓர் சிறந்த உண்மை. ஐயிரண்டு திங்களாய் அங்கமெலாம் நொந்து பெற்ற தாய்க்கு தன் சேயிடத் தன்பு; காதலனுக்குத் தன் காதலியிடத் தன்பு. அடியவர்கட்கு இறைவனிடத் தன்பு. அன்பர்கட்கு தங்கள் நண்பரிடத் தன்பு. ஆகவே, எங்கு பார்த்தாலும் அன்புமயம். அன்பெனும் அச்சாணியில் உலகெனும் உருள் பெருந்தேர் ஓடிக் கொண்டிருப்பது யாவரும் கண் கூடாய்க் காணும் ஓர் காட்சியாகும்.

நிற்க உலகம் போற்றும் உயரிய நூலாம் இராம காதையை, கம்பரது கவிதா விலாசத்தில் கண்டு களித்த

யான், அக்காதையில் அன்புடைத் தோன்றலாய் விளங்கும் வேடர்வேந்தனாம் குகனைப் பற்றிப் பலகாலும் நினைந்து நினைந்து உருகியதுண்டு.

இவ்வேடர் வேந்தனது அளவில் அன்பின் பெருக்கத்தைப் பற்றி ஒரு சில குறிப்புகள் தரவே இக் கட்டுரை எழுந்ததாகும்.

"தூய கங்கைத் துறை விடும் தொன்மைய"னான இவ்வேடர் வேந்தனை நாம் முதன்முதலில் கங்கைக் கரையினிடத்தே காண்கின்றோம்.

"தாய்வரங் கொள்ளத் தந்தை யேவலால்" நாடிறந்து காடு நோக்கி வருகின்ற வள்ளலைக் காணவந்தெய்துகின்றான் குகன். எய்தி ஏந்தல் முன், "தேவா நின்கழல் சேவிக்க வந்தனன் நாவாய் வேட்டுவன் நாயடியேன்" என்றிறைஞ்சி நிற்கும் குகனது குணப்பொலிவைக் கண்டு மகிழாக் கவிஞருமுளரோ?

அண்ணலே நின் அரசுரிமையின் கீழிருக்க. "பெரு நிலக்கிழத்தி நோற்றும் பெற்றிலள் போலும்" என்று இரங்குகின்ற இவனது உள்ளம் கற்றோர் உளத்திற்குக் கழிபேருவகை தருவதாகும்

இப் பெருநிலக்கிழத்தி இழந்த பெருமையினை இச்சிறுநிலக் கிழவனாம் வேடர்வேந்தன் தன்னதாக்க விரைகின்றான்.

அன்புடை அண்ணலைத் தன்னுடனேயே இருந்து தன் குற்றேவலை ஏற்று தன்னை மகிழ்வித்தருளல் வேண்டும் என்றிறைஞ்சுகின்றான்.

இவ்விடத்து, அன்பின் பெருக்கால் தான் வேடுவன் என்பதையும் இராமன் அரசர் பெருமகன் என்பதையும் மறந்து, அவனையும் தன்னினத்தவனாகவே கருதி,

"தேன்உள; தினைஉண்டால்;
தேவரும் நுகர்தற்குஆம்
ஊன்உள; துணை நாயேம்
உயிர்உள; விளையாடக்
கான்உள; புனல்ஆடக்
கங்கையும்உளது அன்றோ?
நான்உளதனையும் நீ
இனிதுஇரு; நட,எம்பால்" *(1981)*

என்று கூறுஞ் செவ்வி கம்பர் உளத்தில் உருக்கொண்ட அன்பின் மாட்சியை விளக்குகின்றது.

இவ்விருப்பத்திற்கு, இராமன் இணங்காமை கண்ட குகன் இராமனையும், இலக்குவனையும், சீதையையும் தனது தோணியிலேற்றி, நெடுநீர்க் கங்கையைக் கடிதினிற் கடந்து தென்கரை சேர்க்கின்றான்.

தென்கரை சேர்த்த அண்ணலைப் பிரிவதற்கு வருந்தி, "பொரு வரு மணிமார்பா போதுவனுடன்" என்று கண்ணினீர் அருவி சோரக் கலங்கி அழுது கரைகின்றான்.

அப்போழ்து, அறத்தின் வழிநின்ற ஆரியர்கோனாம் இராமனது உளத்தில் ஆழ்ந்து கிடந்த அன்பெனும் அளப்பருஞ் சலதி பொங்கி வழிவதாயிற்று.

கன்றினைப் பிரியும் ஆவெனக் கலங்கி "அன்ப! நீ வேறு, நான் வேறு என்று கருதாதே. நான் உன் உடன் பிறந்தவன். என்னுடனிருக்கும் இவ்விளவல் உன் இளையான். இந்நங்கை நின் சுற்றம் என்றே கருதுக" என்று கூறியதோடமையாது, குகனைத் தனது நாட்டிற்குக் கோமானாக்கி, தன்னை அவனது தொழில் செய்பவனாகவும் செப்புகின்றான். இதையே கவியரசர் கம்பர் பெருமான்,

"அன்னவன் உரை கேளா,
   அமலனும் உரை நேர்வான்;
'என்உயிர் அனையாய் நீ,
   இளவல் உன் இளையான்;
நன்னுதல் அவள் நின்கேள்;
நளிர் கடல் நிலம்எல்லாம்
உன்னுடையது; நான் உன் தொழில்
உரிமையில் உள்ளேன்"   (1994)

என்று கூறுவாராயினர். என்னே இவனது அன்பு!

"முன்புஉளெம் ஒரு நால்வேம்; முடிஉளதுஎன உன்னா
அன்புஉள இனி நாம்ஓர் ஐவர்கள் உளர்ஆனோம்"   (1995)

என்று இராமன் குகனிடத்துப் போற்றும் சகோதரப்பான்மையைக் கம்பர் எவ்வளவு அழகாகக் கூறியிருக்கின்றார்.

கவியரசராம் கம்பர் பெருமான், தனது இராம காதையில் குகப் பெருமானைக் கவி உலகில் முதல் முதல் காட்டுகின்ற காலத்து, இராமனுடன் சோதர உரிமையில் உள்ளவர்களில், இவன் தலைசிறந்தவன் என்னும் கருத்தை மக்களிடையே புக விடுகின்றார்.

இக்கருத்தையே பின்னர் பலவிடத்தும் பலவாயிலும் அமைத்து, தான் குகனைப் பற்றிக் கொண்டிருக்கும் கருத்தை வலியுறுத்துவராயினர்.

பிறப்பினால் உயர்வு கற்பித்துக்கொள்ளும் போலி மக்களிடையே எழுந்த இந்த இராமகாதை, கம்பரது கவிதா விலாசத்தில் அன்பெனும் பெரு வெள்ளத்தில் திளைத்து, "பிறப்பொக்கும் எல்லா உயிர்க்கும்" என்ற உயரிய கொள்கையுடனே மிளிர்வதாயிற்று.

கங்கையிரு கரையுடைய நாவாய் வேந்தனை தனது உரிமைத் தம்பியருள் ஒருவனாகக் கருதி, இராமன் பாராட்டியது காலத்திற்கேற்ப நடக்கும் அரசரது அரசியல் வழக்கு என்று சிலர் கூறலாம். அது அன்பின் பெருக்கால் எழுந்த கூற்றல்ல என்றும் எள்ளி நகையாடலாம். ஆனால் கம்பரது கருத்து அதுவல்ல என்பதே தமியேனுடைய தாழ்ந்த கருத்தாகும்.

இராமன் தனக்கு தற்போது இவன் செய்த சிறிய உதவியைப் பாராட்ட மட்டும் "இனி நாமோர் ஐவர்கள் உளரானோம்" என்று கூறியிருப்பானேயானால், பின்னர் தண்கடலின் வடகரையில், இலங்கை வேந்தனது தம்பியாம் விபீடணன், தன்னிடம் அடைக்கலம் புகுந்த காலத்து,

"குகனோடும் ஐவர் ஆனேம்,
முன்பு; பின், குன்று சூழ்வான்*
மகனொடும் அறுவர் ஆனேம்**
எம்முழை அன்பின் வந்த
அகன்அமர் காதல் ஐய
நின்னொடும் எழுவர் ஆனேம்***

---

* குகனோடும் ஐவரானோம், வனத்திடை, ** அறுவரானோம்,
*** எழுவரானோம் – என்பன கட்டுரையாளர் பதிவு.

புகல்அருங் கானம் தந்து
புதல்வரால் பொலிந்தான் நுந்தை" *(6507)*

என்று கூற வேண்டுவது அவசியமின்று.

"அன்பிற்கு முண்டோ அடைக்குந்தாழ்" என்ற வள்ளுவர் பெருமானது திருவாக்கிற் கிணங்க அன்பெனும் பாசத்தால் எழுந்த சொற்கள்தானிவை என்பதில் ஐயமில்லை.

ஆரிய கவியாம் வான்மீகியினது சித்திரத்திலெழுந்த இராமனது உளமன்று இது என்று சொல்வார் சொன்னால் சொல்லட்டும். நமக்கு அதைப் பற்றி ஒருசிறிதும் கவலையில்லை. இக்கட்டுரையில் காட்டப் பெறுபவன் கவி உலகில் நாம் காணும் கம்பரது இராமனே யாகும்.

நிற்க. இந்தச் சோதர பாவனையை இராமன் மட்டுந் தானா பாராட்டுகின்றான்? இல்லை! அவனது காதற் கிழத்தியாம் சீதையும், பெருந்தகைமைக் கோசலையும், "நியாயம் அத்தனைக்கும் ஓர் நிலைய"மாகிய பரதனும், மற்றும் மந்திரித் தொழில் பூண்ட சுமந்திரனும் இன்னும் பலரும் போற்றிப் புகழ்கின்றார்கள்.

அமரர்தம் புகழ் விழுங்கிய அரக்கர் கோனது அசோக வனத்தில் அரக்கியர் புடை சூழ விருந்த தன் நாயகனைப் பிரிந்து வருந்தும் நங்கை,

"ஆழ நீர்க்கங்கை அம்பி கடாவிய
ஏழை வேடனுக்கு 'எம்பிநின் தம்பி; நீ
தோழன்; நங்கை கொழுந்தி எனச் சொன்ன
வாழி நண்பினை உன்னி மயங்குவாள்" (5091)

என்று கூறும் கம்பர் கவி நலம் போற்றுதற்குரியதாகும்.

இக் "குகனெனப் பெயரிய கூற்றினாற்றலான்" கங்கைக் கரையில் நிற்கின்றான். தாயுரை கொண்டு, தாதை உதவிய தரணி தன்னைத் தீவினையென்ன நீத்து சிந்தனை முகத்திற்றேக்கி, திசை நோக்கித் தொழுத கையினனாய் வருகின்ற நிறை குணத்தவனாம் பரதன், இவன் யாவன் என்று குகனைச் சுட்டிக் காண்பித்து தன் பக்கலில் வரும் சுமந்திரனிடத்துக் கேட்கின்றான்.

அதற்குச் சுமந்திரன்,

"கங்கைஇரு கரை உடையான்;
கணக்கு இறந்த நாவாயான்;
உங்கள் குலத் தனி நாதற்கு
உயிர்த் துணைவன்; உயர் தோளான்;
வெங்கரியின் ஏறு அனையான்;
வில்பிடித்த வேலை யினான்;
கொங்குஅலரும் நறும்தண் தார்க்
குகன் என்னும் குறிஉடையான்." (2327)

என்று அறிமுகப்படுத்துகின்றான்.

தசரதனது நன்மந்திரியாம் சுமந்திரனாலும், இரவி குலத்தின் தனி நாயகனான இராமனது உயிர்த் துணைவன் என்று போற்றப் பெறும் பேறு பெற்றான் நம் வேடர் வேந்தன்.

இவ்வாறு அறிமுகப்படுத்தப்பட்ட அரசர் பெருமகனும் வேடர் வேந்தனும் ஒருவரது அடியில் ஒருவர் வீழ்ந்து வணங்கி, ஒருவரையொருவர் தந்தையினுங் களிகூரத் தழுவி, ஆராவுவகை எய்துகின்றனர்.

இனி இப் பண்பு மிக்க பரதன் இராமனது நலத்தைப்பற்றி வேடர் வேந்தனிடம் அறிய வேண்டியதை அறிந்தபின் இருவரும் சுற்றத்தார் தேவரொடும் தொழ நின்ற கோசலையை அணுகுகின்றார்கள்.

அப்பெருமகன் தனது அன்பனை ஈன்றெடுத்த அன்னையென்ப தறிந்து அவளது அடியின்மிசை நெடிது வீழ்ந்து, அழுகின்றான் குகன். அக் "கன்று பிரி காராவின் துயருடைய கொடி" யாம் கோசலையும், இவன் யாவன் என்று வினவ அதற்குப் பரதன்,

"இன் துணைவன் இராகவனுக்கு; இலக்குவற்கும்
இளையவர்க்கும் எனக்கும் மூத்தான்;
குன்றுஅனைய திருநெடுந்தோள் குகன்என்பான்" *(2367)*

என்று அன்பின் திறத்தை விளக்கிக் கூறும் தனிப்பெருஞ் செவ்வி கம்பருடையதேயாகும்.

இராமன் பாராட்டும் சோதரத் தன்மையையே இப்பண்புடைப் பரதனும் பாராட்டுகின்றான். என்னை! இவனது தோற்றமென்ன? தனது மைந்தரது தோற்றம் என்ன?

இவனுக்கும் அவர்கட்கும் எத்துணை வேற்றுமையுளது. அப்படி யிருந்தும், இவனை, இப்பரதன் தன் காதற்றிருமகன் இராமனது தம்பி யென்றும்★, தனக்கும், இலக்குவனுக்கும் அவனுக்கு இளையவனுக்கும் இவன் மூத்த சோதரன் என்று எவ்வாறு கூறுகின்றான்? என்று கருதினளா கோசலை? இல்லை. அவளிடத்திருந்த அன்பென்னுங் கதவம் திறக்கப்பட்டு, அவளும்,

“நைவீர் அலீர் மைந்தீர்! இனித் துயரால்;
நாடுஇறந்து காடு நோக்கி,
மெய்வீரர் பெயர்ந்ததுவும் நலம் ஆயிற்று,
ஆம்அன்றே! விலங்கல் திண்தோள்
கைவீரக்களிறுஅனைய காளை இவன்
தன்னோடும் கலந்து நீங்கள்
ஐவீரும் ஒருவீராய் அகல் இடத்தை
நெடுங்காலம் அளித்திர்!’ என்றாள்” *(2368)*

என்று வாழ்த்துவதாகக் கவியரசர் கவியாற்றுகின்றார். இவ்விதம் கோசலை வாய்ப்பெய்து கூறுவது,

‘‘முன்புஉளெம் ஒரு நால்வேம்
முடிவுஉளது என உன்னா
அன்புஉள இனி நாம் ஓர்
ஐவர்கள்உளர் ஆனோம்” *(1995)*

என்று இதற்கு முன் இராமன் கூறியதின் எதிரொலியேயாகும்.

இவ்வாறெல்லாம் குகன் பலராலும் போற்றப்படுதற்குக் காரணம், அவனிடத்திருந்த அன்பெனும் அளப்பரும் அமுதமேயாகும். அவ்வன்பெனும் அமுதம், தன்னகத் தடங்காது, கற்றார் இதயங்களில் காதலரைக் கண்ட காலத்து பொங்கி வழிவதாயிற்று.

இன்றும் இராமன், சடை முடியும் மரவுரியும் தரித்த கோலத்தை, கண்ணில் நீரருவி சோர நின்று கண்ட குகன்,

“கார்குலாம் நிறத்தான் கூறக்
காதலன் உணர்த்துவான் ‘இப்

★ குகன் இராமனுக்கு மூத்தவன் என்பது ஆய்வாளர் துணிபு.

பார்குலாம் செல்வ! நின்னை
  இங்ஙனம் பார்த்த கண்ணை
ஈர்கிலாக் கள்வனேன் யான்,
  இன்னலின் இருக்கை நோக்கி
தீர்கிலேன்; ஆனது ஐய!
  செய்குவன் அடிமை, என்றான்"   (1969)

என்னே இவனது அன்பு.

இதனாலன்றோ, அரக்கர்கோன் அவனது அரசமாளிகையின் உப்பரிகை மீது நின்றிருந்த காலத்து கவிக்குல வேந்தனாம் சுக்ரீவன் அவன் மேல் பாய்ந்து அவனது மகுடங்களையுதைத்துத் தள்ளி அவனைப் பங்கப்படுத்தி, திரும்பி இராமனையடைய இவன் செய்த செயலுக்காக இராமன் வருந்த, அதற்கு கவியரசன்,

"காட்டிலே கழுகின் வேந்தன்
  செய்தன காட்ட மாட்டேன்;
நாட்டிலே குகனார் செய்த
  நன்மையை நயக்க மாட்டேன்;
கேட்டிலேன் இன்று கண்டும்,
  கிளிமொழி மாதராளை
மீட்டிலேன்; தலைகள் பத்துங்
  கொணர்ந்திலேன்; வெறுங்கை வந்தேன்."   (6933)

என்று கூறி குகனது அன்பைப் பாராட்டுகின்றான்.

இவ்விடத்து முற்றுந் துறந்த முனிவராம் பட்டினத்தடிகள்,

"வாளால் மகவரிந்து ஊட்ட வல்லேன்அல்லேன்
  மாது சொன்ன
சூளால் இளமை துறக்க வல்லேன்அல்லேன்,
  தொண்டு செய்து
நாள் ஆறில் கண்இடந்து அப்ப வல்லேன்அல்லேன்
  நான்இனிச் சென்று
ஆள் ஆவது எப்படியோ திருக்காளத்தி
  அப்பருக்கே"   (பட்டினத்தார் பாடல்)

என்று கூறுஞ் செய்யுள் ஞாபகத்துக்கு வருகின்றது. அன்பின் உயரிய நிலைக்கு சிறுத் தொண்டர், திரு நீலகண்டர், கண்ணப்பர்

ஆகிய இவர்களைப் பட்டினத்தடிகள் எடுத்துக் காட்டுவதொப்ப கம்பரும் சுக்ரீவன் வாயிலாக அன்பின் முதிர்ந்த நிலைக்கு, சடாயுவையும், குகனையும் எடுத்துக் காட்டுகின்றார்.

இதுவரை கூறிய ஒரு சில சான்றுகளால், 'அன்பிற்குமுண்டோ அடைக்குந் தாழ்' என்ற தலையங்கத்தின் உள்ளுறைப் பொருள் இராமனிடத்தும் அவனுழை அன்பின் வந்த வேடர் வேந்தனிடத்தும் விளங்குவதாயிற்று.

இஃது இவ்வாறிருக்க, இன்றும் இவ்விராம காதையை கதாப் பிரசங்கம் செய்பவர் பலருளர்.

இவர்களில் பரதனும் குகனும் சந்தித்த காலத்து, ஒருவரது அடியில் ஒருவர் வீழ்ந்து வணங்கி, பின்னர் எழுந்து தழுவினர் என்று கூறும் பொழுது முதலில் வீழ்ந்து வணங்கியவன் குகனேயென்பர் ஒரு சாரார், முதலில் வீழ்ந்து வணங்கியது பரதனேயென்பர் மற்றொரு சாரார். இவர்கள் இச்சந்தேகத்தையும்,

"வந்து எதிரே தொழுதானை
வணங்கினான்; மலர் இருந்த
அந்தணனும் தனை வணங்கும்
அவனும் அவன் அடி வீழ்ந்தான்;
தந்தையினும் களிகூரத்
தழுவினான் தகவுடை யோர்
சிந்தையினும் சென்னி யினும்
வீற்றிருக்கும் சீர்த்தி யான்"   (2334)

என்ற செய்யுளில் புகுத்திக் காட்டுகின்றார்.

என்னே! இவர் தம் பேதமை! எவர் முதலில் அடிவீழ்ந்து வணங்கினா லென்ன?

கம்பர் பெருமானது உள்ளமோ அருள் நிறைந்த உள்ளம்; அன்பு கனிந்த உள்ளம். அவரோ குகனது அடியில் பரதன் வீழ்ந்தான் என்று கூறுவது இழுக்கு என்று கருதுபவர்.

அவர் "பிறப்பொக்கும் எல்லா உயிர்க்கும்" என்று வள்ளுவர் அருளிய தெள்ளிய குண மாண்பின் உண்மையை உண்மையாய்க் கண்ட மூதறிஞரன்றோ?

பரதனது அடியில் குகன் வீழ்ந்தான் என்று கூறுவதைவிட நீதியில் நிலையமாய பரதன் அன்பின் உறைவிடமாய குகனது அடியில் வீழ்வது மிகவும் பொருத்தமான ஒரு செயலேயாகும்.

அக்காலத்து, அகத்தே ஒளிரும் அன்பெனும் மணியைப் புறத்தே குலமென்னும் மாசு படிந்துள்ள தென்பதை கவியரசர் கம்பர் பெருமான் நன்கு அறிவர்.

அம்மாசு நீக்கவே, குகனது அன்பின் பெருக்கையும் இராமனது உயரிய தன்மையையும் ஒருங்கே தனது காவியத்தில் அமைத்துக் காட்டுகின்றார்.

இவ்வுண்மை அறியாத சிலர் எழுப்பும் இவ்வையம் அவர் தம் சாதிச் செருக்கினால் எழுந்த ஓர் ஐயமே யன்றி கம்பரது கவியில் எழுந்த ஓர் ஐயமாகக் கருத என் மனம் இடந் தருகின்றிலது.

கொள்வார் கொள்ளுக; தள்ளுவார் தள்ளுக; எடுத்த என்பணி முடித்து நிற்கின்றேன் - திருவருள் முன்னிற்க - சுபம்.

– ஆனந்த போதினி, செப்டம்பர் – 1929.

10

பரதன் பண்பு

இராமகாதையை உண்மையாய் நடந்த சரித்திரம் என்று பலரும், அன்று என்று சிலரும் ஆராய்வோர் ஆராய்க; இவ்வுலகம் போற்றும் உயரிய நூலாம் இராம காதையில் அரும்பெரும் நீதிகள் பல பொதிந்து கிடக்கின்றன என்பதை மறுப்பவர் ஒருவருமிலர்.

நீதிகள் பலவற்றிலும், சோதர ஒற்றுமைக்குத் தலை சிறந்த சான்றாய் அமைந்த சரித்திரம் இது ஒன்றேயென்று கூறுவது ஒரு சிறிதும் மிகையாகாது.

இச்சகோதர ஒற்றுமை என்னும் பயிரை வித்திடாது விளைத்த பெருமகன் பரதன் என்பதும் வெள்ளிடை மலை.

"செஞ்சுடரோன் மைந்தனையும் தென்னிலங்கை
                          வேந்தனையும்
பஞ்சவரிற் பார்த்தனையும் பாராதே-விஞ்சு
விரதமே பூண்டிந்த மேதினியை யாண்ட
பரதனையும் இராமனையும் பார்"

என்னுஞ் செய்யுளில் இவ்வுலகில் வாழ்ந்த பெருமக்கள் பலருள்ளும் சகோதர ஒற்றுமைக்கு எடுத்துக்காட்டாக அமைந்த பெருமக்கள் இராமனும் பரதனுமே யாவர் என்பது விளக்கமுறும்.

இவ்வாறு உலகம் போற்றும் உத்தமனாம் பரதனது பண்பை, கம்பரது கவிநலத்தில் யானறிந்த மட்டில் எடுத்துக்காட்டுவதே இக்கட்டுரையின் நோக்கமாகும்.

இராமகாதையில் பரதனைப் போற்றாத பாத்திரங்கள் ஒருவருமிலர். முதன்முதல் பரதனை நமக்கு அறிமுகப்படுத்தும் இடத்திலேயே கவியரசர் கம்பர், பரதன் நீதியின் நிலையமாக விளங்குகின்ற தன்மையை அழகாக எடுத்துரைக்கின்றார்.

நீதியென்னும் பெருவெள்ளம், தடுத்தற்கரிய வேகத்துடன் ஓடியும், கடைசியில் பாய்ந்து பெருகுதற்குரிய பள்ளமாய் விளங்குபவன் நம் பரதனே யென்று, முனிவன் மிதிலை மன்னனிடம் எடுத்துரைக்கும் நயம் கற்றோர் உளத்திற்கு கழிபேருவகை தருவதாகும்.

"தள்ளஅரிய பெருநீதித்
தனிஆறு புகமண்டும்
பள்ளம் எனும் தகையானைப்
பரதன் என்னும் பெயரானை
எள்ள அரிய குணத்தாலும்
எழிலாலும் இவ்இருந்த
வள்ளலையே அனையானைக்
கேகயர்கோன் மகள் பயந்தாள்" *(657)*

என்பது நல்லியல் கவிஞரின் நலமுடை வாக்காகும்.

அறத்தின் வழிகின்ற ஆரியர்கோனுக்கு, முடிசூட்ட விரைகின்றான் மன்னர் மன்னன். "இன்னல்செய் இராவணன் இழைத்த தீமை"யெல்லாம் திரண்டுருவெடுத்த கிழக்கூனியின் மாற்றத்தால் மனம் திறம்பிய கேயர்கோமகள், "ஆழிசூழ் உலகமெல்லாம் பரதனே யாள"வும், இராமன், "தாழிருஞ் சடைகள் தாங்கித் தாங்கரும் தவம் மேற்கொண்டு", பதினான்காண்டு கானகத்தில் அலையவும் வேண்டும் என்னும் வரங்களை மன்னனிடம் பெறுகின்றாள்.

இவ்வாணையைத் தலைமேற் கொண்ட காகுத்தன், தன் காதல் தாயாம் கோசலையை யடுத்துச் சொல்லும் மொழிகளில் பரதனது பண்பு பரந்து விளங்கக் காணலாம்.

"நின்காதல் திருமகன்
பங்கம்இல் குணத்து எம்பி, பரதனே
துங்க மாமுடி சூடுகின்றான்" *(1608)*

என்று தன்னைப் பெற்ற தாய் - தனது முடிசூட்டு விழாவை எதிர்பார்த்து நிற்கின்ற தாயிடம், தனக்கே முடிசூட்டப்பெறும் என்பதை ஆவலுடன் எதிர்பார்த்து, பின்னர்த் திடீரென ஏமாற்றமடைந்த இராமன் கூறுஞ் செம்மொழி பரதனது பங்கமில் குணத்தைப் பெரிதும் விளக்குகின்றதன்றோ? இம்மட்டோ? இராமன்தான் இவ்விதம் கூறினன் என்றால், அவனைப் பெற்ற தாயும்,

"முறைமைஅன்று என்பது ஒன்றுஉண்டு; மும்மையின்
நிறைகுணத்தவன் நின்னினும் நல்லன்" *(1609)*

என்றே பரதனைப் போற்றியுரைக்கின்றாள்.

"கேகயர் கோமகள் இழைத்த கைதவம்" பரதனுக்கு ஒரு சிறிதும் உடன்பாடன்று என்பதைக் கவியரசர் கம்பர் வலியுறுத்தும் இடங்கள் காவியத்தில் பலவுள.

கைகேசியின் சூழ்வினையால் சோகமுற்ற மன்னவனும், "கொள்ளான் நின்சேய் இவ்வரசு" என்றே பரதனது உயரிய பண்பைப் பாராட்டுகின்றான். பரதன் தன் தாயாம் கைகேசியின் சூழ்வினையால் தன் முன்னவன் நாடிறந்து காடு போகவும், அதனால் மன்னர் மன்னவன் உயிர் துறக்கவும் நேர்ந்தது என்பதை உணர்ந்த காலத்து,

"கொற்றவன் முடிமணக் கோலம் காணவும்
பெற்றிலை போலும்நின் பெரிய கண்களால்" *(2156)*

என்று தன் தாதை தயரதனுக்காக இரங்கியும்,

"சுழிஉடைத் தாயுடைக்
கொடிய சூழ்ச்சியால்
வழியுடைத் தாய் வரும்
மரபை மாய்த்து ஒரு

> பழிஉடைத்து ஆக்கினன்
> பரதன் பண்டு' எனும்
> மொழிஉடைத்து ஆக்கலின்
> முறைமை வேறுஉண்டோ?"   (2175)

என்று தன் தாயின் செயலைக் கடிந்து, அவளது செயலால் தனக்குற்ற பெரும் பழியை நினைந்து நினைந்து உருகுகின்றனன். இன்னும்,

> "உந்தையோ இறந்தனன்; உம்முன் நீத்தனன்;
> வந்ததும் அன்னைதன் வரத்தினால், மைந்த! நீ
> அந்தம்இல் பேர்அரசு அளித்தி"   (2254)

என்று வசிட்ட முனிவர் பரதனை வேண்ட இவ்வுரை கேட்ட பரதன் "நஞ்சினை நுகரென நடுங்குவாரினும், அஞ்சினன் அயர்ந்தனன்" என்று கம்பர் தீட்டுஞ் சித்திரம் பரதனது மனப்பான்மையைப் பெரிதும் விளக்குவதாகும்.

தந்தையும் இறந்துபடத் தமயனையும் துறந்து வருந்திய நம்பி அண்ணல் அன்றித் தானரசாள்வது முறைமையன்று என்பதை உணர்ந்தவனாகித் தமையனை அழைத்துவந்து, ஆட்சியை ஏற்றுக்கொள்ளுமாறு வேண்ட நினைத்து நகர மக்களோடும் நால்வகைச் சேனைகளோடும் நாடிறந்து காடுநோக்கிச் செல்கின்றான்.

> "வற்கலையின் உடையானை
> மாசுஅடைந்த மெய்யானை
> நற்கலைஇல் மதிஎன்ன
> நகைஇழந்த முகத்தானைக்
> கல்கனியக் கனிகின்ற
> துயரானைக் கண்ணுற்ற"   (2331)

கங்கை யிருகரையுடைய நாவாய் வேந்தன்,

> "தாய்உரை கொண்டு தாதை
> உதவிய தரணி தன்னைத்
> தீவினை என்ன நீத்துச்
> சிந்தனை முகத்தில் தேக்கிப்
> போயினை என்ற போழ்து
> புகழினோய்! தன்மை கண்டால்

"ஆயிரம் இராமர் நின்கேழ்
ஆவரோ தெரியின் அம்மா" (2337)

என்று பரதனது பண்பைப் புகழ்ந்து கூறும் உரை சாலவும் அழகிதாக அமைந்துள்ளது.

"மன்புகழ் பெருமை நுங்கள்
மரபினோர் புகழ்கள் எல்லாம்
உன்புகழ் ஆக்கிக் கொண்டாய்
உயர்குணத்து உரவுத் தோளாய்" (2338)

என்று வேடர் வேந்தனாம் குகன் பரதனது புகழ் குன்றாத பெருஞ்செயலைப் போற்றியுரைக்கும் மாற்றம் கம்பர் கவி நலத்தால் அமைந்த ஒரு பொருளாகும்.

இன்னும், கங்கையைக் கடந்து இராமன் தங்கியிருக்கும் இடத்தினையே நினைந்து, வருகின்ற இவனையும் இவனது சேனையையும் கண்ட இலக்குவன் பரதன் படையுடன் போர் செய்ய வருகின்றான் என்று தன் அண்ணனிடம் எடுத்துரைத்துச் சீறி நிற்கும் பொழுது, இராமன் பரதனது பண்பைப் பாங்குற அறிந்து,

"சேண்உயர் தருமத்தின்
தேவை, செம்மையின்
ஆணியை நீ அன்னது
நினைக்கல் ஆகுமோ?" (2421)

என்று செம்மைசான்ற சொற்களால் பரதனது பெருமையை எடுத்துரைக்கும் நயம் சாலவும் அழகிதாகும். இம்மட்டன்று.

"எத்தாயர் வயிற்றினும்
பின்பிறந் தார்கள் எல்லாம்
ஒத்தால், பரதன் பெரிது
உத்தமன் ஆதல் உண்டோ?"* (3977)

என்று இராமன் இலக்குவனிடம் கூறும் நயஞ்சான்ற மொழிகளில், பரதனது பண்பை, இலக்குவனது தன்னலமற்ற தொண்டை விட இராமன் பெரிதும் மதித்துள்ள தன்மை புலனாகும்.

---

* எத்தாயர் வயிற்றினிற் பின்பிறந் தார்கள் எல்லாம்
  ஒத்தார், பெரிதும்பரதன் உத்தம னாவதுண்டோ?"
  – என்பது கட்டுரையாளரின் பதிவு.

பரதனது குன்றாத புகழைப் போற்றாதார் ஒருவருமிலர் என்று யான் முன்னர் எடுத்துக் கூறியதை ஒட்டி இன்னுஞ் சில சான்றுகள் தர விழைகின்றேன்.

கிட்கிந்தை நாட்டின் வானர வீரனாய் விளங்கிய வாலி இராமனது அம்பிற்கு இலக்காகி, மருமத்திடை ஊறுதாங்கு அமர்க்களத்திடையே கிடக்கின்றான். அறநெறிக்கு மாறாக மறைந்து நின்று அம்பெய்த ஆரியர்கோன் நீதியின் நிலையமாய் விளங்கும் பரதனுக்குத் தமயனாய் அமையும் தகுதியற்றவன் என்று கடல் கடைந்த வெங்கரதலங்களையுடைய வானரவீரன் கூறும் மொழிகள் பரதனது நெறிதவறா நீர்மையை உலகுக்குப் பறைசாற்றுகின்றது.

“வாய்மையும் மரபும் காத்து
மன்உயிர் துறந்த வள்ளல்
தூயவன் மைந்த னேநீ
பரதன்முன் தோன்றினாயே” *(4018)*

என்று வாலியின் கூற்றாக, கம்பர் கவிகூறும் நலம் நாம் போற்றத் தக்கதொரு இடமாகும்.

இனி இப் “பள்ள நீர் வெள்ளமன்ன பரதன்” நந்தியம்பதியிடை நாதனது பாதுகைகளையே அரியாசனத் திருத்தி, தனது ஐம்பொறி களையும் அடக்கி, அந்தியும் பகலும் நீரறாத கண்ணினனாய்ச் செங்கோல் செலுத்திய முறையைப் போற்றும் கவிநலம் அழகுடையதாகவே அமைந்துள்ளது. பரதன் கொண்டுள்ள தவ வேடத்தை பரத்துவ முனிவரும்,

வெயர்த்த மேனியன்; விழிபொழி
மழையன்; மூவினையைச்
செயிர்த்த சிந்தையன்; தெருமரல்
உழந்துஉழந்து இழிவான்;
அயிர்த்து* நோக்கினும் தென்திசை
அன்றிவேறு அறியான்;
பயத்த துன்பமே உருவுகொண்
டென்னலாம் படியான்” *(10143)*

என்று போற்றி யுரைக்கின்றார்.

---

* அயர்த்து – கட்டுரையில் இடம்பெற்ற சொல்.

துன்பமெல்லாம் திரண்டுரு வெடுத்த தென்னும்படியாக, திசைநோக்கித் தொழுத கையனாய் இருந்த நிறைகுணத்தவனது தவக்கோலம் அவனது பண்புடை உள்ளத்தைப் பெரிதும் விளக்குவதாகும்.

"மன்னின்பின் வளநகரம் புக்கு
இருந்து வாழ்ந்தானே பரதன்" *(10173)*

என்னும் பழிச்சொல் இவ்வுலகில் நின்று நிலவாது காத்து வள நகரின் புறத்திருந்தே அருந்தவந் தொடங்கிய பரதனது மனப்பான்மையை யாரே கணிக்கவல்லார்?

இன்னும் சிறையிருந்த செல்வியாம் சீதையும் பரதனது பண்பை ஏற்ற இடந்தோறும் போற்றி யுரைக்கின்றாள். அமரர்தம் புகழ் விழுங்கிய அரக்கர்கோன் அவளை வஞ்சனையால் கவர்ந்து எடுத்துச் சென்றபோது, அச்செயலால் இரவி குலத்திற்கே சேர்ந்த அரும்பழியை நினைந்து வருந்திய சீதை,

"வரதா! இளையோய்!
மறு ஏதும்இலாப்
பரதா, இளையோய்!
பழிபூ ணுதிரோ" *(3395)*

என்று பன்னிப் பன்னி பரதனது பழிபூணா உள்ளத்தை வியந்தோதுகின்றாள். தான் அரக்கர்கோன் சிறையடைந்து பல நாளாகியும், தன் தலைவனான இராமன் தன்னை இதுவரை சிறை மீட் காததைக் கண்ட தலைவியினது உள்ளத்தில்,

"தன்னை நோக்கி
உலகம் தளர்தற்கும்
அன்னை நோய்க்கும்
பரதன்அங்கு ஆற்றும்
இன்னல் நோய்க்கும்அங்கு
ஏகுவது அன்றியே*
என்னை நோக்கி,இங்கு
எங்ஙனம் எய்துமோ?" (5381)

என்னும் ஐயமே நின்று நிலவுகின்றது.

---

* இன்னல் நோய்க்கும் அங்கு ஓடுவ தன்றியே – கட்டுரையாளர் பதிவு.

சீதையின் மீட்சியைவிட பரதனது தவத்திற்கு அருள் செய்தலே தன் முதற்கடன் எனக் குறிப்பான் தன் தலைவன் என்று இரங்குகின்ற சீதையின் உள்ளம் பரதனது மாசற்ற உள்ளத்தையும் தவப் பெருமையினையும் அழகாக எடுத்துரைக்கின்றது.

தவமே உருவெடுத்தன்ன தலைமகனான பரதன் பதினான்காண்டு அருந்தவஞ் செய்தும் அண்ணல் அருள் செய்யாதது கண்டு எரியில் விழுந்து இறக்கத் துணிகின்றான். "தன்புகழ் தன்னிலும் பெரிய தன்மையை" உடைய இவனது மனப்பான்மையை உணர்ந்த கோசலை,

"எண்இல் கோடி இராமர்கள் என்னினும்
அண்ணல்நின் அருளுக்கு அருகு ஆவரோ*
புண்ணியம் எனும் நின்உயிர் போயினால்
மண்ணும் வானும் உயிர்களும் வாழுமோ?" *(10176)*

என்று வாய்விட்டுக் கதறுகின்றாள்.

இந்த நிலையில் அண்ணலும் தன்வரவை அனுமன்மூலம் அறிவித்துப் பண்புமிக்க பரதனை ஆட்கொண்டு பரதன் வெண் குடை கவிக்க, அரியாசனத் தமர்ந்து அரசு செய்வானாயினான்.

இதுவரை பரதனது பண்பு இராமகாதையில் எவ்விதம் இலங்குகின்றதென்பதையும், பரதனை இராமாயண பாத்திரங்கள் பலரும் எவ்வாறு போற்றிப் புகழ்கின்றார்கள் என்பதையும் எடுத்துக் கூறினேன்.

இனி, கவியரசர் கம்பர் இவனைப் பற்றிக் கொண்டுள்ள கருத்துத் தான் என்னை யென்பதை ஒன்றிரண்டு குறிப்புக்களால் விளக்கி இக்கட்டுரையை முடிக்கின்றேன்.

"நியாயம் அத்தனைக்கும் ஓர் நிலையமாகினான்" பரதன் என்பதே இவனைப் பற்றிக் கம்பர் கொண்டுள்ள கருத்து என்று சுருக்கமாகக் கூறுவதே மிகவும் பொருத்தமுடைத்து. இன்னும்,

"எள்ள அரிய குணத்தாலும்
எழிலாலும் இவ்விருந்த
வள்ளலையே அனையானைக்
கேகயர்கோன் மகள் பயந்தாள்" *(657)*

* 'அருளுக் காளாவரோ?' கட்டுரையில் இடம்பெற்ற தொடர்.

என்று செம்மைசான்ற சொற்களால், குணத்திலும் எழிலிலும் இராமனை ஒத்த நிலையில் முனிவனால் வைக்கப் பெற்ற பரதனே பின்னர் வேடர் குலத்தவனாம் குகனால்,

> "ஆயிரம் இராமர் நின்கேழ் ஆவரோ
> தெரியின் அம்மா" (2337)

என்று ஆயிரம் இராமரும் பரதனுக்கு இணையான புகழ் படைக்கும் தகுதியுடையவர் அல்லர் என்று போற்றப்படுகின்றான். இதே பரதனை,

> "எண்இல்கோடி இராமர்கள் என்னினும்
> அண்ணல்நின் அருளுக்கு அருகுஆவரோ?" (10176)

என்று கோசலை எண்ணில் கோடி இராமரும் ஒரு பரதனுக்கு உவமையாகார் என்று கூறுவது, கம்பரது மனப்பான்மையையும் அவர் பரதனைப் பற்றிக் கொண்டுள்ள கருத்தையும் தெள்ளிதில் விளக்கும்.

எவ்விதமாய் ஆய்ந்தாலும், இராமகாதையில் இராமனைவிடப் புகழ்படைத்த பெருமான் ஒருவன் உண்டெனில் அவன் பரதனேயாக வேண்டும் என்பதே கம்பர் தம் கொள்கையாய்க் காவிய முழுதும் இலங்கக் காண்கின்றோம்.

> "கல்வியும் இளமையும் கணக்குஇல் ஆற்றலும்
> வில்வினை உரிமையும் அழகும் வீரமும்
> எல்லைஇல் குணங்களும் பரதற்கு ஏயது*" (1468)

என்று கூனிவாய்ப்பெய்து கூறுவதே பரதனைப் பற்றிச் சுருக்கமாகக் கூறும் கம்பர்தன் கருத்தாகும்.

இராமகாதை யென்னும் பெருநூலில் இலங்கிடும் பாத்திரங்கள் பலருள்ளும், "தன் பெருங்குணத்தால் தன்னில் தானலது ஒப்பிலாதவனாய் இலங்கிய பெருமை" பரதன் ஒருவனுக்கே உரியது என்பதே எமது தாழ்மையான கருத்தாகும் என்று கூறி என் பணி முடிக்கின்றேன்.

○

---

* எல்லைஇல் குணங்களும் பரதற்கு எய்திய
  – என்பது கம்பன் கழகப் பதிப்பு.

11

புகழுடம்பு பெற்ற புனிதன்

கவியரசர் கம்பர் தம் கவிதையில், புகழ்பெறுதலையே தன் முக்கிய நோக்கமாகக் கொண்டு வாழ்ந்து அந்நோக்கம் முட்டின்றி நிறைவேறத் தன்னுயிரையும் கொடுத்த பெருமகன் ஒருவன் உண்டெனில் அவன் சடாயுவேயாக வேண்டும்.

“தன்னுயிர் புகழ்க்கு விற்ற சடாயு” என்று கவியரசர் கூறுஞ் செஞ்சொற்களே அவன்றன் பெருமையை இனிது விளக்கும்.

அயோத்தி நகரை அறநெறிவழாது ஆண்ட அண்ணலான தயரதனின் உயிர்த்துணைவனாய் அமைந்த கழுகரசன் பஞ்சவடியைத் தன்னிருப்பிடமாகக் கொண்டு வாழ்ந்து வருகின்றான்.

‘தாயுரைசெய், தந்தையேவ’ கானாளச் சென்ற கமலக் கண்ணானான இராமன் பஞ்சவடியில் அஞ்சாத நெஞ்சு படைத்த கழுகின் வேந்தனைக் காண்கின்றான்.

“முந்துஒரு கருமலை முகட்டு முன்றிலின்
சந்திரன் ஒளியொடு தழுவச் சார்த்திய

அந்தம்இல் கனைகடல் அமரர் நாட்டிய
மந்தர கிரிஎன வயங்கு வான்தனை" *(2692)*

கண்ட வீரர் இருவரும் கழுகுருக் கொண்டு கானகத்தில் கரந்துறையும் அரக்கனோ இவன் என்று முதலில் ஐயுற்றார்கள்.

எனினும் பின்னர் அவன் இவர்களை யாவர் என வினவி இவர்கள் தயரதன் மக்கள் என்பதறிந்தபின் தன் அன்பன் மக்கள் தன்னை அடைந்ததால் உவகை மிக்கடைந்து பின்னர், "வேந்தர் வேந்தன்றன் வரைத் தடந்தோளிணை வலியவோ" என்று கேட்கவும், அதற்கு மாற்றமாக மன்னன் மைந்தர்கள் "மறக்கமுற்றாதன வாய்மை காத்தவன் துறக்கமுற்றான்" எனச் சொல்லவும், "இறக்கமுற்றான் என ஏக்கம் எய்தினான், உறக்க முற்றான் என உணர்வு நீங்கினான்" என்று கவியரசர் கழுகரசன் காவலன்பால் கொண்ட காதலை இனிது விளக்குவாராயினர்.

தசரதன் இறந்ததை உணர்ந்த கழுகரசன் அரற்றும் உரைகள் அளவிறந்தன. மன்னன் மைந்தரைத் தன் மக்களாகவே கருதி,

"மருவஇனிய குணத்தவரை இரு சிறகால்
உறத்தழுவி மக்காள்! நீரே
உரியகடன் வினைஏற்கும் உதவுவீர்;
உடல்இரண்டுக்கு உயிர்ஒன்றுஆனான்
பிரியவும்தான் பிரியாதே இனிதுஇருக்கும்
உடல்பொறைஆம்; பீழை பாராது
எரிஅதனில் இன்றேபுக்கு இறவேனேல்
இத்துயரம் மறவேன்" என்று *(2716)*

எருவை மன்னன் தயரதன் ஆவி நீத்தபின் தான் உயிர் வாழ மனமற்றவனாய் எரியில் விழுந்து இறக்கத் துணிகின்ற ஒரு செயலே உண்மைக் காதலின் உயரிய நிலையை உணர்த்துவதாகும்.

இவ்வாறு உயிர்விட்டுத் துறக்கம் புக எண்ணிய ஏந்தலை மக்கள் இருவரும் இடைவீழ்ந்து தடைசெய்ய, அவர்தம் நலம் கருதி உயிர்தாங்கி வாழ இசைகின்றான். இராம வீரன் கானகம் எய்திய காரணம் அறிந்தபோது,

"உந்தை உண்மையன் ஆக்கி, உன் சிற்றவை
தந்தை சொல்லைத் தலைக்கொண்டு, தாரணி

வந்த தம்பிக்கு உதவிய வள்ளலே
எந்தை வல்லது யாவர் வல்லார்?'' *(2723)*

என்றும்,

"வல்லை மைந்த அம்மன்னையும் என்னையும்
எல்லைஇல் புகழ் எய்துவித்தாய்'' *(2724)*

என்றும் கூறும் செம்மை சான்ற சொற்கள் அவன் அறநெறி தவறா அருந்தகை என்பதை விளக்கும்.

தாதையிழந்த மைந்தர்க்குத் தாதையாய் அமைந்து 'காட்டில் வைகுதிர் காக்குவன் யானெ'ன்று ஆறுதல் மொழிகள் பலகூறி தான் தயரதன்பால் கொண்டுள்ள ஆழ்ந்த காதலின் அளவை வெளியிடுகின்றான்.

கழுகரசன் காவலில் கானகத்தே வீரர் வாழ்ந்து வருங்கால், அரக்கர்கோன், வஞ்சனையால் சீதையைக் கவர்ந்து இலங்கை நோக்கிப் புறப்பட்டான்.

தன்னிலை யுணர்ந்த சீதை சோகமுற்றுப் புலம்புகின்றாள். தான் செல்லும் ஆகாய வீதிவழியே உதவி செய்ய வருவார் ஒருவரையும் காணாது,

"மலையே மரனே மயிலே குயிலே
கலையே பிணையே களிறே பிடியே
நிலையே உயிரே நிலைதே றினர்போய்*
உலையா வலி யாருழை நீர் உரையீர்" *(3393)*

என்று மலையையும், மானையும், மயிலையும், குயிலையும், கலையையும், பிணையையும் கூவியழைத்து, அவைகளிடத்தெல்லாம் தனது துயரை அறிவிக்கின்றாள்.

இவள் தன் புலம்பலைக் கேட்ட கழுகரசன் அவ்விடம் விரைந்து வந்து சேர்கின்றான். தன் மருகிக்கு உற்ற துயரை உணர்கின்றான்.

"சஞ்சலம் கலந்தபோது
தையலாரை உய்யவந்து
அஞ்சல் அஞ்சல் என்கிலாத
ஆண்மை என்ன ஆண்மையே" *(714)*

---

* நிலை நேடினிர்போய் – கம்பன் கழகப் பதிப்பு.

என்று எண்ணி அருந்துயரில் ஆழ்ந்த மங்கைக்கு அபயமளிக்கின்றான். அபயமளித்த அணங்கைக் காக்க அரக்கர்கோனுடன் போரேற்று நிற்கின்றான். அரக்கர்கோனான இராவணனோ பல படைக்கலங்களுடன் நிற்கின்றான். நம் கழுகரசனோ தன் இறகையும் மூக்கையும் நகத்தையும் பல்லையுமே படையாகக் கொண்டு போர் புரிகின்றான். இவ்விதம் இருந்தும் பறவை வேந்தன் அரக்கர்கோனது வீணைக் கொடியைப் பற்றி யொடித்தான். வில்லைப் பல்லால் பறித்தான். தடக்கை வில்லைத் தோளாலிறுத்தான். பன்மணித்தண்டு பறித்தெறிந்தான். இச்செயல்களைக் கண்ணுற்ற அரக்கர்கோனும் ஆற்றாத சீற்றம் கொண்டு ஓர் கூரிய வேற்படையைச் சுழற்றி யெறிந்தான். அவ்வேலும் வீரஞ்செறிந்த கழுகரசனின் இறகைத் துளைக்க வலியற்று,

> "பொன் நோக்கியர் தம்புலன்
> நோக்கிய புன்கணோரும்
> இன்நோக்கியரில் வழிஎய்திய
> நல்வி ருந்தும்
> தன்நோக்கிய நெஞ்சுடை, யோகியர்
> தம்மைச் சார்ந்த
> மென்நோக்கியர் நோக்கமும் ஆம்என
> மீண்டது அவ்வேல்" *(3435)*

என்று அவ்வேல் மீண்ட தன்மையைக் கம்பர் எடுத்துக் கூறும் நயம் நலஞ்சான்றதாகும்.

வேசியர் நலத்தை விரும்பும் காசற்றவர் கருத்துப் போலும் தவஞ்செய்யுந் தன்மை வாய்ந்த மாதவர்பால் சென்ற மங்கையர் நோக்கம் போலும், இராவணன் விடுத்த வேல் கழுகரசன் இறகைத் துளைக்க வலியற்று மீண்டது என்று அழகொழுக எழுதியமைக்கின்றார் கவியரசர்.

இவ்வாறு தன்படை வலியற்றுப் போனதைக் கண்ட வீரன் கடைசியாக ஈசன் அருளிய மந்திர வாளால் எருவை வேந்தனை எறிகின்றான். வலியுடைய வாளுக்கு ஆற்றாது கழுகரசன் மயங்கி வீழ்ந்தான். மன்னன் வீழ்ந்ததைக் கண்ட மங்கையும்,

> "அல்லல் உற்றேனை வந்து 'அஞ்சல்' என்ற இந்
> நல்லவன் தோற்பதே? நரகன் வெல்வதே?

வெல்வதும் பாவமே? வேதம் பொய்க்குமே?
இல்லையோ அறம்? என இரங்கி ஏங்கினாள்' *(3448)*

என்று கவியரசர் கவியாற்றுகின்றார்.

இலங்கை வேந்தனது வலியறிந்தும் தன்னை அடைக்கலமென்றடைந்த சீதைக்கு அபயமளித்த காரணத்திற்காக அவனுடன் எதிர்த்துப் போர்செய்து வீரசுவர்க்கம் அடைந்த சடாயுவை இராம வீரனும் போற்றி மகிழ்கின்றான்.

"சரண் எனக்கு யார்கொல்?' என்று
சானகிஅழுது சாம்ப
'அரண் உனக்குஆவென்; வஞ்சி
அஞ்சல் என்று அருளின் ஓம்பி
முரணுடைக் கொடியோன் கொல்ல
மொய்அமர் முடித்துத் தெய்வ
மரணம் என் தாதை பெற்றது
என்வயின் வழக்குஅன்று ஆமோ'' *(6477)*

என்று இராமன் தன்னை வந்தடைந்த வீடணனைத் தன் கூட்டத்தோடு சேர்த்துக்கொள்ளுதல் தகாது என்று பலர் சொல்லிய காலத்து எடுத்துக் காட்டும் ஒரு சிறந்த சான்றாக இப் பாகம் அமைந்துள்ளது.

'தன்னுயிர் புகழ்க்கு விற்ற பெருமகன் சடாயு' என்று சொல்லின் செல்வனாம் அனுமன் கூறுஞ் சொற்கள் கழுகரசன் வாழ்க்கையின் வளனை விளக்குவதாகும்.

ஏற்ற போரில் கழுகரசன் வெற்றி பெற்றிலன் எனினும் கழுகின் காவலனை வென்ற பெருமை இராவணனுக்கு உரியதன்று என்பதே கம்பர் தங் கருத்தாகும்.

இமையா முக்கண் ஈசனது வாளின் வலிமையாலன்றி பறவை யரசனை இலங்கை வேந்தன் வென்றிருத்தல் இயலாது என்பதை அப்போரைக் கண்ணால் கண்ட மங்கையே உணர்ந்து கூறுகின்றாள். கழுகரசனைத் தான் வென்று விட்டதாகச் செருக்கடைந்திருந்த இராவணனை நோக்கி,

"தோற்றனை பறவைக்கு அன்று',
துள்ளும்சீர் வெள்ளம் சென்னி

ஏற்றவன் வாளால் வென்றாய்;
அன்று எனின் இறத்தி அன்றே” *(5188)*

என்று இகழ்ந்து கூறும் மொழிகளில் கழுகரசனின் வீரம் கனிந்து விளங்கக் காணலாகும்.

இன்னும் படைக்கலமில்லாப் பறவையைத் தன் படைவலியால் கொன்ற ஒரு செயலும் அரக்கர்கோனுக்கு அமைந்த புகழாமா? ஒருகாலுமன்று. படைக்கலமில்லாத அந்நிலையிலும் கழுகரசன் படைக்கலத்துடன் போர் செய்த இலங்கைவேந்தனுக்கு ஒரு சிறிதும் இன்னல் இழைத்தானல்லன் என்பதும் ஈசன் அருளிய வாள்வலிக் காற்றாது உயிர் துறந்தனன் என்பதும் கவிஞர் கருத்தாக இலங்கக் காண்கின்றோம்.

கழுகரசன் தன் மக்கள்பால் கொண்ட காதலை அம் மக்களும் மறந்தவரல்லர். இலங்கை நகரிலே இந்திரசித்தனது படை வலியால் தம்பியும் ஏனைய வானர வீரர் அனைவரும் மயங்கிக் கிடந்ததைக் கண்ட இராமன்,

“தாதையை இழந்தபின் சடாயு இற்றபின்
காதலின் துணைவரும் மடியக் காத்துஉழல்
கோதுஅறு தம்பியும் விளியக் கோள்இலன்
சீதையை உகந்து உளன் என்பர், சீரியோர்” *(8781)*

என்று கூறும் மொழிகளில் அப்பெருமகன் சடாயுவின்பால் வைத்திருந்த காதல் திறம் விளங்கக் காணலாகும்.

இன்னும் அம் மேகநாதன் மாய சீதையை வாளால் எறிந்து கொன்றான் என்பதை அறிந்த காலத்து,

“தாதைக்கும் சடாயுவான
தந்தைக்கும் தமியள்ஆன
சீதைக்கும் கூற்றம் காட்டித்
தவிர்ந்திலது ஒருவன் தீமை” *(8917)*

என்று மன்னவன் மைந்தன் மயங்கிக் கூறுகின்றான்.

தன் தாதைபால் வைத்த காதலையே இராமவீரன் இக் கழுகரசனிடமும் வைத்துள்ளான் என்பதைக் கவியரசர் அழகாக எடுத்தெடுத்துரைக்கின்றார்.

இராமன் கழுகரசன்பால் கொண்டுள்ள காதலின் தன்மையை இலக்குவனும் அறிந்துள்ளான் என்பதற்கும் ஒரு சான்றுண்டு.

அறநெறி தலைநின்ற ஆரியர் கோனான இராமன் அமர் தொடங்குமுன் அங்கதனைத் தூது போக்க விரைகின்றான். அப் போழ்தத்து தூது அவசியமின்று என்று எடுத்துக் கூறப்போந்த இளைய வீரன் அரக்கர்கோன் செய்துள்ள அழிம்புகளையெல்லாம் எடுத்துரைத்தும் அண்ணல் அரக்கன்பால் வைத்த இரக்கம் மாறாமை கண்டு கடைசியாக அரக்கர்கோன் சீதையை அவனிட மிருந்து பிரித்ததையும் அவனைக் காக்கப் போந்த பறவை வேந்தனைக் கொன்றதையும் எடுத்துக் கூறி உருக்கமாக இறைஞ்சுகின்றான்.

"வாழியாய்! நின்னை அன்று
    வரம்புஅறு துயரின் வைகச்
சூழ்விலா மாயம் செய்து உன்
    *துணைவியைப் பிரிவு சூழ்ந்தான்
ஏழைபால் இரக்கம் நோக்கி
    ஒருதனி இகல்மேல்சென்ற
ஊழி காண்கிற்கும் வாழ்நாள்
    உந்தையை உயிர் பண்டு உண்டான்"   (6978)

என்று இலக்குவன் இயம்புகின்றான்.

தன் மக்கள் பால் இறவாது அன்பு பூண்டொழுகிய கழுகரசனைப் போலவே இராமவீரனும் இளைய கோவும் அவன்பால் மாறாத காதலுடையவர்களாய் விளங்குகின்றார்கள்.

தன்னுயிர் புகழ்க்கு விற்ற பெருமகனாய் இலங்கிய பெருமை கழுகின் காவலனான சடாயுவிற்கே உரியதாகும் என்று கூறுதல் மிகவும் பொருத்தமுடையதேயாகும்.

- ஆனந்த போதினி, மே-1932.

---

* தேவியை – என்பது கட்டுரையாளர் தரும் பதிவு.

12

அங்கதன் அருந்திறல்

"அன்புஅறிவு ஆராய்ந்த சொல்வன்மை
 தூதுரைப்பார்க்கு
இன்றியமையாத மூன்று"   (682)

என்பது வள்ளுவர் இன்குறள்.

பண்டைத் தமிழகத்தின் அரசியலை, ஐம்பெரும் குழுவும் எண் பேராயமும் அழகு செய்தன என்பதைச் சரித்திரம் உணர்ந்த பலரும் அறிவர்.

ஐம்பெருங்குழுவின் ஒரு பகுதியினராய் அமைந்த தூதுவர்க்கு, தாம் அண்டி வாழும் அரசனிடத்து அன்புடைமையும், அவனுக்கு ஆங்காரியங்களை அறியும் அறிவுடைமையும், அவைகளை மாற்றாரிடத்துச் சொல்லும்போது ஆராய்ந்து சொல்லுதற்குரிய சொல்வன்மையும் இன்றிமையாது வேண்டப்படும் குணநலமாகும் என்று தமிழ்ப் பெருமகனாம் வள்ளுவர் இலக்கணம் கூறுகின்றார்.

இவ்விலக்கணத்திற்குப் பொருத்தமாய் அமைந்த தூதுவர் கவியரசர் கம்பர் கவிதையில் அநுமனும் அங்கதனுமாவர் என்று கூறுவது மிகையாகாது.

வானர நாட்டின் வீரனாய் விளங்கிய வாலியின் மைந்தனாய் அங்கதன் அமைந்து வாழ்கின்றான்.

கடல் கடைந்த வெங்கர தலங்களையுடைய வாலி இராமனது அம்பிற்கு இலக்காகி, அமர்க்களத்திடை அலமந்து வீழ்ந்து கிடப்பதைக் கண்ட அங்கதன் அகங்குழைந்து அழுகின்றான்.

"தறை அடித்தது போல் தீராத்
 தகைய இத்திசைகள் தாங்கும்
கறைஅடிக்கு அழிவு செய்த
 கண் டகன் நெஞ்சம் உன்றன்
நிறைஅடிக் கோல வாலின்
 நிலைமையை நினையும் தோறும்*
பறைஅடிக்கின்ற அந்தப்
 பயம் அறப் பறந்தது அன்றே" (4084)

என்றும்,

"குலவரை நேமிக் குன்றம்
 என்றவான் உயர்ந்த கோட்டின்
தலைகளும் நின்பொன் தாளின்
 தழும்பு இனி, தவிர்ந்தஅன்றே?
மலை கொளும் அரவும் மற்றும்
 மதியமும் பலவும் தாங்கி
அலைகடல் கடைய வேண்டின்
 ஆர் இனிக் கடைவர்? - ஐயா" (4085)

என்று கலங்கி யழுது, தன் தாதையின் அரிய செயல்களின் அருந்திறன் அறிந்து போற்றும் அங்கதன் உள்ளம் கற்றார் உளத்திற்குக் கழிபேருவகை தருவதாகும்.

மருமத்திடை ஊறு தாங்கி மயங்கிக் கிடக்கும் வானர வீரன் தன் அருமை மகனை அன்புடன் அழைத்து அவனுக்குத் தேறுதல் மொழிகள் பல கூறி இராமனது பெருமையினை எடுத்துரைத்து அவனை, "மால் தரும் பிறவி நோய்க்கு மருந்தென நினைந்து அவனடி வணங்கி வாழ்வாயாக" என்று ஆசி கூறுகின்றான்.

---

* நிலைமையை உன்னுந் தோறும் – கட்டுரையாளர் பதிவு.

இத்துடன் தன் அருமந்த மகனை, பொய்யுடை உள்ளத்தார்க்குப் புலப்படாப் புலவனிடம் அடைக்கலம் என்று ஒப்புவித்துப் பின் உயிர் நீத்தனன் என்பர் கவியரசர்.

அங்கதனும் தந்தையின் மொழியைத் தலைமேற் கொண்டு, இராம வீரனது பாதம் பணிந்து அவனது பணியாற்றுதலே தன் பெருந்தவம் என நினைந்து ஒழுகுவானானான்.

இராமனது பணியைத் தலைமேற்கொண்ட அங்கதன் சிறையிருந்த செல்வியாம் சீதையைத் தேடும் செம்மை சான்ற செயலில் ஈடுபட்ட வானர வீரர்களில் தென் திசை நோக்கிச் செல்லும் தானைத் தலைவனாய் அமைந்து புறப்படுகின்றான்.

இவனுடன் சேர்ந்த வீரர் அனைவரும் காடும் மலையும் கடந்து, மகேந்திர மலையின் அடியில் வந்து சேர்கின்றார்கள். இதுவரை புகை புகா வாயிலும் புகுந்து தேடிச் சீதையைக் காணாது அகம் நொந்து அங்கதன் குழைந்து சாய்கின்றான். தான் ஏற்ற பணியைச் செய்து முடிக்க வலிமையற்று, இராமனிடம் சென்று சீதையை எங்குந் தேடியும் காணவில்லை என்று சொல்லி அவனுக்குத் துயர் விளைவிப்பதைவிடத் தான் உயிர் துறந்து விடுதலே சிறந்ததென வீரன் கருதுகின்றான்.

"எந்தையும் முனியும்; எம்இறை இராமனும்
சிந்தனை வருந்தும்; அச் செய்கை காண்குறேன்;
நுந்துவென் உயிரினை; நுணங்கு கேள்வியீர்!
புந்தியின் உற்றது புகல்விர் ஆம்"*   (4656)

என்று அங்கதன் அலமந்து கூறும் உரை சாலவும் அழகுடைய தாகும்.

பின்னும், சாம்பன் முதலியோரிடம் கலந்து ஆலோசிக்கு மளவில், தான் புரிய விரும்பிய செயல் நன்றன்று என்பதை உணர்கின்றான். தான் ஏற்ற பணியில் வெற்றிபெறாது மாண்டதை அறிந்தால் தாயாகிய தாரையும் தந்தையாகிய சுக்ரீவனும் உயிர் துறப்பர்.

அவ்விருவரும் உயிர் துறந்ததைக் கண்டு மனம் பொறாது, இராமனும் இலக்குவனும் உயிர் துறக்க நேரிடலாம்.

---

* புந்தியினன்னது புகல்விராம் – கட்டுரையாளர் பதிவு.

இவ்விரு வீரரும் உயிர் துறக்க நேரின், அயோத்தியில் அமைந்து அருந்தவம் புரியும் அண்ணலாகிய பரதனும் இளையகோவும், மற்றுளோரும் உயிர் தரித்திருப்பர் என்பது ஐயமேயாகும்.

ஆகவே, சீதையெனும் ஒரு பெண்ணால் எத்தனை பேர் நைந்து வருந்துகின்றார்கள் என்பதை ஆழ்ந்து அறிந்து அடங்குகின்றான் அங்கதன்.

"எல்லை நம் இறுதி யாய்க்கும்
எந்தைக்கும் யாவரேனும்
சொல்லவும்கூடும்; கேட்டால்,
துஞ்சவும் அடுக்கும்; கண்ட
வில்லியும் இளைய கோவும்
வீவது திண்ணம்; அச்சொல்
மல்லல்நீர் அயோத்தி புக்கால்
வாழ்வரோ பரதன் மற்றோர்?" *(4661)*

"பரதனும் பின்னு ளோனும்
பயந் தெடுத் தவரும், ஊரும்
சரதமே முடிவர்; கெட்டேன்!
'சனகி' என்றுஉலகம் சாற்றும்
விரதமா தவத்தின் மிக்க
விளக்கினால் உலகத்து யார்க்கும்
கரைதெரிவு இலாத துன்பம்
விளைந்தவா! எனக் கலுழ்ந்தான்" *(4662)*

எனக் கவியரசர் கவியாற்றுகின்றார். இந்த நிலையில் இவர் முன் சடாயுவின் தமையனான சம்பாதி தோன்றி,

"பாகு ஒன்று குதலை யாளைப்
பாதக அரக்கன் பற்றிப்
போகின்ற பொழுதும் கண்டேன்;
புக்கனன் இலங்கை புக்கு
வேகின்ற உள்ளத் தாளை
வெஞ்சிறை யகத்து வைத்தான்;
ஏகுமின் காண்டிர்; ஆங்கே*
இருந்தனள் இறைவி இன்னும்" *(4706)*

---

* ஏகொன்றிற் காண்டி ரந்தி – கட்டுரையாளர் பதிவு.

என்று சீதையின் நிலையை எடுத்துரைத்ததைக் கேட்ட அங்கதன் மனந்தேறி அநுமனை இலங்கைக்கு அனுப்பி அவன் இலங்கை சென்று திரும்பி வருமளவும் இராமன் முன் செல்ல இசையாது மலையடியிலேயே இனிதிருக்கின்றனன்.

"ஈரமென்றொரு பொருள் இலாத நெஞ்சினர்" வாழும் இலங்கையில் அசோக வனிதையில் அணங்கைக் கண்டு அயலார் ஊரைத் தீக்கிரையாக்கித் திரும்பிய அநுமனைக் கண்ட அங்கதன், தாய் வரக்கண்ட தன்ன உவகையில் தளிர்த்தான்.

சீதையைக் கண்டு அவளிடம் அநுமன் அடையாளம் பெற்று வந்ததை அறிந்த நற்செய்தியை இராமனுக்கு அறிவிக்க உடனே புறப்படுகின்றான்.

இவனுடன் புறப்பட்ட வானர வீரர்கள் அங்கதன் அனுமதி பெற்று அருகேயிருந்த மதுவனத்தில் புகுந்து, அவரவரால் இயன்ற மட்டும் மதுவை மாந்தி மகிழ்ந்தனர்.

மதுவனம் அழிந்ததை அறிந்த ததிமுகன், அங்கதனுடன் பொருது அல்லற்படுகின்றான்.

"மதுவனம் தன்னை இன்னே
மாட்டுவித் தனைநீ என்னாக்
கதுமென வாலி சேய்மேல்
எறிந்தனன் கருங்கற் பாறை
அதுதனைப் புறங்கையாலே
அகற்றி அங்கதனும் சீறித்
ததிமுகன் தன்னைப் பற்றிக்
குத்தினன் தடக்கை தன்னால்."

(சுந்தர காண்டம், மிகைப்பாடல்-493)

என்று கவியரசர் கூறும் செம்மை சான்ற சொற்கள் அங்கதனது வலியை ஒருவாறு விளக்குவதாகும்.

பின்னர் கதிரோன் மைந்தன் தன்னை வந்தடைந்த ததிமுகனுக்குச் சமாதானம் பல கூறி அனுப்பவும் ததிமுகனும் தன் தவற்றை உணர்ந்து வாலி சேயைத் தொழுதபோது அவனும் மயக்கம் தெளிந்து அவனை யெடுத்து, மார்புடனணைத்து "உம்மையான் சூழ்ந்ததும் பொறுக்க" எனப் பணிந்து கூறினான்.

தான் அரசிளங் குமாரன் என்னும் அகந்தையிலாது அங்கதன் ததிமுகனிடம் தாழ்ந்து கூறிய சொற்கள் அவன்றன் சிறந்த உள்ளத்தின் பெருமையை இனிது விளக்குவதாகும்.

இனி, கடல் கடந்து இலங்கை சென்ற இராமன், போர் தொடங்குமுன் அரசியலுக்கு மாறுபடாத முறையில் தூதனுப்ப எண்ணுகின்றான். "தன் செய்ய செங்கைத்தனுவென" விளங்கும் அநுமனையே தூதனுப்ப முதலில் இராமன் எண்ணினனேனும், பின்னர் மாருதி முன்னம் ஒரு தரம் தூது சென்று செயற்கருஞ் செயல்கள் பல நிகழ்த்தி மீண்டவன்; அவனையே திரும்பவும் அனுப்பினால் இவனைத் தவிர வலியுடையார் வானரப் படையில் ஒருவரும் இலர் என்று பலர் கருத இடந்தரும்; ஆதலில் அவனை யொத்த ஆற்றல் பொருந்திய அங்கதனையே அனுப்புவோம். வீரஞ் செறிந்த அங்கதன் ஒருவனே பகைவர் அறந்தவறித் தூதனுக்கு இடையூறு செய்த காலத்தும் அவர்களிடம் போர் செய்து வெற்றி பெற்று மீளும் ஆற்றல் படைத்தவன் என்று கருதி அங்கதனையே தூதுவனாக அனுப்ப விரைகின்றான்.

"மாருதி இன்னுஞ் செல்லின்
மற்று இவன் அன்றி வந்து
சாருநர் வலியோர் இல்லை
என்பது சாலும் அன்றே
ஆர் இனி ஏகத்தக்கார்?
அங்கதன் அமையும்; ஒன்னார்
வீரமே விளைப்ப ரேனும்
தீதின்றி மீள வல்லான்" *(6982)*

என்று இராமன் கூறும் நயஞ்சான்ற சொற்கள் அங்கதனது ஆற்றலை அளவிட்டுரைக்கப் போதிய சான்றாகும். அங்கதனும்,

"மாருதி வில்லன் ஆகின், நீஎனும்
மாற்றம் பெற்றேன்;
யார்இனி என்னோடு ஒப்பார்" *(6986)*

என்று தன் தலைவன் தனக்கிட்ட பணியின் பெருமையினை நினைந்து நினைந்து இன்ப முறுகின்றான்.

தூது சென்ற அங்கதன், கொடுந்தொழில் மடங்கல் அன்னான் எதிர்சென்று நின்றதும் "இவண் வந்த நீ யார் உன் கருமம் என்ன", என்று அரக்கர்கோன் வினவ அதற்கு,

"பூத நாயகன், நீர் சூழ்ந்த
புவிக்கு நாயகன், அப் பூமேல்
சீதை நாயகன், வேறு உள்ள
தெய்வ நாயகன், நீ செப்பும்
வேத நாயகன் மேல் நின்ற
விதிக்கு நாயகன் தான் விட்ட
தூதன் யான்; பணித்த மாற்றம்
சொல்லிய வந்தேன்" *(6994)*

என்று தன் தலைவனது பெருமையையும் தான் கொண்ட கருமத்தையும் நலஞ்சான்ற மொழிகளால் நவின்றான்.

"இந்திரன் செம்மல், பண்டுஓர்
இராவணன் என்பான் தன்னைச்
சுந்தரத் தோள்களோடும்
வாலிடைத் தூங்கச் சுற்றிச்
சிந்துரக் கிரிகள் தாவித்
திரிந்தனன், தேவர் உண்ண
மந்தரக் கிரியால் வேலை
கலக்கினான் மைந்தன்" *(6997)*

என்று தன்னை இராவணனிடம் அறிமுகப்படுத்தும் வாயிலாய் அங்கதன் கூறும் அழகிய மொழிகள் அங்கதனது புகழ் குன்றாத பெருவலியையும் அவனது மனத்திட்பத்தையும் பெரிதும் விளக்குவனவாகும்.

அங்கதன் வரலாறு உணர்ந்த அரக்கர்கோன் இவனை இராமனிடம் இருந்து பிரித்துத் தன்பால் சேர்த்துக் கொள்ள விரும்பிச் சூழ்ச்சி மொழிகள் பல சொல்லியும் அதற்கிணங்காது,

"வாய்தரத் தக்க சொல்லி
என்னைஉன் வசஞ் செய்வாயேல்
ஆய்தரத் தக்கது அன்றோ,
தூது வந்துஅரசது ஆள்கை
நீதரக் கொள்வன் யானே?
இதற்குஇனி நிகர் வேறு எண்ணின்
நாய் தரக்கொள்ளும் சீயம் நல்லரசு" *(7003)*

என்று இகழ்ந்து கூறி அவன்றன் ஏழை மதியை நினைந்து நகுகின்றான்.

தன்முயற்சி பயன்படாதது கண்ட இலங்கைவேந்தன் இவனிடம் நீ வந்த காரியம் உரையென்று சொல்ல, அதற்கு அங்கதன் "தேவியை விடுக, அன்றேல் செருக்களத் தெதிர்ந்து தன்கண் ஆவியை விடுக" என்று அஞ்சாது கூறும் மாற்றம் போற்றத்தக்கதொரு பொருளாகும்.

இதற்கு இராவணன் இசையாது, இறுமாந்து சொன்ன சொற்களைக் கேட்ட அங்கதன் மீண்டும் இராமனையடைந்து, அரக்கர் கோன் உள்ளக் கருத்தை அண்ணலுக் குரைத்து, "மூர்க்கன் முடித்தலை அற்றபோதன்றி ஆசையறான்" என்று அழகாக எடுத்துரைத்து மகிழ்ந்தான். தூதுவனுக்கு இன்றியமை யாத, அன்பு, அறிவு, ஆராய்ந்த சொல்வன்மை இவை யாவும் பொருந்திய தலைமகனாய் மட்டும் அமையாது, "இறுதி பயப்பினும் எஞ்சாது இறைவர்க்கு உறுதிப் பயப்பதாம் தூது" என்று வள்ளுவர் அருளிய பொய்யாமொழிக்குத் தலைசிறந்த சான்றாய் அமைந்து அங்கதன் புகழ் குன்றாத பெருமகனாய் இலங்குகின்றான்.

இனி, வானர சேனைக்கும் அரக்கர் சேனைக்கும் நிகழ்ந்த போரில் அங்கதன் அஞ்சாத நெஞ்சொடும் எஞ்சாத வலியொடும் போர் புரிந்த பான்மையைக் கவியரசர் கம்பர் ஏற்ற இடந்தோறும் போற்றி யுரைக்கின்றார்.

இவ்வாறு போர் புரிந்த அங்கதன், இந்திரசித்தாதன் விடுத்த மலரவன் கணையால் மயங்கி வீழ்ந்ததைக் கண்ட இராமன் புலம்புகின்ற நிலையை,

"விடைக் குலங்களின் நடுவண் ஓர்
விடை கிடந்தென்னக்
கடைக்கண் தீஉக, அங்கதக்
களிற்றினைக் கண்டான்;
படைக் கலங்களைச் சுமக்கின்ற
பதகனேன், பழி பார்த்து
அடைக்கலப் பொருள் காத்தவாறு
அழகிது என்று அழுதான்."

(8636)

என்று கவியரசர் கூறுகின்றார். வானர வீரனாய வாலியால் தன்னிடம் அடைக்கலம் என்று ஒப்புவிக்கப்பட்ட அங்கதன் தனக்காக ஏற்ற ஒரு பணியில் மாண்டு மடிந்தனன் என்பதைக் கண்ட இராமன் அடைக்கலம் புகுந்த உயிரைக் காக்கத் தம் ஆருயிர் கொடுத்த ஆன்றோர் பெருமையையும் தன்னிடம் அடைக்கலமாக அளிக்கப்பெற்ற அங்கதனைத் தானிழந்த சிறுமையையும் எண்ணி யெண்ணி யேங்குகின்றான்.

ஆற்றல் மிகுந்த அநுமன் கொணர்ந்த அருமருந்தினால் உயிர் பெற்றெழுந்த அங்கதன் இளையவீரனுக்கு உற்ற துணைவனாய் இந்திரசித்தன் சென்றுள்ள நிகும்பலைக்குச் சென்று அங்கு இந்திரசித்திற்கும் இலக்குவனுக்கும் நேர்ந்த பெரும் போரில் இலக்குவனது துணையாய் அமைந்து போர் புரிந்தான்.

இளைய வீரனது அம்பிற்கு இலக்காகி இந்திரசித்தன் தலையும் உடலும் வேறாகி மாநிலத்தில் மாண்டு விழுந்தபோது, அன்கதன் அவனது தலையினைத் தன் கைகளில் தாங்கி, இராமன் முன்னே விரைத்து வந்து சேர்ந்தான். இந்திரசித்தனது இணையற்ற வலியையுணர்ந்த இராமன்,

"தென் தலையாழி சூழ்ந்த
 திண்மதில் இலங்கை காக்கும்
புன்தலைக் கள்வன் பெற்ற
 புதல்வனை இளவல் வீழ்த்த
வன் தலையெடுத்து நீ முன்
 வருதலால் வானரேச!
என்தலை எடுக்கலானேன்
 இனிக் குடை எடுப்பேன்."* (9177)

என்று அங்கதனிடம் அன்போடு கூறிய மொழிகள் அவன்றன் பெருமையை இராமன் மதித்துள்ள தன்மையை விளக்கும்.

---

* "தென் தலைஆழி தொட்டோன் சேய்அருள் சிறுவன் செம்மல்,
வென்றுஅலைத்து என்னைஆர்த்துப் போர்த்தொழில் கடந்த வெய்யோன்,
தன் தலை எடுப்பக் கண்டு, தானவர் தலைகள் சாய,
என்தலை உடுக்கலானேன், இனிக் குடை எடுப்பென்" என்றான். (9177)
– சென்னைக் கம்பன் கழகப் பதிப்பில் இடம் பெற்றபடி.

அரக்கர் கோனையும் அரக்கர் சேனையையும் முடித்து வெற்றி பெற்று மீண்ட வீரனுடன் அங்கதனும் அயோத்தியை அணுகினான்.

அங்கு இராமன், திருமுடி சூடிய பொழுது வானர வீரனான வாலியின் மைந்தன் உடைவாள் ஏந்தும் உரிமை பெற்றான் என்பது கருதற்பாலது.

பின்னர் இராம வீரன் இவனுக்குத் தோளணியொன்று அன்புடன் அளித்து விடை கொடுத்தனுப்பும் பான்மையை யாரே கணிக்க வல்லார். அங்கதனது அருந்திறலைப் போற்ற விரும்பி,

"அங்கதம் இலாத கொற்றத்து
அண்ணலும் அகிலம் எல்லாம்
அங்கதன் என்னும் நாமம்
அழகுறத் திருத்துமா போல்
அங்கதம் கன்னல் தோளாற்கு
அயன் கொடுத்ததனை ஈந்தான்;
அங்குஅதன் பெருமை மண்மேல்
ஆர் அறிந்து அறைய கிற்பார்?" (10349)

என்று நயஞ்சான்ற மொழிகளால் நல்லியற் கவிஞர் எடுத்துரைக்கின்றார்.

இதுவரை கூறியவற்றால், அங்கதன் வானர நாட்டின் வீரனாய வாலியின் ஒப்பற்ற திருமகனாக இலங்கி, இராமனது செம்மை சான்ற பணியை ஏற்று விளங்கிய பெருமகன் என்பதும், அவனது அஞ்சா நெஞ்சமும் எஞ்சாத வலியும் யாவரும் போற்றும் பெருமையுடையது என்பதும், அவன் அன்பு அறிவுடைமை ஆராய்ந்த சொல்வன்மை முதலிய இன்றியமையாத குணங்கள் நிறைந்து விளங்கி அதனால் ஒப்பற்ற தூதுவனாய் இலங்கினான் என்பதும் விளக்கமுறும்.

-ஆனந்தபோதினி, நவம்பர்,1931.

13

இராவணன் வீர வாழ்க்கை

உலகம் போற்றும் உயரிய இராம காதையில் பாட்டுடைத் தலைவராய் விளங்கும் வீரர் பலருளர்.

அவர்களில் அறத்தின் வழிநின்ற ஆரியர்கோனாம் இராமனும், அலையடுத்த கடல் துயிலும் அச்சுதனுக்கு அமரழித்த அரக்கரெலாம் தலையெடுக்கப் பிறந்த அரக்கர்கோனும் புகழ் குன்றாத பெருமக்களாவர்.

இராவணனது வாழ்க்கையை, கவியரசர் கம்பர்தங் காவியத்துள் ஆய்ந்து பார்ப்பார்க்கு ஒரே ஒரு உண்மை மட்டும் நன்கு புலப்படும்.

அவன்றன் வாழ்க்கையின் அடிப்படைத் தத்துவம் அவனது வீரமேயாகும்.

"போரியற்கை இராவணன்" தன் அருமந்த மைந்தனாம் இந்திரசித்தினிடம்,

"வென்றிலன்* என்ற போதும்
வேதம்உள் ளளவும் யானும்
நின்றுளன்* அன்றோ அவ்
இராமன்பேர் நிற்கு மாயின்" *(9125)*

---

*வென்றிலென், நின்றுளென் – என்பது கம்பன் கழகப் பதிப்பு.

என்று கூறும் செஞ்சொற்கள் அவன்றன் வாழ்க்கையின் இரகசியத்தை இனிது விளக்கும்.

நாம் முதன் முதலில் இலங்கைமா நகரில் அரச மாளிகையில் மணிமண்டபத்தில் அரசு வீற்றிருக்கும் அரக்கர்கோனைக் காண்கின்றோம். அங்கு,

"வண்டுஅலங்கு நுதல் திசைய வயக்களிற்றின்
மருப்புஒடியப் அடர்த்த பொன்தோள்*
விண்தலங்கள் உறவீங்கி ஓங்குஉதய
மால்வரையின் விளங்க, மீதில்
குண்டலங்கள் குலவரையை வலம்வருவான்
இரவிகொழுங் கதிர்சூழ் கற்றை
மண்டலங்கள் பன்னிரண்டும் நால்-ஐந்துஆய்ப்
பொலிந்தஎன வயங்கும்" *(3070)*

காட்சி கண்கொளாக் காட்சியேயாகும்.

அங்கு அரக்கர்கோன் தேவர்களைப் பணி கொள்ளுந்திறம் கவியரசர் கம்பரால் புனைந்து கூறப்படுகின்றது. "தேவர் யாவரும் திருநகர்க்கிறைக்கு ஏவல்" செய்பவரேயாவர்.

"இன்னபோது இவ்வழி நோக்கும் என்பதை
உன்னலர் கரதலம் சுமந்த உச்சியர்
மின்அவிர் மணிமுடி விஞ்சை வேந்தர்கள்" *(3074)*

என்று தேவர்தம் நிலையைச் சித்திரித்துக் காட்டும் கம்பர் கவிநலம் மாண்புடையதேயாகும். முடியுடை விஞ்சைவேந்தர்தம் நிலைதான் இதுவென்றால் பெரும்பயங் கிடந்த நெஞ்சினரான கின்னரரும்,

"அன்னவன் அமைச்சரை நோக்கி ஆண்டுஒரு
நன்மொழி பகரினும் நடுங்கும் சிந்தையர்
'என்னைகொல் பணி?" *(3076)*

என இறைஞ்சி நிற்கின்றனர். இத்துடன் சிங்க ஏறெனத் திறல் சித்தரும்,

"மங்கையர் திறத்தொரு மாற்றம் கூறினும்
தங்களைஆம் எனத் தாழும் சென்னியர்

---

* பண்டலங்கு திசைக்களிற்றின் பணைமருப்பின் இணைஒடியப் படர்ந்த பொற்றோள் – கட்டுரையாளர் பதிவு.

அங்கமும் யாக்கையும் குவிந்த ஆக்கைய"ராய் *(3075)*
விளங்குகின்றார்கள்.

இத்தகைய பணியாளர்கட்கிடையே வீரத் தோள்களின் வெற்றியைத் தும்புரு இசையில் ஒத்த கொலுவீற்றிருக்கும் இராவண வீர வாழ்க்கையின் பெருமையே பெருமை.

இவ்வளவு சீரும் சிறப்புடன் கொலுவீற்றிருக்கும் இராவணனது அடியின்மிசை முடியுடைவேந்தர் பலர் முறையிரந்து நின்ற காட்சியை,

"தோடுஉழுத தார்வண்டும் திசையானை*
மதம்துதைந்த வண்டும்சுற்றி
மாடுஉழுத நறுங்கலவை வயக்களிற்றின்
சிந்துரத்தை மாறு கொள்ளக்
கோடுஉழுத மார்பானை கொலைஉழுத
வடிவேலின் கொற்றம்அஞ்சித்
தாள் தொழுத பகைவேந்தர் முடிஉழுத
தழும்புஇருந்த சரணத்தான்" *(5051)*

என்று போற்றியுரைக்கும் கம்பர் கவிநலம் அழகுடையதாகவே அமைந்துள்ளது. இன்னும்,

"உருப்பசி உடைவாள் எடுத்தனள் தொடர
மேனகை வெள்ளடை உதவச்
செருப்பினைத் தாங்கி திலோத்தமை செல்ல
அரம்பையர் குழாம் புடைசுற்ற**
கருப்புரச் சாந்தும் கலவையும் மலரும்
கலந்துஉமிழ் பரிமள கந்தம்
மருப்புடைப் பொருப்புஏர் மாதிரக் களிற்றின்
வரிக்கைவாய் மூக்கிடை மடுப்ப *(5147)*

பவனி செல்லும் இராவணன் வாழ்க்கை வீரவாழ்க்கை என்பதில் ஒரு சிறிதும் ஐயமுண்டோ?

"இலங்கை வேந்தன் என்றுரைத்தலும் இடியுண்ட அரவில் கலங்குமாலினுந் தானவர் தேவியர் கருப்பம்" என்று கவி

---

* "தோடுழுதண்டார் வண்டுந் திசையானை", ** சுற்றமடுப்ப
– என்பன கட்டுரையாளர் தரும் பாடல் அடி.

கூறுஞ்செஞ்சொற்கள் இராவணனது குன்றாத புயவலியை எடுத்துக்காட்டும் சிறந்த சான்றாகும்.

“வேரொடும் அமரர்தம் புகழ் விழுங்கிய அரக்கர் கோனது” வீரஞ்செறிந்த உள்ளத்தைக் கவியரசர் கம்பர் அழகாக எடுத்துரைக்கும் இடங்கள் காவியத்தில் பலவுள.

“இந்திரன் முதுகு கண்ட இராவணன்” தன் தங்கையைத் தகைந்த தலைவனின் தலைவியை வஞ்சனையால் கவர்ந்து தன்னகருக்கு எடுத்தேகி அங்கு அசோகவனத்தில் சிறை வைக்கின்றான். சிறையிருந்த செல்வியைத் தேடி நாற்பெருந் திசையில் போந்த மன்னரில் தென்பால் வந்த தானைத் தலைவனாம் அனுமன் இலங்கை நகரில் புகுந்து, அரக்கர்கோனது அளவில் ஆற்றலையும் வாழ்க்கையின் வளனையுங்கண்டு மகிழ்கின்றான். சொல்லின் செல்வனாம் அனுமன் அரக்கர் ஆற்றலையும் அரக்கர்கோனது வீர வாழ்க்கையையும் போற்றிப் புகழும் உரைகளோ அளவிறந்தன.

ஆற்றல்சால் அனுமன் அசோக வனத்தைப் “புல்லொடு துகளுமின்றிப் பொடிபட அழித்தது” டன் அமையாது, “பொன்னால் வில்லிடு ஓமந் தன்னை வேரொடும் வாங்கிவீசி, சில்லிட மொழியத் தெய்வ இலங்கையையும் சிதைத்து” நிற்கும் நிலையைக் கண்ட சோலை காக்கும் கால தேவதைகள் நனைந்த உடையொடும் நடுங்கும் உடலோடும் ஓடி, அரிபடு சீற்றத்தான்றன் அருகு சென்றடியில் வீழ்ந்து, நடந்ததை நவின்றனர். இதைக் கேட்ட இராவணனது வீர உள்ளத்தில் நகையைத் தவிர வேறு ஒன்றும் தோன்றவில்லை. தன்னாற்றலையும் தன் படையாற்றலையும் உணர்ந்த தலைவனான தசக்ரீவன்,

“ஆடகத் தருவின் சோலை
பொடிபடுத்து அரக்கர் காக்கும்
தேடஅரும் வேரம்* வாங்கி
இலங்கையும் சிதைத்து அம்மா!
கோடரம் ஒன்றே! நன்று இது!**
இராக்கதர் கொற்றம்! சொற்றல்
மூடரும் மொழியார் என்ன
மன்னனும் முறுவல் செய்தான்” *(5486)*

---

* தேடரும் ஓமம். ** நன்றிவ் – என்பன கட்டுரையாளர் பதிவு

என்று கவியரசர் இராவணன் உள்ள நிலையை உணர்ந்துரைக்கின்றார். இவ்வாறு முறுவல் செய்த மன்னவனும் கடைசியில் உண்மை உணர்ந்து அனுமன் செருக்கடக்கக் கிங்கரரை அனுப்ப, அவர்களும் அனுமன் ஆற்றலால் மாண்டுமடிய அச்செய்தியையும் நந்தவனத்து நாயகர் ஓடிவந்து முறையிட, இதைக் கேட்ட இராவணன், இச்செய்தியை ஒரு சிறிதும் நம்பாதவனாகி,

"வீட்டியது அரக்கரை என்னும் வெவ்உரை
கேட்டதோ? கண்டதோ? கிளத்துவீர்" *(5548)*

என்றே மீட்டும் வினவுகின்றான். தேவரும் "கண்டனம் ஒரு புடை நின்று கண்களால்" என்று, 'தாங்கள் சொல்லிய செயல் தாங்கள் கண்ணால் கண்ட ஒரு செய்தி யாகுமேயன்றி கேள்விப்பட்ட ஒரு செய்தியன்று' என்று வலியுறுத்திச் சொல்கின்றார்கள். வெற்றியன்றி வேறுணராத இராவண வீரனுக்கு இதுதான் முதற் றோல்வி யாகும்.

குன்றுலப்பினும் உலப்பிலாத் தோள்களையுடைய வெற்றி வீரனான இராவணன், தனது மாட்சியை அழித்தது ஒரு குரங்கு என்பதை உணர்ந்து அத்தகைய நிலையில் தன் ஆட்சி அமையத் தானரசு செலுத்தும் பான்மைக்காக மனம் வருந்தி நலிகின்றான்.

அனுமனை அடக்க அருந்திறலுடைய இந்திரசித்தன் தோன்றினனேனும் அவ்வெற்றியிலும் தனக்கு ஒரு தோல்வியே கிடைத்ததை உன்னி உன்னி, அகங்குழைந்து உருகுகின்றான் அரக்கர் கோன்.

இந்த நிலையில் இராமவீரன், இளைய தம்பியொடும், வானர வீரரொடும் இலங்கை புக்கு போரேற்று நிற்கின்றான் என்பதை உணர்ந்த காலத்தும் சீதையை இராமனிடம் தந்து சமாதானம் அடைய விரும்புகின்றானல்லன்.

ஏற்ற போரில் முதல் நாளில் தோல்வியே உறுகின்றான். ஆண்மையும் அருளும் ஒருங்கே படைத்த இராமவீரனும், "இன்று போய்ப் போர்க்கு நாளை வா"வென அருள்கூர்ந்து சொல்கின்றான்.

இவன் இந்த நிலையில் தன்னகரை நண்ணும் நிலையைக் கம்பர் அழகாகச் சித்திரித்துக் காட்டுகின்றார்.

"வாரணம் பொருத மார்பும்
வரையினை எடுத்த தோளும்
நாரத முனிவற்கு ஏற்ப
நயம்பட உரைத்த நாவும்
தாரணி மவுலி பத்தும்
சங்கரன் கொடுத்த வாளும்
வீரமும் களத்தே போட்டு
வெறுங்கை யோடு இலங்கை" *(7272)*

புகுந்த இராவணன்,

"மாதிரம் எவையும் நோக்கான்
வளநகர் தன்னை நோக்கான்
காதலர் தம்மை நோக்கான்
கடல்பெருஞ் சேனை நோக்கான்
தாதுஅவிழ் கூந்தல் மாதர்
தனித்தனி நோக்கத் தான்அப்
பூதலம் என்னும் நங்கை
தன்னையே நோக்கிப் புக்கான்" *(7274)*

என்று கவியரசர் உரையாற்றுகின்றார்.

இந்த நிலையிலும்,

"வான்நகும்; மண்ணும் எல்லாம்
நகும்;நெடு வயிரத் தோளான்
நான்நகு பகைஞர் எல்லாம்
நகுவர்என்று அதற்கு நாணான்
வேல்நகு நெடுங்கண், செவ்வாய்,
மெல்இயல், மிதிலை வந்த
சானகி நகுவள் என்றே
நாணத்தால் சாம்பு கின்றான்" *(7282)*

என்று கவியரசர் கூறும் உள்ளத்தின் உயர்வு போற்றுதற்குரியதேயாகும்.

"வெற்றியொன்று தானன்றி வேறிலாதவனான" அரக்கர்கோன் தன் படை யிழந்தனன், அரிய மக்களை யிழந்தனன், அருமைத் தம்பியை இழந்தனன், காதல் திருமகனான இந்திரசித்தனை

இழக்கும் நிலையிலும் அமைந்துள்ளனன். இந்த நிலையில் இந்திரசித்தன் இராவணனை அணுகி,

"........................ஆசைதான்அச்
சீதைபால் விடுதியாயின்
அனையவர் சீற்றம் தீர்வர்
போதலும் புரிவர்; செய்த
தீமையும் பொறுப்பர்" *(9121)*

என்று தன் தாதைபால் கொண்ட காதலால் உரைத்த காலத்தும் இராவணன் தன் மகன்றன் பேதை மதிக்காக இரங்கி அவனைக் கடிந்ததுடன்,

"பேதைமை உரைத்தாய், பிள்ளாய்!
உலகெலாம் பெயர, பேராக்*
காதைஎன் புகழி னோடு
நிலைபெற அமரர் காண
மீதுஎழும் மொக்குள் அன்ன
யாக்கையை விடுவது அல்லால்
சீதையை விடுவது உண்டோ
இருபது திண்தோள் உண்டால்" *(9124)*

என்று கூறும் சுயஞ்சான்ற மொழிகள் அவன்றன் வீரஞ்செறிந்த உள்ளத்தின் உயர்வைப் பெரிதும் விளக்குவதாகும்.

"வென்றிலென் என்ற போதும்
வேதம்உள் ளளவும் யானும்**
நின்றுளென் அன்றோ அவ்
இராமன்பேர் நிற்கும் ஆயின்
பொன்றுதல் ஒருகா லத்தும்
தவிருமோ பொதுமைத்து அன்றோ?
இன்றுஉளார் நாளை மாள்வர்
புகழுக்கும் இறுதி யுண்டோ?" *(9124)*

என்று இராவணன் கூறும் செம்மைசான்ற சொற்கள் தன் கடைசிக் காலம் வரை புகழ் குன்றாது வாழ்ந்த பெருமகன்

---

* பேதமை உரைத்தாய் மைந்த உலகெலாம் பெயரப் போர்க்
– என்பது கட்டுரையாளர் தரும் பாடலடி.

** வென்றிலன், நின்றுளன் – என்பது கட்டுரையாளர் பதிவு.

இராவணனே என்பதையும் அவன்றன் வாழ்க்கையின் இலட்சியம் "தோன்றிற் புகழோடு தோன்றுக" என்னும் பொய்யா மொழியார் அருளிய இலட்சியமாகவே அமைந்துள்ளது என்பதையும் விளக்கப் போதிய சான்றாகும்.

இம்மட்டன்று. இராவணன் தன்னுறு துணையெல்லாம் இழந்து கடைசியில் தன் ஒப்பற்ற திருமகனாய இந்திரசித்தனையும் இழந்து நின்றபோதுதான் தன்னிலையை உணர்கின்றான்.

"பூண்டுஒரு பகைமேல் புக்கு,என்
    புத்திர னோடும் போனார்
மீண்டிலர் விளிந்து வீழ்ந்தார்
    விரதியர் இருவ ரோடும்
ஆண்டுள குரங்கும் ஒன்றும்
    அமர்க்களத்து ஆரும் இன்னும்
மாண்டிலர் இனிமற்று உண்டோ
    இராவணன் வீர வாழ்க்கை?"   (9222)

என்று நலஞ்சான்ற நல்லியற்கவிஞர் இராவணன் கூற்றாக கூறும் செஞ்சொற்கள் இராவணனது வீர உள்ளத்தை இனிது விளக்குவதாகும். இத்தகைய வீரன் போர்க்களத்தே மாண்டு மடிந்து கிடக்கும் அந்நிலையிலும் அவனது முகப்பொலிவைக் கண்டு மகிழ்ந்த கவியரசர்,

"வெம்மடங்கல் வெகுண்டனைய சினம் அடங்க
    மனம் அடங்க வினையம் வீயத்
தெவ்மடங்க பொருதடக்கைச் செயல் அடங்க
    மயல் அடங்க ஆற்றல் தேயத்
தம்மடங்கு முனிவரையும் தலைஅடங்க
    நிலைஅடங்கச் சாய்த்த நாளில்
மும்மடங்கு பொலிந்தன அம்முறை துறந்தான்
    உயிர் துறந்த முகங்கள் அம்மா"   (9902)

என்று போற்றிப் புகழ்கின்றார். என்னே! இராவணன் வீரம்!

வீரஞ் செறிந்த உள்ளத்தனாய் இலங்கிய இராவணன் இறைவன்பால் என்று மறவாத அன்பு பூண்டொழுகும் பெருமகனாயும் இலங்கினான் என்பது வெள்ளிடைமலை.

சிவபிரான் தங்கும் கைலைமலையையே அசைத்த மன்னவனாயினும் அவ்விறைவனிடமும் சாமகீதம்பாடி அருள் பெற்றனன் என்னும் பான்மை ஒன்றே அவன்றன் நலஞ்சான்ற உள்ளத்தையும் அவனது சங்கீதத்தின் திறமையையும் இனிது விளக்குவதாகும்.

இன்னும் தான் போர்க்குப் புறப்படுமுன், இறைவனைத் தொழுது புறப்படும் செயலொன்றே அவன்றன் ஆழ்ந்த பக்தியினை விளக்கும்.

"ஈசனை இமையா முக்கண்
    ஒருவனை* இருமைக்கு ஏற்ற
பூசனை முறையில் செய்து
    திருமறை புகன்ற தானம்
வீசினன் இயற்றி மற்றும்
    வேட்டன வேட்டோர்க்கு எல்லாம்
ஆசுஅற நல்கி ஒல்காப்
    போர்த்தொழிற்கு அமைவது ஆனான்"   (9644)

என்பது நல்லியற் கவிஞரின் நலமுடை வாக்காகும்.

இன்னும் அவன் பெண்களைப் போற்றும் முறையறிந்த பெருமகன் என்பதும் யாவரும் அறிந்த உண்மை. தன் பகைவனது மனைவியாய சீதையைக் கவர்ந்து வந்து சிறைவைத்த காலத்தும் அவன் தனியே வசிக்க, தனது ஒப்பற்ற அசோக வனத்தையே ஒழித்துக் கொடுக்கின்றான். மற்றும் தன் தம்பியின் மகளாய திரிசடையையே அவன்தன் உற்ற தோழியாக நியமித்து வைக்கின்றான்.

இவ்வாறு தன் பகைவர்தம் பெண்களையும் போற்றும் முறையொன்றிலிருந்தே இராவணனது உயரிய மனநிலை உணர்ந்து போற்றுதற்குரியதாகும்.

இதுகாறும் கூறியவற்றால் இராவணன் வீரஞ்செறிந்த உள்ளத்தனாய் மட்டும் அமையாமல், பத்தி வலையிற்பட்ட திருமகனாயும், பெண்களை அவர்தம் முறையறிந்து போற்றும் பெருமகனாயும் இலங்கினான் என்பது பெற்றாம்.

14

வீணைக் கொடியோன் வீரத் தம்பியர்

இலங்கை வேந்தனது தம்பியராய்த் திகழ்ந்தவர் இருவர் என்பதும் அவர்களுள் முன்னவன் கும்பகர்ணன், பின்னவன் விபீடணன் என்பதும், இராம காதை உணர்ந்தோர் அறிவர். வீணைக் கொடியோன் வீரத் தம்பியர்களாய் இருவரது வரலாறும் அவர்தம் உள்ளத்தின் உயர்வும் கற்றோர் உளத்திற்குக் கழிபேருவகை தருவதாகும்.

இராவணன் உடன்பிறந்த கும்பகர்ணனது பெயர், இன்னும் இவ்வுலதில் பரிகாசப் பெயராக வழங்கி வருகின்றது. நித்யத்வம் கேட்கப்போய் நித்ரத்வம் கேட்டு அதன் பயனாக நெடிய உறக்கமொன்றையே தன் வாழ்க்கையின் வளனாகக் கொண்டு, இலங்கை மாநகரிலே வாழ்ந்துவந்த தன்மையே இவனுக்கு இவ்வுலகில் இன்னும் நித்யத்வம் நல்கியிருக்கின்றது.

ஆனால், கம்பர்தங் கவிதையுணர்ந்த பெரும் புலவர் பலரும் இவனடைந்திருக்கும் இந்த நித்யத்வத்தைவிட உயர்ந்த பெருமையையே நம் வீரனுக்கு நல்குவர் என்பது நாமறியாததொன்றன்று.

"புனலையும், கனலையும், பிழிந்து சாறெடுக்கும்" பெற்றி வாய்ந்தவன் நம் கும்பகர்ணன் என்பதைக் கவிஞர் அழகாக எடுத்துரைத்து மகிழ்கின்றார். இன்னும் இவனது வலியை,

"ஊன் உயர்ந்த உரத்தினான்;
மேல் நிமிர்ந்த மிடுக்கினான்;
தான் உயர்ந்த தவத்தினான்;
வான் உயர்ந்த வரத்தினான்" *(7391)*

என்று கவியரசர் போற்றியுரைக்கின்றார். இவ்வீரனது வீர உருவைச் சித்திரிக்க விரும்பிய கவியரசர்,

"விண்ணினை இடறும் மோலி
விசும்பினை நிறைக்கும் மேனி
கண்ணெனும் அவையி ரண்டும்
கடல்களின் பெரிய ஆகும்,
எண்ணினும் பெரியன் ஆன
இலங்கையர் வேந்தன் பின்னோன்
மண்ணினை அளக்க நீண்ட
மால்என வளர்ந்து நின்றான்" *(7329)*

என்று நயம்பட உரைக்கின்றார்.

"மேருமால்வரை என்ன விளங்கிய இராவணன் நின்ற நிலை கும்பகர்ணன் இருந்த நிலையையொக்கும்" என்று கூறுவர் கம்பர்.

'கல்அன்றோ நீராடும் காலத்து கால்தேய்க்க
மல்ஒன்று தோளாய் வடமேரு?" *(7712)*

என்று அழகொழுக எழுதியமைக்கின்றார். அக்கவிதையில் பல விடங்களிலும் இராவணனை வடமேருவுக்கு உவமையாக வைக்கும் கம்பரே, அவ்வடமேருவைக் கும்பகர்ணன் நீராடுங் காலத்துக் கால் தேய்க்க வைக்கப்பெற்ற கல்லுக்கு உவமை கூறுகின்றார்.

இம்மாற்றத்தால் இவன் பெரிய உரு அமைந்த பெருமகன் என்பது அறிஞர் ஆராய்ந்தறியத் தக்கதாய் அமைந்துள்ளது.

கவியரசர் கம்பர் இத்தகைய வீரனை நமக்கு நித்திரை நிலையில்தான் முதல் முதல் காட்டுகின்றார்.

செவிக்குந் தேனென இராகவன் புகழினைத் திருத்தும் கவிக்கு நாயகனான அனுமான் சீதையைத் தேடி இலங்கை வந்தவன், கும்பகர்ணனைக் "கயக்கமில் துயிற்சி நிலையில்" தான் காண்கின்றான்.

வானவர் மகளிர் கால் வருட, உறக்கமெய்திய நிலையில் அவன்றன் நாசியில் எழுந்த சுவாசம், உலகெலாம் துடைக்கும் மாருதம், "ஊழியின் வரவு பார்த்துழல்வ தொத்தது." இவன் விடுகின்ற மூச்சு வீதியோடு செல்லும் வலியுடை வாயுபுத்திரனையும் திடீரெனத் தடுத்து நிறுத்தி அவன்றன் மூக்கு வரையிலும் இழுத்துச் செல்லும் வலியுடையதாயிருந்தும் அடல் மிகுந்த அனுமன் கூசிக் குதித்து விதிர்த்துத் தப்பிக்கொள்கின்ற திறமும் கம்பர்தங் கவி நலத்தால் அமைந்த பொருள்களாகும்.

இனி, இவ்வீரன் இராவணனது மந்திரக்கிழவர் அமைந்த அவையை அழகு செய்கின்றான். ஆழ்ந்த உறக்கத்திற்குப் பின் அறிவு தெளிந்தெழுந்த இக்குன்றாத வலியுடைய கும்பகர்ணன் அரக்கர்கோனுக்கு அறிவூட்ட விரைகின்றான். அறத்தின் வழிநின்ற ஆரியர்கோனது மனைவியை வஞ்சனையால் கவர்ந்து அசோக வனிதையில் சிறைவைத்த அரக்கர்கோனது அடாத செயல்,

"ஓவியம் அமைந்த நகர்
தீஉண உளைந்தாய்
கோஇயல் அழிந்ததுஎன
வேறுஒரு குலத்தோன்
தேவியை நயந்து சிறை
வைத்த செயல் நன்றோ
பாவியர் உறும்பழி இதில்
பழியும் உண்டோ?" *(6119)*

என்று கடிந்து கூறும் கும்பகர்ணனது குறைவிலா அறநெறி போற்றுதற்குரியதேயாகும்.

இராவணன் இயற்றிய இவ்வொரு செயலால் அரக்கர்தம் புகழே அழிந்து தேய்வதாயிற்று என்று வீரன் வலியுறுத்துகின்றான்.

"என்றுஒருவன் இல்உறை
தவத்தியை இரங்காய்

வன்தொழிலினாய் மறைதுறந்து
சிறை வைத்தாய்
அன்றுஒழிவது ஆயின; அரக்கர்
புகழ், ஐய
புன்தொழிலினால்இசை
பொறுத்தல் புலமைத்தோ?” *(6121)*

என்று குரைகழல் அணிந்த கும்பகர்ணன் கொதித்துக் கூறும் மொழிகள் நலஞ்சான்றதாகும்.

அறநெறி தவறா அருந்தகையான கும்பகர்ணன் இராவணன் இயற்றிய இழிவுடைச் செயலை அறவே கடிந்துரைத்த காலத்தும் சிறை செய்த சீதையை விடுத்து அதனால் ஆற்றலற்றவர் அரக்கர் என்னும் பெரும் பழி தன்னையும் தன்னினத்தையும் சுற்றும் என்றும் மானத்தை நினைத்து சீதையை விட்டு, தன் பகைவனிடம் அடி பணிவதைவிடப் போரேற்று, போரில் மாண்டு மடிவதே புகழெனக் கருதுகின்றான்.

“சிட்டர் செயல் செய்திலை;
குலச்சிறுமை செய்தாய்;
மட்டுஅவிழ்மலர் குழலி
னாளை இனிமன்னா
விட்டிடுது மேல் எளியம்
ஆதும்; அவர் வெல்லப்
பட்டிடுதுமேல் அதுவும்
நன்று; பழிஅன்றால்” *(6123)*

என்று அரக்கர் வீரன் பெருமிதத்தோடு கூறும் செஞ்சொற்கள் அவனுடை புகழ் குன்றாத பெரிய உள்ளத்தை விளக்குவதாகும்.

இத்தகைய வீரனது இளைய தம்பியாய் விபீடணன் இலங்குகின்றான். வேந்தர் வேரியர் மேலுளோர் கீழுளோர் விரும்பப் போந்த புண்ணியனான விபீடணனை முதன்முதல் கண்ட அனுமனும் “குற்றமில்லதோர் குணமுளனிவனெனக் கொண்டு” போற்றும் பான்மை யொன்றே அவன்றன் புகழை இனிது விளக்கும்.

பொய்யும் களவும் பாதகமும்
பொல்லா ஒழுக்கும் அவைகடிந்து

மெய்யும் தயாவும் தருமமுடன்
விளங்கும் பொறையும் இவைபூண்டு
செய்யுஞ் செயல்கள் அவைஎல்லாம்
சிட்டர் செய்யும் செயலாகி
ஐயன் புகழ் வீடணன் மறைகள்
அறைந்த அறத்தின் வழிநின்றான்*

என்னும் பெற்றியொன்றே அவன் அறநெறி தவறா அருந்தகை என்பதை வலியுறுத்தப் போதிய சான்றாகும்.

இராவணன் அவைக்களத்தே அங்கம் பெற்ற வீரன் அரக்கர்கோனுக்கு ஏற்ற இடந்தோறும் உற்ற நீதிகளை எடுத்தெடுத் துரைத்து அவனையிடித்து வந்தான்.

நீதியின் நெறி வழாது நின்ற வீடணன் தன் அண்ணல், தூது வந்த அனுமனைக் கொல்ல எண்ணிய காலத்து, தூதுவனைக் கொல்லுதல் அரச தருமம் அன்று என்பதை அழகாக எடுத்துரைக்கின்றார்.

"அந்தணன் உலகம் மூன்றும்
ஆதியின் அறத்தின் ஆற்றல்
தந்தவன் அன்புக்கு ஆன்ற
தவநெறி உணர்ந்து தக்கோய்!
இந்திரன் கருமம் ஆற்றும்
இறைவன்நீ இயம்பு தூது
வந்தனென் என்ற பின்பும்
கொல்தியோ மறைகள் வல்லோய்" *(5916)*

என்றும்,

"பூதலப் பரப்பின் அண்டப் பொருட்டினுள்
உட்புறத்துப் பொய்தீர்**
வேதம் உற்றியங்கு வைப்பின்
வேறுவேறு இடத்து வேந்தர்
மாதரைக் கொலைசெய் தார்கள்
உளர் என வரினும் வந்த
தூதரைக் கொன்று ளார்கள்
யாவரே, தொல்லை நல்லோர்" *(5917)*

---

* அண்டப் பொருட்டினுட் புறத்துப் பொய்நீர் – என்பது கட்டுரையாளர் பதிவு.

* இப்பாடல் கம்பன் கழகப் பதிப்பில் இடம்பெறவில்லை.

என்னும் அறநெறியை அண்ணலுக்கெடுத்தோதி அவனை நெறிதவறா நீர்மை உடையவனாக்கி மகிழ்கின்றான். இதையுணர்ந்த அனுமனும்,

"மாதரைக் கோறலும் மறத்து நீங்கிய
ஆதரைக் கோறலும் அழிவு செய்யினும்
தூதரைக் கோறலும் 'தூயதுஅன்றாம்' என
ஏதுவில் சிறந்தன* எடுத்துக் காட்டினான்" (6459)

என்று இராம வீரனிடத்து இவன்றன் புகழை எடுத்தியம்பு வானாயினான்.

இன்னும் இலங்கைமாநகர் எரியினுக்கிரையாய் அழிந்ததற்காக வருந்தும் இராவணனை நோக்கி,

"கோநகர் முழுவதும் நினது கொற்றமும்
சானகி எனும்பெயர் உலகின் தம்மனை
ஆனவள் கற்பினால் வெந்தது அல்லது, ஓர்
வானரம் சுட்டது என்றுஉணர்தல் மாட்சியோ" (6145)

என்று சீதையின் நிறையின் திட்பத்தை எடுத்து விளக்கி,

"இசையும் செய்கையும் உயர்குலத்து
இயற்கையும் எஞ்ச
வசையும் கீழ்மையும் மீக்கொள
கிளையொடும் மடியாது
அசைவுஇல் கற்பின் அவ்அணங்கை
விட்டருளுதி" (6169)

என்று அறிஞரில் மிக்கோனான வீடணன் கூறும் அறநெறி அழகுடையதாகவே அமைந்துள்ளது.

இவ்விடத்து வீணைக்கொடியோன் வீரத் தம்பியான கும்ப கர்ணனையும், விபீடணனையும் ஒப்பிட்டு நோக்கினால் ஒரு வரில் ஒருவர் எத்துணை ஏற்றமும் தாழ்வும் உடையவர் என்பது காண்போம்.

இரு தம்பியரும் அண்ணலுக்கு அறநெறியெடுத்தோது கின்றார்கள். வீரமே பெரிதென நினைந்த வீரன் அறிநெறியுணர்ந்த

---

* ஏதுவில் சிறந்தென– என்பது கட்டுரையாளர் பதிவு.

பெருமகனாயினும் சீதையை விடுத்து அதனால் அரக்கர் குலத்திற்கே அழியாப் பழி பூணுவதைவிட, தன் ஆவியை விடுத்தேனும் அரக்கர் தம்புகழை நிலை நிறுத்த நினைக்கின்றான்.

அறநெறி நின்று அதன் வழி யொழுகலைப் பெரும் புகழென நினைத்து வாழும் அறிஞர் பெருமகன் பகைவன் கால் பணிந்தேற்கும் பழியைவிட அறநெறி நிறுவத் தன் கடனாற்றுதலே தன் கருமமென நினைக்கின்றான்.

இருவர்தம் மன நிலையும் ஏற்றமுடையதேயாகும். எனினும் இவ்விருவரிலும் நன்றி மறவா நல்லரக்கனாய் விளங்கிய பெருமை கும்பகர்ணனுக்கே உரியதாகும்.

தருமமல்நெறியில் தலைப்படும் தமையனைத் திருந்த முயன்றதிலவன் தன் முயற்சி பயன்படாமை கண்டு மனமாழ்கி மயங்கு கின்றான். ஆனால், வீரன் தன் தமையனைத் தனியே விடுத்து, பகைவனின் பாதம் பணிதலை விட, அவன்பொருட்டு அமர்புரிந்து ஆவி துறத்தலே மாண்புடையதென நினைக்கின்றான்.

“கருத்துஇலாது இறைவன் தீமை
கருதினால் அதனைக் காத்து
திருத்தலாம் ஆகில் நன்றே
திருத்துதல் தீராது ஆயின்
பொருத்துஉறு பொருள் உண் டாமோ?
பொருதொழிற்கு உரியர் ஆகி
ஒருத்தரின் முன்னம் சாதல்
உண்டவர்க்கு உரியது அம்மா” *(7428)*

என்று கூறும் அறநெறி தலைநின்ற அண்ணல் தன் மொழிகள் நலஞ் சான்றதாகும்.

ஆனால், இவன்றன் தம்பியாய் எழுந்த வீடணன் மனநிலை வேறுவிதமாக அமைந்துள்ளது. அஞ்சாத வலியுடைய அரக்கர் கோன் தம்பி சொன்ன நீதியின் நெறி நிற்க நினையாது, அந்நீதி சொன்னவனையே,

“அஞ்சினை ஆதலின்,
அமர்க்கும் ஆள்அலை,
தஞ்சுஎன மனிதர்பால்
வைத்த சார்பினை,

வஞ்சனை மனத்தினை,
***பிறப்பு மாறினை,**
நஞ்சினைஉடன் கொடு
வாழ்தல் நன்மையோ?" *(6371)*

என இகழ்ந்துரைத்து, தன் முன்னின்று உடனே நீங்கும்படி ஏவினான். அதையே காரணமாகக் கொண்டு உடனே நாயகன் மலர்க் கழல் நணுக விரைகின்றான்.

தமையன் தீநெறி செல்கின்றான் என்பதையுணர்ந்தும் அவனைத் துறந்து பகைவரைச் சேர்ந்து வாழ இறையளவும் இசையாத நன்றிமறவாத வல்லரக்கனது உள்ளத்தையும் தன் தமையன் தான் கூறிய அறநெறியோராது தன்னைக் கடிந்ததற்காக, பகைவன் பக்கம் சென்று அவன்றன் அடிபணியும் அறிஞன் உள்ளத்தையும் ஒப்பிட்டு நோக்கினால் புகழ் பெறுதற்குரியார் யார் என்பது காண்போம்.

"தருமமும் ஞானமும்
தவமும் வேலியாய்
மருவஅரும் பெருமையும்
பொறையும் வாயிலாய்க்
கருணைஅம் கோயிலுள்
இருந்த கண்ண"னது *(6411)*

கழலடி இறைஞ்சி வாழும் இலங்கை வேந்தன் தனது அண்ணனான கும்பகர்ணனையும் தன் பக்கத்தே சேர்த்துக் கொள்ள எண்ணுகின்றான்.

அறநெறி துறந்த அரக்கர்கோனைக் கைவிட்டு இருமையும் தரும் பெருமானாய இராமனைச் சேர்ந்து வாழ்வதே சிறப்புடையதாகும் என்றுரைத்த தம்பியை நோக்கி,

நீர்க்கோல வாழ்வை நச்சி,
நெடிதுநாள் வளர்த்துப் பின்னைப்
போர்க் கோலம் செய்து விட்டாற்கு
உயிர் கொடாது, அங்குப் போகேன்; *(7426)*

என்று கூறும் உறுதிமொழியும்,

---

* பிறப்பு மாற்றினை, நஞ்சினைஉடன் கொடு வாழ்தல் நன்றரோ" – என்பது கட்டுரையாளர் பதிவு.

செம்புஇட்டுச் செய்த இஞ்சித்
திருநகர்ச் செல்வம் தேறி
வம்புஇட்ட தெரியல் எம்முன்
உயிர்கொண்ட பகையை வாழ்த்தி
அம்புஇட்டுத் துன்னம் கொண்ட
புண்ணுடை நெஞ்சோடு. ஐய
கும்பிட்டு வாழ்கிலேன் யான், கூற்றையும்
ஆடல் கொண்டேன்" *(7431)*

என்று மானமே பெரிதென நினைத்து கூறும் குணங்களால் உயர்ந்த அரக்க வீரனது செம்மை சான்ற சொற்கள் அழகுடையதேயாகும்.

கூற்றையுமாடல் கொள்ளும் தனது வாழ்க்கையையும் ஒப்பிட்டுப் பார்த்த குலத்து மானம் தீர்ந்திலாத கொற்றவனது உள்ளத்தில் தனது வாழ்க்கையே உயரியதெனத் தோன்றுகின்றது. அவன்றன் உள்ளத்தின் உயர்வே பெருமையுடையதும் ஆகும் என்பதும் கம்பர்தங் கருத்தாய் இலங்கக் காண்கின்றோம்.

மாற்றாரைத் தொழுது வாழ்வதிலும் தன் மானம் காப்பதே தன் கடனெனக் கொண்ட திருமகன் அமர்க்களத்தே ஆவியை விடுத்து அழியாப் புகழெய்துகின்றான்.

மானமே பெரிதெனக் கொண்டு அதனால் புகழ்பட வாழ்ந்தவன் கும்பகர்ணன் என்பதும் வாழ்க்கையின் நலனையே பெரிதும் கருதி, அதனால் குலமணம் போற்றாத தலைவனாய் இலங்கியவன் வீடணன் என்பதும் இதுவரை எடுத்துக் காட்டிய ஒன்றிரண்டு குறிப்புகளால் விளங்கும்.

- ஆனந்த போதினி, ஜுலை-*1932.*

15

இந்திரசித்தன் வெந்திறல்

"இந்திரன் முதுகு கண்ட இராவணன்" காதற்றிரு மகனாய் இலங்கையில் இந்திரசித்தன் இலங்கினான்.

புகழ் குன்றாத அரக்கர் குலம் தலையெடுக்கப் பிறந்த அரக்கர்கோனின் அருமந்த புத்திரனாய் அமைந்த இந்திர சித்தனின் இயற்பெயர் மேகநாதன் என்பதாகும்.

இம்மேகநாதன், வானவர்க்கரசாம் இந்திரன் மேலும் படை கொடு சென்று அவனை வென்று அவனைச் சிறை செய்யும் ஆற்றல் பெற்றுநின்றான்.

இந்திரனைச் செயித்த இவன் இந்திரசித்தனாக அமைந்து புகழ் நிறுவிய பான்மையைக் கவியரசர் ஏற்ற இடந்தோறும் போற்றி யுரைக்கின்றார்.

இராவண வீரனது நன்மகனாய்ப் பிறந்த இவன், இளவயதிலேயே தனது ஆற்றலைக் காட்டும் இள வீரனாக அமைகின்றான்.

இவன் அவ்விள வயதில் இயற்றும் விளையாட்டு களெல்லாம் அசாதாரணமானவையேயாகும்.

சிங்கக் குட்டிகளைப் பிடித்து வந்து அவைகளுக்குக் கோபமூட்டி, அவைகளுடன் எதிர்த்து விளையாடுதலே இவன்றன் விளையாட்டாக அமையும்.

இன்னும், வானில் விண் மீனிடையே விளங்கும் அம்புலியை அழைப்பதும், அஞ்சி வந்த அம்புலியை இரண்டு கரத்தாலும் ஏந்தி அதனைத் தாயருக்குக் கொண்டு வந்து காட்டுவதுமே, இந்திரசித்தனது இயல் விளையாட்டுகளாக விளங்கின.

“கலையினால் திங்களென்ன வளர்கின்ற காலத்தே தான், சிலையினால் அரியை வெல்லும் ஆற்றல்” படைத்தவனாய் இலங்கிய பெருமை இந்திரசித்தனுடையதேயாகும்.

“தாள்அரிச் சதங்கை யார்ப்பத்
தவழ்கின்ற பருவம்தன்னில்
கோள்அரி இரண்டு பற்றிக்
கொணர்ந்தனை கொணர்ந்து கோபம்
மூளுறப் பொருத்தி மாட
முன்றிலின் முறையின் ஓடி
மீளஅரு விளையாட்டு” ***(9234)***

அயரும் பான்மையைக் கம்பர் அழகாக எடுத்தெடுத்துரைத்து மகிழ்கின்றார்.

“அம்புலி அம்மவா என்று
அழைத்தலும் அவிர்வெண்திங்கள்
இம்பர்வந்தானை அஞ்சல்
என இருகரத்தில் ஏந்தும்” ***(9235)***

இந்திரசித்தனின் வெந்திறல், இளவயதிலேயே விளங்குவதாயிற்று. “விளையும் பயிர் முளையில்” என்பது பழமொழி.

இந்திர சித்தன் பின்னர் தானியற்றிய அரிய பெரிய காரியங்களுக்கெல்லாம் அடிப்படை வித்தாக தனது இளவயதிலேயே இகலேறு போல விளங்கினான் என்பதை கவியரசர் உணர்ந்து கூறும் திறம் கற்றார் உளத்திற்கு கழிபேருவகை தருவதாகும்.

இலங்கை நகரில் புகுந்து, சிறையெய்திய செல்வியைத் தேடி புகைபுகாவாயிலும் புகுந்து வருகின்ற அனுமன்,

“முக்கண் நோக்கினன்-முதன் மகன்
அறுவகை முகமும்
திக்கு நோக்கிய புயங்களும்
சிலகரந்தனையான்
ஒக்க நோக்கியர் குழாத்திடை
உறங்குகின்ற” *(4974)*

இந்திரசித்தனைக் காணுகின்றான்.

இவன் றன் கம்பீரமான தோற்றத்தைக் கண்ட அநுமன் அவன் அளவற்ற ஆற்றல் படைத்தவன் என்பதை உணர்ந்தான்.

“வளையும் வாள் எயிற்றுஅரக்கனோ?
கணிச்சியான் மகனோ?
வளையில் வாள்அரிஅனையவன்
யாவனோ? அறியேன்
இளைய வீரனும், ஏந்தலும்,
இருவரும் பலநாள்
உளைய உள்ள போர் இவனொடும்
உளது’ என உணர்ந்தான்” *(4975)*

என்று கூறும் கம்பர்தங் கவிநலம் போற்றுதற்குரியதாகும்.

அரக்கர்கோன் அமளியில் தூங்குவதைக் கண்ட அனுமன் அவன்றன் வலியுணர்ந்தவனாய் அவனை அவ்விடத்தே முடித்து, தன் தோளாற்றல் காட்டத் தகும் என்று நினைத்தவன் அவ் வரக்கர் கோன் மகனைக் கண்ட காலத்து மட்டும் அவனது ஆற்றலை யடக்கத் தான் வலியற்றவன் என்பதை உணர்ந்ததோடு, தன் தலைவனாய இராமனும் இளைய வீரனுங்கூட எளிதில் இவனை வெல்லுதல் இயலாது என்பதை உணர்ந்து கூறுவதாக அமைந்துள்ள கம்பர் கவிநலம் நயஞ் சான்றதாகும்.

இத்தகைய வீரனைத் துணையாவுடைய இப் போரிராவணன் புவன மூன்றையும் வென்றது ஒரு பெருங் காரியமாகப் பாராட்டத் தக்கதன்று என்றும், தனித்தனியேனும் ஒருங்கு சேர்ந்தேனும் மும்மூர்த்திகள் இவனுக்கு உவமையானால் உண்டேயன்றி வேறு உவமை தேடித் திரிதல் வீரன் புகழுக்கு இழுக்கேயாகும் என்றும் கூறும் அனுமனது செஞ்சொற்கள் அழகுடையனவாகவே அமைந்துள்ளன.

"இவனை இன் துணைஉடைய
போர் இராவணன் என்னே!
புவனம் மூன்றையும் வென்றதுஓர்
பொருள்எனப் புகறல்?
சிவனை நான் முகத்து ஒருவனைத்
திருநெடுமாலாம்
அவனைஅல்லவர் நிகர்ப்பவர்
என்பதும் அறிவோ?' *(4976)*

என்று கவியரசர் அனுமன் வாயிலாகக் கூறும் பெருமை படைத்தவனாக இந்திரசித்தன் விளங்குகின்றான். மற்றும் இவ்வீரனது உள்ளம் பலரும் போற்றத்தக்கதொரு சிறந்த உள்ளமாயே அமைந்துள்ளது.

சீதையைக் காணவந்ததொரு குரங்கு, அசோகவனத்தையும், அரக்கர் காக்கும் அரக்கர் காக்கும் ஓமகுண்டத்தையும் அழித்திடாது அதனையடக்கச் சென்ற வீரர் அனைவரையும் வீழ்த்திக் கடைசியாக அரக்கர்கோனின் அருமந்த மைந்தனான அக்ஷய குமாரனது உயிர் குடித்து நின்றது என்று கேட்ட "வீரத்தே நின்ற வீரன்," அனுமன் செருக்கடக்க அசோக வனத்தை நண்ணுகின் றான். தன்னருமைத் தம்பியை இழந்த தமையன் தன் தம்பி மாண்டு மடிந்ததற்காக வருந்தாது அத்தகையதொரு செயலால் தன் தாதையின் புகழுக்கு நேர்ந்த பெரும்பழியை நினைந்து நினைந்து உருகுகின்றான்.

"தம்பியை உன்னுந்தோறும்
தாரைநீர் ததும்பும் கண்ணான்
வம்புஇயல் சிலையை நோக்கி
வாய்மடித்து உருத்து நக்கான்
கொம்புஇயல் மாய வாழ்க்கைக்
குரங்கினால் குரங்கா ஆற்றல்
எம்பியோ தேய்ந்தான் எந்தை
புகழ் அன்றோ தேய்ந்தது? என்றான்" *(5721)*

என்று இந்திரசித்தனது இகலுடை உள்ளத்தைப் போற்றி யுரைக்கின்றார். இன்னும்,

“கானிடை அத்தைக்கு உற்ற
குற்றமும் கரனார் பாடும்
யானுடை எம்பி வீழ்ந்த
இடுக்கணும் பிறவும் எல்லாம்
மானுடர் இருவராலும்
வானரம் ஒன்றினாலும்
ஆனிடத்து உள; என்வீரம்
அழகிற்றே அம்மா” *(5760)*

என்று இந்திரசித்தன் தனது வெந்திறல் வலியற்றுப் போனதற்காக வருந்தி, தன்னைத்தானே வெறுக்கின்றான்.

வீரஞ் செறிந்த உள்ளத்தில், தானொருவனே ஒப்பற்ற வீரன் என்ற செருக்கும் உறைந்து கிடக்கின்றது.

கடத்தற்கரிய காவலையுடைய இலங்கை நகரிலே ஒரு குரங்கு வந்து சிறிதும் அச்சமின்றி அசோக வனத்தை அழித்ததுடன், தன்னை யெதிர்த்த அரக்க வீரர்களை யெல்லாம் அழித்து நின்றது என்றதை அறிந்த மாத்திரத்தில், அக்குரங்கின் குரங்கா ஆற்றலை அறிந்திருந்தும் அதனை வலியடக்கி வெல்லும் திறமுள்ள தன்னை யேவாது வேறு பல இராக்கத வீரர்களை அனுப்பினது தன் தந்தையான இராவணனது பிழையேயாகும் என்னும் பொருள்பட,

“ஒன்று நீ உறுதி ஓராய்
உற்றிருந்து உளையகிற்றி
வன் திறல் குரங்கின் ஆற்றால்
மரபுளி உணர்ந்தும் அன்னோ
சென்று நீர் பொருதிர் என்று
திறத்திறம் செலுத்தித் தேயக்
கொன்றனை நீயே அன்றோ
அரக்கர் தம் குழுவை எல்லாம்” *(5725)*

என்று இந்திரசித்தன் கூறும் வெம்மொழிகள் அவன் தன் பெருமையுணர்ந்த தலைமகன் என்பதையும் அவன் செருக்குடன் வாழ்ந்த சிறப்புடையான் என்பதையும் விளக்குவதாகும்.

இன்னும் தன் மற்றொரு தம்பியாய அதிகாயனை இளைய வீரன் வீழ்த்தியதை அறிந்த இந்திரசித்தன், திரும்பவும் தன் தாதை

தன்னையே முதலில் போர்க்கு அனுப்பாததற்காக அவனைக் கடிகின்றான்.

“கொன்றார் அவரோ? கொலை
சூழ்க! என நீ கொடுத்தாய்
வன்தானையர் மானுடர்
வன்மை அறிந்தும், மன்னா!
என் றானும் எனைச் செல
ஏவலை; இற்றது என்னா
நின்றான் நெடிதுஉன்னி முனிந்து
நெருப்பு உயிர்ப்பான்” *(8008)*

என்று கவியரசர் கூறுஞ் செஞ்சொற்கள் தன் தந்தையான இராவணனையே அவன்றன் முகத்துக்கெதிரே ‘நீ தேர்ந்த ஆலோசனையில்லாதவன்’ என்று எடுத்துக்கூறும் மேட்டிமை வாய்ந்தவன் மேகநாதன் என்பதை விளக்கும்.

அரக்கர் புரந்தரனும் அகிலலோக பயங்கரனுமான இராவணன் மந்திராலோசனை கூட்டி, அதில் தனக்கும், தன்னகருக்கும், தன்னையடுத்த அரக்கருக்கும் ஒரு குரங்கால் ஏற்பட்ட பழி துடைக்க எண்ணி ஆலோசிக்குமளவில் பலர் பல திறங்கூற, வில்லாளரை எண்ணில் விரற்கு முன் நிற்கும் வீரனான இந்திர சித்தன் கூறும் சூளுரை அவன்றன் வீரஞ் செறிந்த உள்ளத்தை இனிதே விளக்குவதாகும்

“முற்றும் முதலாய் உலகம்
மூன்றும் எதிர் தோன்றிச்
செற்ற முதலோ ரொடு
செறுத்தது ஓர் திறத்தும்
வெற்றி உனது ஆக
விளையாது ஒழியின் என்னைப்
பெற்றும் இலை; யான்
நெறிபிறந்தும் இலென் என்றான்” *(6130)*

என்று கவிஞர் எடுத்துரைக்கின்றார்.

“யானைஇலர், தேர் புரவி
யாதும் இலர், ஏவும்

தானை இலர், நின்றதவம்
ஒன்றும்இலர், தாம் ஓர்
கூனல் முதுகின் சிறுகுரங்கு
கொடு வெல்வார்?
ஆனவரும் மானுடர் நம்
ஆண்மை இனிதன்றோ?" (6133)

என்று வில்லாளர் ஆனார்க்கெல்லாம் மேலவனான மேக நாதன், அரக்கர்தம் ஆண்மையை இனிதுணர்ந்து அவ்வாண்மை பயனற்றுக் கிடப்பதற்காகப் பரிந்து கூறுஞ் செஞ்சொற்கள் கற்றார் உளத்தை உருக்குவனவாகும்.

இனி, இராமனுக்கும், இராவணனுக்கும் நேர்ந்த பெரும் போரில் இந்திரசித்தனின் போர்த்திறம் போற்றத் தக்கதொரு பொருளாயே அமைந்துள்ளது.

"பூண்எறிந்த குவடுஅனைய தோள்கள்இரு
    புடைபரந்துஉயர அடல்வலித்
தூண் எறிந்தனைய விரல்கள் கோதையொடு
    *சுவடு எறிந்தது ஒரு தொழில்படச்
சேண் எறிந்து நிமிர்திசைகளோடு மலை
    செவிடு எறிந்துஉடைய மிடல் வலோன்
நாண் எறிந்து முறைமுறை தொடர்ந்து
    கடல் உலகம் யாவையும் நடுக்கினான்" (8062)

என்று இந்திரசித்தனது போர்த்திறனைப் போற்றிப் புகழ்கின்றார். இந்திரசித்தன் எய்த நாகபாசத்தாலும் பிரமாத்திரத்தாலும் வானரர் படை நலிந்த தன்மையை யாரே மறக்க வல்லார்?

இலக்குவனுக்கும், இந்திரசித்தனுக்கும் நேர்ந்த பெரும் போர்களிலெல்லாம், வெற்றி தோல்வி யார் பக்கமெனவே விளம்ப இயலாதிருந்தது என்பதும், முன்னர் அனுமன் கூறியபடி, இளைய வீரனும் ஏந்தலும் இருவரும் இவனுடன் பலநாள் பொருது கடைசியிற்றான் இவன்றன் வலியடக்கினார்கள் என்பதுமே இவன்றன் எஞ்சாத வலிக்கு ஒரு சிறந்த சான்றாகும்.

---

* சிலையெறிந்ததொரு – என்பது கட்டுரையாளர் பதிவு.

இந்திரன் முதுகு கண்ட இராவணன் திருமகனான இந்திர சித்தனை இலக்குவன் முடித்தனன் என்பதைத் தேவர்களெல்லாம் அன்றே தாம் அரக்கர்கோனிடமிருந்து சிறை நீங்கியதாக நினைத்து, அவரவர் தூசு நீக்கி ஆர்த்துக் கொல்லாத விரதத்தார் தம் கடவுளர் கூட்டமொத்து நின்றார்கள் என்று கவிஞர் போற்றியுரைக்கின்றார்.

இந்திரசித்தனையிழந்த இராவணன் இனி வலி குன்றிய வீரனேயாவன் என்பதையும் அவனை முடிப்பது அருந்திறன் அன்று என்பதையும் வானவர் அறிவர்.

அந்த நிலையில் இந்திரசித்தனின் வெந்திறல் முடித்த இலக்குவனையே வானவரும் போற்றி மகிழ்கின்றார்கள். இராம வீரனும், இந்திரசித்தன் பின் இராவணன் ஒருவனும் உளன் என்பதையு மறந்து,

"கம்ப மதத்துக் களியானைக்
காவல் சனகன் பெற்றெடுத்த
கொம்பும் என்பால் வந்து
குறுகினாள் நன்று எனக் குளிர்ந்தேன்" *(9183)*

என்று இந்திரசித்தனது வெந்திறலுணர்ந்து அவனை முடித்த தன் தம்பியின் ஆற்றலை வியந்து கூறுகின்றான்.

ஆகவே இதுவரை கூறியவற்றால், இந்திரசித்தன் இகலுடையுள்ளத்தனாய் இலங்கி அதற்கேற்ற வெந்திறலுடைய பெரு மகனாய் அமைந்து அரக்கர்தம் புகழ் நிறுவி நின்றனன் என்பது சொல்லாமலேயமையும்.

– ஆனந்த போதினி, ஜுன்– 1932.

16

மண்டோதரியின் மாண்பு

கார்மேகங்களிடையே எழுந்த கதிரவன் ஒளிபோல, "இரக்கம் என்றொரு பொருள் இலாத நெஞ்சினரான" அரக்கர் வாழ்ந்த அறம்புகாத அணிநகரில், மயன் மகளாய் மண்டோதரி தோன்றுகின்றாள்.

அரக்கர் கோமானது அருமந்த வாழ்க்கைத் துணைவியாய் அமைந்து, இல்லறம் என்னும் நல்லறம் பேணி, தென்னிலங்கைத் தெய்வமாய் இலங்கிய மண்டோதரி, வலிமிக்க மேகநாதன் என்னும் மகனையும் பெற்று, அதனால் ஆராவுலகை எய்தியிருக்கின்றாள்.

இம்மங்கையை, அரம்பை, மேனகை, திலோத்தமை, உருப்பசியாதியர் கால் வருடத் துயில்வுறும் நிலையில் கண்ட அனுமனும், தான் தேடி வருகின்ற ஜானகி இவள் தானோ என்று ஐயுறுகின்றான்.

காந்தையருக் கணியனைய சானகியின் பேரழகை நிகர்த்த இவள்தன் அழகை யாரே கணிக்க வல்லார்?

அழகிற் சிறந்து விளங்கிய அணங்கான மண்டோதரி தன் கணவனே தன் தெய்வம் என்றும், அவனுக்கு ஆற்றும் அரும்பணியே தன் தவமாகும் என்றும் போற்றி வாழ்ந்து வந்த பெருமை அறிஞர் அறியாததொன்றன்று. தூய வெண்ணீறு துதைந்த மேனியும், சிவபிரான் சேவடி மறவாச் சிந்தையும் வாய்ந்த இம்மங்கை நல்லாள் இயற்றிய நற்றவம் நலமுடையதேயாகும்.

இத்தகையதொரு நங்கைக்கு நாயகனாய் அமைந்த அரக்கர் கோன் அறநெறி தவறி, பிறனில் விழைந்து நின்ற பெற்றி யறிந்த போது மங்கை மயங்குகின்றாள். தன் தலைவன் சீதையைச் சிறைசெய்து வந்ததை உணர்ந்த தலைவி தன் தலைவனது அடாத செயலுக்காக இரங்கியும் அத்தகையதொரு செயலால், தன் நாயகனுக்கும் தன் குலத்துக்கும் என்னென்ன கேடுகள் விழையுமோ என்று ஓங்கிய வண்ணமாயே இருக்கின்றாள்.

இரவெல்லாம் தூக்கமின்றி துர்நிமித்தங்கள் காண்பதும், வாய் குளற உடல் நடுங்குவதும், இவள் தன் பிந்திய நிலையாக அமைந்திருக்கக் காண்கின்றோம். நங்கை செய்த நற்றவத்தின் பயனாய்த் தோன்றிய நன்மகனான இந்திரசித்தனும் தந்தையியற்றிய அரும்பழிக்கே இரையாகி, இலக்குவனது அம்பிற்கு இலக்காகி வீழ்கின்றான்.

இதைக் கேட்ட மங்கை தன் மைந்தனை அணுகும் நிலையைச் சித்திரித்துக் காட்டும் ஆற்றல் பெற்றவர் கவியரசர் கம்பர் ஒருவரே யாவர்.

“தலையின்மேல் சுமந்த கையள்,
தழலின்மேல் மிதக்கின்றாள் போல்
நிலையின்மேல் மிதிக்கும் தாளள்
நேசத்தால் நிறைந்த நெஞ்சள்
கொலையின்மேல் குறித்த வேடன்
கூர்ங்கணை உயிரைக் கொள்ள
மலையின்மேல் மயில் வீழ்ந்தென்ன
மைந்தன்மேல் மறுகி வீழ்ந்தாள்” *(9230)*

என்று கவிஞர் மண்டோதரி தன் மகன் மாண்டுகிடந்த இடத்தை அணுகி, அவனது உடலத்தின்மீது விழுந்து புரண்டழுததை, சோகம் நிறைந்த சொற்களால் அமைத்துக் காட்டுகின்றார்.

இந்த நிலையிலும் தன் ஒப்பற்ற காதற்றிருமகனது வீரத்தையே பெரிதும் நினைந்து போற்றுகின்றாள் மங்கை.

"தாள்அரிச் சதங்கை ஆர்ப்பத்
    தவழ்கின்ற பருவம் தன்னில்
கோள்அரி இரண்டு பற்றிக்
    கொணர்ந்தனை; கொணர்ந்து கோபம்
மூள்உறப் பொருத்தி மாட
    முன்றிலில் முறையின் ஓடி
மீள்அரும் விளையாட்டு இன்னம்
    காண்பெனோ, விதியிலாதேன்?"   (9234)

என்று மங்கை புலம்பும் மாற்றத்தில், அவள், தன் மகன்றன் இளவீரத்தைப் போற்றி மகிழும் திறம் கண்டு மகிழ்வதற்குரிய தாகும்.

நம் தமிழகத்தின் சரிதையை உற்று நோக்கினால் வீரமகளிர் பெருமை இனிதே விளங்கக் காணலாம்.

நரம்புதோல் வற்றிய முதியோள் ஒருத்தியின் ஒரு புதல்வன் போர்க்கோலம் தாங்கி அமர்க்களம் செல்கின்றனன். அவன் போரிடைப் புறமுதுகிட்டுப் பட்டான் என்று பலர் போந்து, அம்முதியோள்பால் அறைகின்றனர். அதுகேட்ட அன்னை, தன் முதுமையைச் சிறிதுங் கருதாது, 'வாள்தாங்கி இவர் கூற்று மெய்யாயின், இவ்வாளால் அவனுக்குப் பாலூட்டிய எனது மார்பை அறுத்தெறிவேன்' என்று எழுந்து போர்க்களம் புகுந்து மைந்தனைத் தேடி ஆங்குக் குவிந்து கிடக்கின்ற பிணங்களைப் பெயர்த்துப் பெயர்த்து அங்கே தன் னொருமகன் மருமத்திடை ஊறுதாங்கி இறந்து பட்டிருத்தலைக் கண்டு அத்தாய் அவனை ஈன்ற பொழுதினும் பெரிதுவக்கின்றாள். இம்மட்டோ?

மற்றொரு பெண், தன் கொழுநன் போர்க்களத்தில் மறப்போர் புரிந்து உயிர் இழந்தனன் என்பதறிந்தும், அவன் உயிர் துறந்த மறுநாளே மாற்றோர் செருப்பறை கேட்டு அப்பெண்மகள் தன்னொரு மகனை, தலைமயிர் நீவிப் போருடை புனைந்து, வேல் கைத் தந்து போர்க்களம் போய் வருக என்று மகிழ்ச்சியொடு வழிகூட்டி அனுப்புகின்றாள்.

இத்தகைய வீரத்தாய் பிறந்த இந்நாட்டின் வீரமகளாய் இலங்குகின்றாள் நம் மண்டோதரி. வெற்றி வீரனான இந்திர சித்தனைப் பெற்ற தாய் வீரத்தாய் என்பதற்கும் ஓர் ஐயமுண்டோ?

அவள்பால் நாம் காணும் வீரமெல்லாம் அவள் தாய் அவனுக்கு இளவயதில் தன் பாலுடன் ஊட்டிய வீரமேயன்றோ?

வீரஞ்செறிந்த உள்ளத்தளாய் இலங்கிய மங்கை, தெளிந்த அறிவுள்ளவளாயும் விளங்குகின்றாள். தன் தலைவனான இராவணன் சீதையைக் கவர்ந்து சிறை செய்துள்ளவொரு காரணத்தால்தான், தன் ஒப்பற்ற திருமகனான இந்திரசித்தன் உயிர் துறக்க நேர்ந்தது என்பதை மங்கை உணர்கின்றாள்.

சீதையென்னும் சிறையிருந்த செல்வியின் நிறையுணர்ந்த மங்கை, தன் நாயகனான இராவணனும் நாளை நடைபெறவிருக்கும் போரில், தன் மகனடைந்த நிலையையே அடைவன் என்பதை உணர்கின்றாள்.

"பஞ்சுஎரி உற்றது அன்ன
அரக்கர்தம் பரவை எல்லாம்
வெஞ்சின மனிதர் கொல்ல
விளிந்ததே; மீண்டது இல்லை;
அஞ்சினேன் அஞ்சினேன்; அச்
சீதைஎன்று அமிழ்தால் செய்த
நஞ்சினால் இலங்கை வேந்தன்
நாளைஇத் தகையன் அன்றோ?" *(9238)*

என்று மங்கை மயங்கிக் கூறும் மொழிகளில், அவள் தன் தெளிந்த அறிவு பரந்து விளங்கக் காணலாம். அவள் நினைத்தவாறே இராவணனும், இராம அம்பிற்கு இலக்காகி, அமர்க்களத்தினிடையே ஆருயிர் துறந்து கிடக்கின்றான். இதைக்கேட்ட மங்கை இராவணனது பெரிய உடலத்தின் மீது விழுந்து புரண்டு, மரங்களும் மலைகளும் உருக வாய் திறந்து அரற்றும் மொழிகள் கற்றார் உள்ளத்தை உருக்குவனவாகும்.

வெள்ளெருக்கம் சடைமுடியான் வெற்புஎடுத்த
திருமேனி மேலும் கீழும்
எள்இருக்கும் இடன்இன்றி உயிர்இருக்கும்
இடன்நாடி இழைத்த வாறோ?

கள்இருக்கும் மலர்க் கூந்தல் சானகியை
மனச்சிறையில் கரந்த காதல்
உள்இருக்கும் எனக்கருதி உடல்புகுந்து
தடவியதோ ஒருவன் வாளி" *(9940)*

என்று கவிஞர் அழகொழுகும் அருஞ் சொற்களால் மங்கையின் மனநிலையை எடுத்தோதுகின்றார். இம்மட்டன்று.

"காந்தையருக்கு அணிஅனைய சானகியார் பேரழகும்
அவர்தம் கற்பும்
ஏந்துபுயத்து இராவணனார் காதலும் அச்சூர்ப்பனகை
இழந்த மூக்கும்
வேந்தர்பிரான் தயரதனார் பணியதனால் வெங்கானில்
விரதம் பூண்டு
போந்ததுவும் கடைமுறையே புரந்தரனார் பெருந்தவமாய்ப்
போயிற்று அம்மா" *(9942)*

என்று மங்கை தெளிந்த அறிவுடன் கூறுஞ் செஞ்சொற்கள் அவன் தன் தலைவனின் சரிதம் உணர்ந்த தலைமகள் என்பதை இனிதே விளக்கும்.

அரக்கர் செய்த கொடுஞ் செயல்களுக்கு ஆற்றாது இந்திரன் தேவர்களோடு செய்த தவமானது ஐந்து கூறாகப் பிரிந்து சீதையின் அழகாகவும், அவளது கற்பாகவும், இராமனது வனப் போக்காகவும், சூர்ப்பனகையின் மூக்காகவும், இராவணனது காதலாகவும் வந்தமைந்து இராவணவதையை முடித்தது என்று மங்கை கூறும் நிறைந்த மொழிகளில் கம்பர் கவிநலம் கனிந்து விளங்கக் காணலாம்.

இனி இம்மங்கை அமர்க்களத்திடையே கிடந்த தன் ஆருயிர்க் காதலனது ஆவியற்ற உடலை யெடுத்து தன் மார்புடனணைத்தனள்; அக்கணமே தன் ஆவியும் நீங்கினாள்.

"என்றுஅழைத்தனள் ஏங்கி எழுந்து அவன்,
பொன்தழைத்த பொருஅருமார்பினைத்
தன்தழைக் கைகளால் தழுவித்தனி,
நின்றுஅழைத்து உயிர்த்தாள் உயிர் நீங்கினாள்" *(9946)*

என்பர் கவியரசர்.

இவ்விடத்து ஒரு சிறந்த உண்மை பொதிந்து கிடக்கின்றது. தமிழகத்து மாதர் தம்தம் காதலர்பால் கொண்டொழுகும் அன்புடைமையை அறிஞர், தலை, இடை, கடை எனப் பிரித்துள்ளார்கள்.

காதலர் இறந்த அக்கணமே தானும் உயிர் விடுபவர் தலையன்புடையார் என்றும், அவ்வாறு உயிர்விடாது எரியிடைப் புகுந்து வலிதில் உயிர் விடுபவர் இடையன்புடையார் என்றும், அவ்வாறும் உயிர்விட ஆற்றாது மறுபிறப்பிலேனும் தன் அன்பரோடு உடனுறை வாழ்க்கையே விரும்பி அதற்கேற்ற நோன்புகளை அனுட்டிப்பர் கடையன்புடையார் என்றும் கூறுவர் பெரியோர்.

"காதலர் இறப்பின் கணையெரி பொத்தி
ஊதுலைக் குருகின் உயிர்த்துஅகத்து அடங்காது
இன்னுயிர் ஈவர் ஈவா ராயின்
நன்னீர்ப் பொய்கை யின்நளி புகுவர்
நளிஎரிபுகாஅர் ஆயின் அன்பரோடு
உடன் உறை வாழ்க்கைக்கு நோற்று உடம்படுவர்"

*(மணிமேகலை - ஊரலர் உரைத்த காதை - **43 - 48**)*

என மணிமேகலையார் எடுத்துக்காட்டும் முறையே போதிய சான்றாகும்.

இத்தகைய அன்பின் திறமறித்து தலையன்புடைய தனிப் பெருமகளாய் இலங்கிய பெருமை நம் மண்டோதரிக்கே உரியதாகும்.

தமிழிலக்கிய முழுவதும் ஊன்றி ஆராய்வார் இவள்போல் இலங்கிய தலையன்புடைய மக்கள் இன்னும் இருவர் உளர் என்பதறிவர்.

கோவலன் உயிர் கவர்ந்த நெடுஞ்செழியர் மனைவியாய கோப்பெருந்தேவியும், சூரபதுமன் மனைவியான பதுமகோமளையும் போற்றுதற்குரிய பெருமக்களாய் விளங்குகின்றார்கள்.

"அரிமான் ஏந்திய அமளிமிசை இருந்த
திருவீழ் மார்பின் தென்னர் கோமான்
தயங்கிணர் கோதை தன்னுயிர் பொறாஅள்
மயங்கினள் கொல்லென மலரடி வருடி
தலைத்தாள் நெடுமொழி தன்செவி கேளாள்
கலக்கங் கொள்ளாள் கடுந்துயர் பொறாஅள்

மன்னவன் செல்வழிச் செல்க யானென
தன்னுயிர்கொண்டு அவனுயிர் தேடினள்போல்
பெருங்கோப் பெண்டும் ஒருங்குடன் மாய்ந்தனள்"

(சிலம்பு: காட்சிக்காதை - 77 - 84)

என்று இராஜரிஷியாகிய இளங்கோவடிகள், கோப்பெருந்தேவியின் குறைவிலா நெறியை, ஆராமொழிகளால் அழகாக எடுத்துரைக்கின்றார். மற்றும்.

"காவன் மன்னவன் இறந்தனன்
எனும் உரை களத்துள்
மேவும் எல்லையில் அசனி ஏறுண்ட
அம்பணியே போல்
தேவியாகிய பதும கோமளை
எனும் திருமங்கை
ஆவி நீங்கினள் தலையளி
யாகியது அதுவன்றோ"

என்று காஞ்சிபுராணமுடையார் பதுமகோமளையின் தலையளியை எடுத்துரைக்கும் நயம் கற்றார் உளத்திற்கு கழிபேருவகை தருவதாகும். இவ்விரு மங்கையரையும் ஒத்த நிலையில் அமைந்த மண்டோதரியின் மாண்புணர்ந்த,

"வான மங்கையர், விஞ்சையர் மற்றும்அத்*
தான மங்கையரும் தவப் பாலவர்,
ஆன மங்கை யரும் அருங் கற்புடை,
மான மங்கையர் தாமும் வழுத்தினார்" *(9947)*

என்று கவிஞர் கோமகன் போற்றியுரைக்கின்றார்.

மண்டோதரியின் மாண்பைச் சீலமின்னதென்று அருந்ததிக்கருளிய சீதையின் சீலத்தோடு ஒப்பிட்டு நோக்கினால், இவ்விருவரில் ஏற்றமுடையார் யாவர் என்பது காண்போம்.

அறிஞர் ஆராய்வார்களா?

---

* "வானமங்கையரும் மற்று மற்றுமெத்,
– என்பது கட்டுரையாளர் தரும் பாடலடி.

17

சீதையின் சீலம்

இந்நிலவுலகில் காணும் இயற்கையின் வனப்பெலாம் திரண்டுருவெடுத்த ஒரு பெரும் அழகுநிலையமே பெண் என்று கூறுவர் பெரியோர்.

"பெண்ணின் பெருந்தக்க யாவுள கற்பென்னும்
திண்மைஉண் டாகப் பெறின்" *(54)*

என்ற தமிழகத்தின் தனிப்புலவராம் வள்ளுவர் பெருமான் அருளியிருப்பதும் நோக்கத்தக்கது. பெண்ணின் பெருமையெல்லாம் அவர் தம் நிறையுடைமையில் அமைந்துள்ளது என்பதை மறுப்பவர் ஒருவருமிலர்.

உலகம் போற்றும் உயரிய நூலாம் இராமகாதையில் இலங்கும் காப்பியத் தலைவியான சீதையின் சீலம் இவ்வளவினது என்று அளவிட்டுரைக்கும் ஆற்றல் படைத்திலேனாயினும், நானறிந்த மட்டில் கம்பர் கவிநலத்தில் சீதையின் சீலம் எவ்வாறு அமைந்துள்ளது என்பதை எடுத்துக்காட்டுவதே இக்கட்டுரையின் நோக்கமாகும்.

இந்நிலவுலகில், நிறைதவறா நீர்மையுடையராய் வாழ்ந்த பெருமக்கள் பலருள்ளும் தலைசிறந்தவராகக் கருதப்படுபவர், அருந்ததி யென்பதை அறியாதார் ஒருவருமிலர்.

தமிழக மக்கள் கற்புடைத் தேவியாம் அருந்ததியம்மையை இன்னும் விண்மீனென மதித்துப் போற்றும் பெற்றியொன்றே போதுமான சான்றாகும்.

இன்னும் இக்கற்பினுக்கரசியை உரையாணியாகக் கொண்டு வில்லி போன்ற நல்லியற் புலவர் பலரும் "வசிட்டன் நல்லற மனைவியே அனையான்" என்று தம்தம் காப்பியத் தலைவியரைப் போற்றும் முறை நாம் கண்டு மகிழ்வதற்குரியதாகும். ஆனால், கவியரசர் கம்பரோ, மற்ற புலவர்களையொப்ப "அருந்ததியெனத்தகைய சீதை" என்று கூறியதோடமையாது இப்புலவர்களையெல்லாம் கடந்து நின்று இந்த அருந்ததிக்கும் மேலான சிறப்பு வாய்ந்தவளே தனது காப்பியத் தலைவியாம் சீதையென்பதை "சீல மின்னதென்று அருந்ததிக்கு அருளிய திருவே" என்னும் செம்மை சான்ற சொற்களில் அழகாக எடுத்துரைக்கின்றார்.

நிற்க, "காந்தையருக் கணியனைய ஜானகியின் பேரழகை" கவியரசர் கம்பர் போற்றாத இடம் இராம காதையிலேயேயில்லை யென்றே கூறலாம்.

"ஆதரித்து அமுதில் கோல் தோய்த்து
அவயவம் அமைக்கும் தன்மை
யாதுஎனத் திகைக்கும் அல்லால் மதனற்கும்
எழுதஒண்ணாச் சீதை" *(483)*

என்று கவிகூறும் கற்பனையை உற்று நோக்குங்கள். காதற் கடவுளாம் காமனும் சீதையின் உருவைச் சித்திரிக்க விரும்பி அமுதத்தையே அதற்குரிய ஓர் வண்ணமாகக் கொண்டு, தனது துரியக்கோலை அதனில் தோய்த்து, சித்திரம் தீட்டப் புகுந்தவன் திகைத்து நின்ற நிலையிலேயே நிற்கின்ற காட்சியைச் சித்திரித்துக் காட்டும் கம்பரது சித்திரம் எத்துணை அழகுடையதாய்த் திகழ்கின்றது.

இவ்வாறு காமனும் கண்டு கலங்கும் வண்ணம் அமைந்த தையல் இவ்வுலகத்தவளேயாயினும், அவளது உருவம் யாவர்க்கும் எழுதவொண்ணாத பெருமை வாய்ந்ததாய் அமைந்துள்ளது

என்பதையும் கவியரசர் பலவிடங்களிலும் எடுத்துரைக்கின்றார். "ஓவியத் தெழுதவொண்ணா உருவத்தளாய்", அழகே உருவெடுத்தென்ன நின்ற அணங்கன்னாளை, மற்றும் பணிகளால் அவள் தன் சேடியர் அழகு செய்வதைக் கண்ட கவியரசர், "அமிழ்தினைச் சுவை செய்தன்ன அழகினுக்கு அழகு" செய் வாருமுண்டோ? என்று அச் சேடியர் ஏழை மதிக்காக இரங்கும் பெற்றி நாம் போற்றத் தக்கதோர் இடமாகும்.

"சொல்நலம் கடந்த காமச்
சுவையைஓர் உருவம் ஆக்கி
இன்நலம் தெரிய வல்லார்
எழுதியது என்ன நின்றாள்" *(1074)*

என்று கம்பர் பிற மகளிரைப் புனைந்து கூறும் சிறப்பெல்லாம் சீதைக்கே உரியனவாகும்.

இன்னும் இவ்வுலகியலுக்கு மாறுபட்ட முறையாகப் பகைவரும் போற்றும் பான்மையுடைய மங்கையாய் இலங்கிய பெருமை நம் சீதைக்கே உரியதாகும் என்று கூறின் மிகையாகாது.

"காமரம் முரலும் பாடல்
கள்எனக் கனிந்த இன்சொல்;
தேமலர் நிறைந்த கூந்தல்;
தேவர்க்கும் அணங்காம் என்னத்
தாமரை இருந்த தையல்
சேடிஆம் தரமும் அல்லள்" *(3135)*

என்று சூர்ப்பநகை கூறும் செம்மை சான்ற சொற்கள் சீதையின் அழகிற்கே ஒரு வரம்பு காட்டுவதாகும்.

"ஈசனார் கண்ணின் வெந்தான்
என்னும் ஈது இழுதைச் சொல்;இவ்
வாசம்நா றுஓதி யாளைக்
கண்டனன் வவ்வல் ஆற்றான்*
பேசல்ஆம் தகைமைத்து அல்லாப்
பெரும்பிணி பிணிப்ப நீண்ட
ஆசையால் அழிந்து தேய்ந்தான்
அனங்கன் அவ்உருவம் அம்மா" *(3137)*

---

* கண்டனன் அல்ல வாற்றால்– என்பது கட்டுரையாளர் பதிவு

என்று சூர்ப்பநகையின் கூற்றாக, கம்பர் கூறும் கற்பனைக் கட்டுரை கற்றார் உளத்திற்கு கழிபேருவகை தருவதாகும்.

காதற் கடவுளாம் காமன் தனது உருவிழந்து நலிந்த கதையை நாம் கர்ணபரம்பரையாயும், புராணபூர்வமாயும் அறிந்தது ஒரு புறமிருக்க, அவன் அநங்கனாய் அழிந்து தேய்ந்ததற்குக் கவியரசர் கூறும் காரணம் சாலவும் அழகுடையதாய் அமைந்துள்ளது.

இச் சீதையின் அழகையும் அவன் தன் தலைவனாய் அமைந்த இராமனது அழகையும் மாந்தி மாந்திக் களிப்புற்ற கவியரசர், கடைசியாக,

"கருத மற்றுஇனி வேறுஇல்லை;
கமலத்துள் கடவுள் தானே
ஒருதிறத்து உணர நோக்கி,
உருவினுக்கு உலகம் மூன்றின்
இருதிறத் தார்க்கும் செய்த
வரம்பு இவர் இருவர்"* (2792)

என்று கூறி அழகின் எல்லை கண்ட தலைவனும் தலைவியுமாய் இராமனும் சீதையும் அமைந்துள்ளார் என்று போற்றியுரைக்கின்றார். என்னே! கம்பர் கவிநலம்!

இதுவரை "தெரிவைமார்க்கு ஒரு கட்டளை எனச் செய்த திரு'வின் அழகினை எடுத்துரைத்தோம். இனி அவள் தன் சீலத்தை ஒன்றிரண்டு குறிப்புக்களால் எடுத்துக் காட்டி இக் கட்டுரையை முடிக்க விரைகின்றேன்.

மிதிலைமா நகரில் ஜனகனது காதற்றிருமகளாய் இலங்கிய காலத்தும், பின்னர் தன் தலைவனாம் இராமனை மிதிலைமா நகரில் கண்டு, காதல் கொண்டு, அவனை மணந்து அயோத்தியில் வாழ்ந்த காலத்தும், சீதையின் சீலம் நலமுடையதாகவே அமைந்துள்ளது எனினும், இச் சீதையை அரசர்தம் புகழ் விழுங்கிய அரக்கர்கோன் கவர்ந்து சென்று தனது அசோக வனத்தில் சிறை

---

* "கருதின் மற்றினி வேறில்லை கமலத்துள் கடவுள் தானே
ஒருதிறத்து உணர நோக்கின் உருவினுக்கு உலக மூன்றில்
இருதிறத் தார்க்குஞ் செய்த வரம்பு இவ்விருவர்"
— என்பது கட்டுரையாளர் தரும் பாடல்.

வைத்திருந்த காலையில்தான் சீதையின் சீலம் அழகுடையதாய்த் திகழ்கின்றது.

சிறையிருந்த செல்வியாம் சீதை, நாயகனைப் பிரிந்து உயிர் தாங்க மனமற்றவளாய் இருந்தும் தன் நாயகனை என்றைக்காவது காணலாம் என்ற ஓர் நம்பிக்கையையே கொழுகொம்பாகக் கொண்டு, அவள் உயிர் தாங்கி நின்றாள் என்பதைக் கம்பர் அழகாக எடுத்துரைக்கின்றார்.

“நாண்எலாம் துறந்தேன் இல்லின்
நன்மையின் நல்லார்க்கு ஏய்ந்த;
பூண்எலாம் ஆகி நின்ற
பொருசிலை மேகம் தன்னைக்
காணலாம் என்னும் ஆசை
தடுக்க என்ஆவி காத்தேன்;
ஏண்இலா உடலம் நீக்கல்
எளிதுஎனக்கு எனவும் சொன்னாள்”* *(8701)*

என்பது கம்பர் தன் கவியாய் இலங்கக் காண்கின்றோம்.

இந்த நிலையில் தன் நாயகனைக் காணலாம் என்ற ஆசை ஒன்றினாலேயே உயிர்தாங்கி நின்ற சீதை பின்னும் தன் தலைவன் தன்னைச் சிறையினின்றும் விடுவியாது, தானுந் தன் தலைவனைக் காணாதே உயிர்விட நேரிடினும் மீண்டும் இவ்வுலகில் பிறந்து, தன் தலைவனது ஆகக் தோய்வதே தன் பெரும் பாக்கியம் யென் பதையுணர்ந்து அதற்கே இறைஞ்சி நிற்கின்றாள்.

அசோக வனத்தின் தன்முன் தோன்றி தனக்கு வாழ்வளித்த வள்ளலாம் அனுமனிடம்,

“ஈண்டு நான்இருந்து இன்னுயிர் மாயினும்
மீண்டுவந்து பிறந்து தன் மேனியைத்
தீண்டல் ஆவதுஓர் தீவினை தீர்வரம்
வேண்டினள் தொழுது என்று விளம்புவாய்” *(5379)*

---

* “நாணெலாந் துறந்தேன் இல்லின் நன்மையின் நல்லார்க்கேய்ந்த
பூணெலாந் துறந்தேன் என்றன் பொருசிலை மேகந் தன்னைக்
காணலாம் என்னும் ஆசை கடுக்க என்னாவி காத்தேன்
ஏணிலா உடலி னீங்கல் எனக்கெளி தெனவுஞ் சொன்னாள்”
– என்பது கட்டுரையாளர் தரும் பாடல்.

என்று சொல்லும் சோகந் ததும்பிய சொற்களில் சீதையின் சீலம், பிறப்பென்னும் வரையிகந்த பெரும் பொருளாய் அமைந்துள்ளது போதரும். இவ்விடத்தே,

"மன்னவனே இப்பிறப்பில் கண்டு மணந்திலனேல்
இன்னம் ஒரு பிறப்பி லானாலும் ஏழையேன்
தன்னந் தனியே இருந்து தவம் ஆற்றியும்உன்
பொன்னகலம் உள்ளுருகப் புல்லாது ஒழிவேனோ"

என்று கானகத்தே தன் காதலனைப் பிரிந்து வருந்திய தமயந்தியின் சொற்களாய் அமைந்த நைடதத்தாரது வாக்கையும் ஒப்பிட்டு நோக்குங்கள்.

இன்னும் இச் "சோகத்தளாய நங்கை" தான் அசோக வனத்தில் தன் தலைவனைப் பிரிந்து வருந்தும் தன் நிலைக்காக ஒரு சிறிதும் வருந்தாது அப்போழ்து தன் தலைவனான இராமன் அக் கானகத்தே வருத்துகின்றானோ என்று எண்ணி எண்ணி ஓங்கி நெஞ்சம் புண்ணாய் உளைகின்றாள்.

"அருந்து மெல்அடகு ஆர்இட
   அருந்தும் என்று அழுங்கும்;
விருந்து கண்டபோது என்உறுமோ
   என்று விம்மும்"   (5083)

என்று கவியரசர் கவி கூறுந்திறன் சீதையின் சீலத்தைப் பெரிதும் விளக்குவதாகும் அன்றோ?

இம்மட்டன்று. "தேவர்க்கும் தெரிவரிய தெய்வக் கற்பின் பேர் மகளாய்" இலங்கிய சீதை அனுமனிடம்,

"அல்லல் மாக்கள் இலங்கையது ஆகுமோ?
எல்லை நீத்த உலகங்கள் யாவும்என்
சொல்லினால் சுடுவேன் அது தூயவன்
வில்லின் ஆற்றற்கு மாசுஎன்று வீசினேன்"   (5362)

என்று கூறும் நயஞ்சான்ற மொழிகளில் சீதை தானடைந்திருக்கும் நிலையைவிட, தன் தலைவனின் புகழ் குன்றாத பெரு வாழ்வையே பெரிதும் மதித்துள்ளாள் என்பது புலனாகும்.

என்னே! சீதையின் சீலம்!

இக் "கற்பினுக் கரசியைப், பெண்மைக் காப்பினைப் பொற்பினுக்கு அழகினைப் புகழின் வாழ்க்கையை"த் தேடிவந்து அசோக வனத்திடை அமர்க்களம் நிறுவி அரக்கர்கோனைப் போருக்கழைத்து, அவனது படையையும் படைத் தலைவரையும் அழித்து நின்ற அனுமனை இந்திரசித்தன் கட்டிச் சென்று அரக்கர் கோன் முன்புவிட அவன் இவனது வாலில் துணி சுற்றி நெய்யூற்றித் தீயேற்ற அதனால் எரியுண்ணும் நிலையில் அமைந்துள் ளனன் அனுமன் என்பதை உணர்ந்த சீதை,

"நீயே உலகுக்கு ஒரு சான்று;
நிற்கே தெரியும் கற்பு; அதனில்
தூயேன் என்னில் தொழுகின்றேன்,
எரியே அவனைச் சுடல்" *(5931)*

என்று அக்னி தேவனை வேண்ட, அவள் விரும்பியவாறே எரியும் அவனைச் சுடாதிருந்தது என்பர் கவியரசர்.

அனுமனும் இவ்வுண்மையை உணர்ந்தவனாய்த் தன்னைத் தீ சுடாதது கண்டு "இது ஜனகன் பாவை கற்பினால் இயன்றது" என்றே கருதி, அவளது சீலத்தை நினைந்து நினைந்து மகிழ்கின்றான்.

இன்னும் போர் முடிந்து இராவணன் மாண்டு மடிந்தபின், இவள் தன் நிறையின் திறத்தை உலகுக்கு அறிவிக்க வேண்டி, இராமன் இவளை எரியுள் மூழ்கச் செய்தபோதும் தீயுள் பாய்ந்த நங்கையை அக்கினிதேவன் ஒன்றுஞ் செய்யாது தன் கரத்தே ஏந்திவந்து இராமனிடம் தந்து,

"..........என்னை இவ்அன்னை
கற்புஎனும்
பொங்குவெந் தீச்சுடப்
பொறுக்கி லாமையால்
இங்குஅணைந்தேன்" *(10042)*

என்று கூறியதாய்க் கவியரசர் அமைத்துள்ள செம்மைசான்ற சொற்கள், "கற்புடைத் தேவியைக் கனலும் அஞ்சும்" என்னும் பண்டைத் தமிழகத்தில் பழமொழியைப் புதுக்குவதாகும்.

இன்னும் இச்சீதையின் கற்புடைமையைப் போற்றியுரைக்கும் உரைகள் பல காவிய முழுதும் நிறைந்திருக்கின்றன.

இலங்கை சென்று திரும்பிய அனுமன்,

"விற்பெருந் தடந்தோள் வீர!
வீங்குநீர் இலங்கை வெற்பில்
நற்பெருந் தவத்தள் ஆய
நங்கையைக் கண்டேன் அல்லேன்;
இற்பிறப்பு என்பது ஒன்றும்
இரும்பொறை என்பது ஒன்றும்
கற்பெனும் பெயரது ஒன்றும்
களிநடம் புரியக் கண்டேன்!" *(6035)*

என்றே இராமனிடம் சீதையின் சீலத்தைப் போற்றியுரைக்கின்றான்.

மற்றும் "தென்னிலங்கைத் தெய்வமாய்" இலங்கிய மண்டோதரியும் இத் "தவஞ்செய்த தவமாம் தையலி"ன் கற்பின் திட்பத்தை யுணர்ந்தவளாய்,

"பஞ்சுஎரி உற்றது அன்ன
அரக்கர்தம் பரவை எல்லாம்
வெஞ்சின மனிதர் கொல்ல
விளிந்ததே; மீண்டது இல்லை;
அஞ்சினேன் அஞ்சினேன்; அச்
சீதைஎன்று அமிழ்தால் செய்த
நஞ்சினால் இலங்கை வேந்தன்
நாளைஇத் தகையன் அன்றோ?" *(9238)*

என்று இராவணன் சீதையின் கற்பென்னும் கனலியால் அழிந்து போகும் உண்மையினை உணர்ந்து இரங்கும் பெற்றி நலஞ் சான்றதாகும்.

இன்னும்,

"உண்ணாதே உயிர்உண்ணாது ஒரு நஞ்சு;
ஜனகி எனும் பெருநஞ்சு உன்னைக்
கண்ணாலே நோக்கவே போக்கியதே
உயிர் நீயும் களப்பட்டாயே" *(9921)*

என்று விபீடணனது சோக மொழிகளில், சீதையின் சீலம் இவ்வளவினதெனக் காணலாகும்.

ஆகவே, இந்"நிலம் பொறையிலதென நிமிர்ந்த கற்பின"ளாகிய சீதையின் சீலம் அவள் தன் நிறையுடைமையில் பெரிதும் விளங்குவதாகும்.

'காந்தையருக்கு அணி அனைய
சானகியார் பேரழகும்
அவர் தம் கற்பும்" *(9941)*

என்றும் நின்று நிலவும் பெருமையுடையதாய்த் திகழ அமைத்த பெருமை கவியரசர் கம்பருடையதேயாகும் என்பதே எனது தாழ்மையான கருத்தாகும் என்று கூறி என் பணி முடிக்கின்றேன் - திருவருள் முன்னிற்க - சுபம்.

பகுதி-II

1. கம்பன் கண்டதோர் காட்சி 181
2. கம்பர் கண்ட உலாவியல் 188
3. கம்பன் நகைச்சுவை 199
4. கம்பர் கவி நலமும் மாதர் மனநிலையும் 212
5. கம்பர் கவியின் செந்தமிழ் இன்பம் 221

1

கம்பன்
கண்டதோர் காட்சி

'கல்வியிற் பெரியவர் கம்பர்' என்பது தமிழ் மக்களிடையே வழக்கம் ஓர் பழமொழியாகும். ஆனால் இப் பழமொழி, ஐந்தாம் வேற்றுமை ஏதுப் பொருளிற்கு உதாரணமாவதன்றி, அப்புலவர் பெருமகன் உண்மைச் சிறப்பை உலகுக்கு அறிவிக்கும் பெற்றி வாய்ந்திலது. ஆனால், இப்பழமொழியை, கம்பராற் பெரியது கல்வி எனப் புதுக்கிக் கொள்வதே கம்பர் அருளிய இராமகாதையின் பெருமைக்கும் அக்காவியமியற்றிய கவியரசர் புகழுக்கும் முறையாகும்.

காரிகை கற்று ஒருவர் கவிதைகள் பாடலாம்; ஆனால் கம்பரது இராமாயணம் போன்ற ஓர் காவியத்தைப் பாட இயலும் என்று கூறுதல் முடியாது.

இத்தகைய புகழுடன், அன்றும் இன்றும் என்றும் நம்மிடையே நின்று நிலவும் பெருமை வாய்ந்ததோர் காவியத்தை எழுதி முடித்த கம்பர்தங் கவிநலத்தை ஆய்ந்து உணர்வோர் தற்காலத்தில் பலர் உளர்.

அக்காதையைக் கதாப்பிரசங்கம் செய்யும் பலர், பாலகாண்டத்தின் கையடைப் படலத்தையும், அயோத்தியா காண்டத்தின் குகப் படலத்தையும், இன்னும் இதுபோன்ற தனித்தனிப் படலங்களை மட்டுமே எடுத்துக் கொண்டு, அவ்வவ்விடங்களில் பயிலப்பட்டுள்ள கருத்துக்களின் விசேடங்களை மக்களுக்கு எடுத்துரைத்து மகிழ்வர்.

ஆனால், கம்பர்தங் கவிதையை இத்தகைய முறையில் கற்பது ஏற்புடைத்தன்று என்பதே எம்முடைய தாழ்ந்த அபிப்பிராயமாகும்.

கவிஞர் அருளிய காதையை, பாலகாண்ட முதற் செய்யுளிலிருந்து, யுத்த காண்டம் இறுதிச் செய்யுள் வரை நன்கு பயில வேண்டும். ஆங்காங்கே கவியரசர் முன்னும் பின்னும் முறைப்படுத்திக் கூறும் நயங்களை யெல்லாம் உணரவேண்டும். அவ்வாறு உணர்ந்தவைகளைப் பிறர்க்கு நவின்று புலவர்தம் பெருமையை நிறுவவேண்டும். இம்முறையே கம்பர் கவிநலத்தைப் போற்றும் முறையாகும். இம்முறையை யொட்டி, தண்டகாரண்யத்தில், கோதாவரிக்கரையில் கம்பர் கண்டதோர் காட்சியை விளக்குவதே இக்கட்டுரையின் நோக்கமாகும்.

இராம இலக்குவர்களும், சீதையும், கோதாவரி தீர்த்தத்தை யடைகின்றார்கள். வீரர் கண்ட கோதாவரியைக் கவிஞர், சான்றோர் கவியெனவே கூறி மகிழ்கின்றார். அக்கோதாவரி நதியானது, பாய்கின்ற நிலங்களை யெல்லாம் பண்படுத்தி, கரைகளிலே, பொன்மணி முதலிய பொருள்களை வாரிக் கொட்டி, அயலகத்துள்ள வயல்களை யெல்லாம் வளமாக்கி, வெப்பத்தைத் தணிக்கின்ற நீர் நிலைகளை யுடையதாகி, குறிஞ்சி முதலிய ஐவகை நிலங்களிலும் பாய்ந்து, செம்மையாகத் தெளிந்து, இடையறாக் குளிர்ச்சியும் மென்மையும் வாய்ந்திருத்தலால், இந்நில உலகில் உள்ள மக்களுக்குச் சிறந்த விடயங்களைக் கற்பித்து, மனதினால் உணர்ந்து இன்புறுவதற்கே உரியதாய், மனத்தின்கண் உதிக்கின்ற காமம், குரோதம் முதலியவைகளை அவித்துக் குவியச் செய்கின்ற அகப்பொருள் திணைகளைத் தன்னுள் தாங்கி, அழகு பெற்றுத் தெளிந்து, மனங்குளிர நடக்கின்ற ஓசை நயமும் வாய்ந்த பெரியோர் கவியெனக் கிடந்தது என்று கவிஞர் கூறும் முறை நயஞ்சான்றதாகும்.

"புவியினுக்கு அணிஆய் ஆன்ற
பொருள் தந்து புலத்திற்று ஆகி
அவிஅகத் துறைகள் தாங்கி,
ஐந்திணை நெறி அளாவிச்
சவியுறத் தெளிந்து, தண்ணென்
ஒழுக்கமும் தழுவிச் சான்றோர்
கவிஎனக் கிடந்த கோதா
வரியினை வீரர் கண்டார்." *(2732)*

என்பது கவிஞர் அருளிய கனிந்த செய்யுளாகும்.

இச்செய்யுளின் நலங்களை எடுத்துரைத்து உங்கள் அவகாசத்தைக் கவரும் அவாவுடையேன் அல்லேன்.

இத்தகைய சான்றோர் கவியெனக் கிடந்த கோதாவரியின் கரையருகே இராமனும் சீதையும் அமர்ந்திருக்கின்றனர். இருவரும் ஒருவருடன் ஒருவர் அளவளாவி, தாந்தாம் காணும் அரிய பொருள்களையொருவருக்கொருவர் காண்பித்து நல்லுரையாடிக் கொண்டிருக்கின்றார்கள்.

அவ்வமயம் ஓர் அன்னம் அந்நதியூடே யொதுங்கிச் சென்றது. அவ்வன்னத்தைக் கண்ட அண்ணல், அவ்வன்னத்தின் நடையை, தன் காதற் கிழத்தியான சீதையின் நடையொடு ஒப்பிட்டு நோக்கி, அன்னத்தின் நடையினும் சீதையின் நடையே விஞ்சியது கண்டு புன்முறுவல் செய்தான்.

இதே சமயத்து, கோதாவரியின் கரையில் வந்து நீருண்டு மீண்ட இளங்களிறு, ஒய்யாரமாய் நடந்து சொல்வதைக் கண்ட சீதை, அந்த யானைக் குட்டியின் நடையையும், தன் காதலனான இராமனது நடையையும் ஒப்பிட்டுச் சீர்தூக்கி, களிறுடைய பெருமித நடையினும், காதலனது பெருமித நடையே அழகுடையதென்று கண்டு சிரித்தாள்.

இக்காட்சியைக் கண்ட கம்பர்

"ஓதிமம் ஒதுங்கக் கண்ட
உத்தமன் உழையள் ஆகும்
சீதைதன் நடையை நோக்கிச்
சிறியதுஓர் முறுவல் செய்தான்;

மாதுஅவள் தானும் ஆண்டு
வந்து நீர்உண்டு மீளும்
போதகம் நடப்ப நோக்கிப்
புதியதுஓர் முறுவல் பூத்தாள்." *(2736)*

என்று அழகொழுக எழுதியமைக்கின்றார். இங்கு இராமன் செய்த முறுவல் சிறியதோர் முறுவல் என்றும், சீதை செய்த முறுவல் புதியதோர் முறுவல் என்றும் கவிஞர் கூறியதன் கருத்தென்னை?

ஏனைப் புலவர்கள் போன்று வெறும் எதுகை மோனைகளுக்காகச் சீதை தன் நடையை நோக்கிச் சிறியதோர் முறுவல் செய்தாள் என்றும், போதகம் நடப்ப நோக்கிப் புதியதோர் முறுவல் பூத்தாள் என்றும் கவியரசர் கவியமைத்து விட்டார் என்று கருதுவது கவிஞர்தம் பெருமைக்கு இழுக்காகுமே யன்றி அவர்தம் கவி நலம் உணர்ந்து கூறியதாகக் கூறுதல் இயலாது.

ஆகவே, **சிறியதோர் முறுவல் செய்த செம்மலின் நிலையையும், புதியதோர் முறுவல் பூத்த மங்கையின் மன நிலையையும்** ஆய்ந்து, கவியரசர் காட்டும் செஞ்சொற்களுக்குச் செம்மையான உரை காண்பது என்பதே சாலச் சிறந்ததாகும்.

மிதிலை நகரில் ஜனகனது திருமகளாய் இலங்கிய சீதையை மணமுடித்து, அயோத்தி திரும்பிய அண்ணலுக்குத் தண்ணளி மிகுந்த தயரதன் முடிசூட்ட விரைகின்றான். அம்முடிசூட்டை இன்னல்செய் இராவணன் இழைத்த தீமையெல்லாம் திரண்டுருண்ட கிழக்கூனியின் சூழ்ச்சியால், கேகயர் கோமகள் இடை நின்று தடுக்கத் துணிகின்றாள்.

தன் மகன் பரதன் நாடாள வேண்டும் என்றும், சீதை கேள்வனாகிய இராமன் பதினான்காண்டு காடுறைந்து வாழவேண்டும் என்றும் மன்னனிடம் இரண்டு வரங்களை வேண்டி நிற்கின்றாள்.

தன் காதற்றிருமகன்பால் வைத்த காதலால் மனமுடைந்து நலிந்த மன்னவனும், "பெண்ணே! வண்மைக் கேகயன் மகளே, பெறுவாயேல், மண்ணே கொள்நீ, மற்றையதொன்றும் மற" என்று இறைஞ்சுகின்றான். மன்னவன் மயங்குதலைக் கண்ட மங்கையும் இராமனையழைத்து,

"ஆழிசூழ் உலகம் எல்லாம்
பரதனே ஆள,நீ போய்த்
தாழ்இரும் சடைகள் தாங்கித்
தாங்கஅரும் தவம்மேற் கொண்டு
பூழிவெங் கானம் நண்ணிப்
புண்ணியத் துறை கள்ஆடி
ஏழ்இரண் டுஆண்டின் வாஎன்று
இயம்பினள் அரசன்" (1601)

என்று சொல்லி முடித்தாள். இவ்வுரை கேட்ட இராமனது திருமுகம், "அப்பொழு தலர்ந்த செந்தாமரையினை வென்றது" என்று கம்பர் கூறும் முறை கற்றார் உளத்திற்கு கழிபேருவகை தருவதாகும்.

இராமன், தன்தந்தை ஏவலை மறுக்க அஞ்சியே, அரச பதவியைத் தாங்க இசைந்துநின்றான். ஆனால், தற்போது, தன் சிற்றன்னையின் உதவியால், அவ்விடர் தன்னைவிட்டு நீங்கியதென்பது அறிந்தபொழுது, பெரியதொரு பண்டியில் பூட்டப் பெற்றிருந்த சிறியதொரு காரேறு கட்டவிழ்த்து விடப்பட்டால் எவ்வளவு உவகையுடன் துள்ளி விளையாடுமோ அவ்வளவு உவகை யுடைய னானான் என்பதைக் கவியரசர்,

"தெருளுடை மனத்து மன்னன்
ஏவலின் திறம்ப அஞ்சி
இருளுடை உலகம் தாங்கும்
இன்னலுக்கு இயைந்து நின்றான்
உருளுடைச் சகடம் பூண்ட
உடையவன் உய்த்த கார்ஏறு
அருளுடை ஒருவன் நீக்க
அப்பிணி அவிழ்ந்தது ஒத்தான்" *(1603)*

என்று அழகொழுக எழுதியமைக்கின்றார்.

இவ்வாறு உவகைமிக்குடையனாய்க் கானகம் புறப்பட்ட காகுத்தனின் மனநிலை எக்காலத்தும் அவ்வாறேயிருந்ததில்லை.

"தாயுரை செய தந்தை யேவ" கானாளச் சென்ற கமலக் கண்ணனைப் பின்பற்றி இளைய தம்பி இலக்குவனும் புறப்பட்டான்.

இணையிலாத் தம்பி இலக்குவன்தான் புறப்பட்டான் என்றால், பஞ்சினும் மெல்லடிப் பாவையான ஜானகியும் தன்னுடன் வரப் புறப்படுகின்றாள் என்பதறிந்த இராமன், முன்னடைந்த உவகை நீங்கி வருத்தமுற்றான். சீதையும் தன்னுடன் கானகம் புறப்படுவதால், எல்லையற்ற இடர் வந்தெய்தும் என்பதறிந்து இராமன், கவன்ற மனத்தினனாய் அமைந்தது இயல்பேயாகும்.

இவ்வாறு உவகையும், வருத்தமும் இடைவிரவி நின்ற நிலையிலிருந்த இராமன், அன்னத்தின் மென்னடையைக் கண்ட பொழுது சிறியதோர் முறுவல் செய்தது உவப்பேயாம். தன் இன்னுயிர்க் காதலியான சீதை, அரசமாளிகையில் அழகிய தூளிகையில் அமர்ந்திருக்க வேண்டியவன், கானகத்தே கல்லும் காடும் தகிக்கின்ற இடங்களில் வசிக்க நேர்ந்ததே என்று வருந்திய நிலையில் அமைந்த ★... அவ்வருத்தத்தினிடையிலும், தன் காதலியின் நடையழகு அன்னத்தின் மென்னடையழகையும் வெல்லும் தன்மையது என்பதறிந்து சிறியதோர் முறுவல் செய்தது எவ்வளவு பொருத்தமுடைய தென்பதை அன்பர்களே அறிந்து கொள்ளுங்கள்.

இனி சீதையின் மனநிலை எவ்வாறிருந்தது என்று பார்ப்பாம். அயோத்திநகரின் அரச பதவியை இழந்த இராமன் சீதையையடுத்து, "பங்கமில் குணத்து எம்பி பரதனே துங்கமாமுடி சூடுகின்றான். நான் என் தாய் தந்தையர் கட்டளைக் கிணங்க காடுசென்று மலைவளமும், மழைவளமும் கண்டு வருகின்றேன். அதுவரை நீ இவ்விடத்தே வருந்தாதிரு" என்று சொல்லி அவளிடம், காடு செல்ல விடைபெற விழைகின்றான். அப்போது சீதை யெய்திய நிலையைக் கவிஞர்,

"நாயகன் வனம் நண்ணல் உற்றான் என்றும்
மேய மண் இழந்தான் என்றும் விம்மலள்;
'நீ வருந்தலை; நீங்குவன் யான்'என்ற
தீய வெஞ்சொல் செவிசுடத் தேம்புவாள்"   (1823)

என்று விரித்துரைக்கின்றார்.

இம்மங்கையின் நிலையுணர்ந்த மன்னவன் மைந்தனும் மறுகி, காதலி! கல்லும் முள்ளும் கலந்து கிடக்கும் கானகத்தின்

---

*...... சிதைவுற்றிருக்கிறது.

வெம்மையை உன் செவ்விய சேவடிகள் தாங்க இயலாவே என்று வருந்தியுரைத்த பொழுதும், சீதை, “அன்ப! நின் பிரிவினும் சுடுமோ பெருங் காடு’ என்று கலங்கியழுதாள்.

இவள்தன் நிலையுணர்ந்த இராமனும், இவளைத் தன்னுடன் அழைத்துச் செல்ல ஒருப்பட்டான். இதுவரை தன் நாயகனைப் பிரிந்து வாழ நேர்ந்து விடுமோ என்று அச்சத்தாலும் சோகத்தாலும் நலிந்த நங்கை தன்னாயகனுடன் செல்லப்போகின்றோம் என்ற உவகையால் களித்து விளங்கினாள். கானகத்தே காதலனுடன் நடந்து சென்று அவன் காட்டிய காட்சிகளைக் கண்டு, களிப்புடனிருந்த சீதைக்கு, கோதாவரியில் நீருண்டு மீண்ட இருங்களிற்றின் நடை தன் நாயகனது நடைக்கு ஒவ்வாதது கண்டு புதியதோர் முறுவல் பூப்பது இயல்பேயாம்.

தன்னாயகனுடன் உறையும் பெற்றியில் மகிழ்ந்து நின்ற மங்கை, இக் காட்சியால் அடைந்த நலத்தினைப் புதியதோர் முறுவல் என்று கவியரசர் கம்பர் புகழ்ந்துரைத்த முறை போற்றத்தக்கதேயாகும்.

இவ்வாறு காட்சியின்பம் கவின்பெற விளங்க, கண்ட காட்சியை அழகொழுக எழுதி யமைக்கும் திறமுடைய கம்பர்தம் கவிநலம் மாண்புடையதாகும் என்பதில் ஐயமுண்டோ?

இராமனும் சீதையும் கண்ட காட்சியை நாம் காணுமாறு சித்திரந் தீட்டி, அச்சித்திரத்தில் பல நலமும் பல்கிப் பெருக அமைத்த பெருமை கம்பருடையதேயாகும்.

அக் காட்சியைக் கம்பர் கண்ட காட்சியாகவே கொண்டு அவர் காட்டும் இன்னும் பல காட்சிகளையும் அறிஞர் கண்டு மகிழ்வார்களாக.

2

கம்பர் கண்ட உலாவியல்

உலா என்பது, பெருங் காப்பியங்களினிடையே, காப்பியத் தலைவனான கதாநாயகன், தேரூர்ந்தோ, அன்றி யானை மீதேறியோ வீதியில் பவனி வருகின்ற சிறப்பையும் அழகையும் உரைப்பதாகும்.

கதாநாயகன், வீதியில் உலாப் போகின்ற பெருமையையும், அதனைக் கண்ட மாதரும் பிறரும் அவனைக் கொண்டாடும் விதத்தையும், புனைந்து பாடுதல் கவி மரபாகும்.

நாட்டின் நீர்வளம், நிலவளம், திணை வருணனை, திணை மயக்கம் முதலியன எவ்வாறு காவிய இலக்கணங்களாக அமைகின்றனவோ, அதேபோல, உலாவியல் வர்ணனையும் காவிய இலக்கணத்தின் ஒரு கூறாகும்.

பெருங்காப்பியங்களினிடையே, உலாவியல் வர்ணனையைப் பற்றி வரும் பாடல்கள் பல இருக்கும்.

சங்க காலத்துப் பஞ்ச காவியங்களில் சிறந்ததாகக் கருதப்படும் சீவக சிந்தாமணியில், சீவகன் உலாப் போந்த தன்மையை, திருத்தக்க தேவர் இலக்கணையார் இலம்பகத்தில், அழகொழுக எழுதியமைத்திருக்கின்றார்.

கச்சியப்ப ரியற்றிய கந்த புராணத்தில், முருகன் உலாப்போந்த முறையை வணிக்கும் செய்யுள்கள் பல வுள.

கவியரசர் கம்பர் பெருமானோ, இராமன் மிதிலைமாநகரில் உலா வந்த பெருமையையும் அப்போழ்து நிகழ்ந்த நிகழ்ச்சிகளையும் ஓர் தனிப்படலமாகவே பாடிவிட்டார்.

இன்னும் தமிழ்க்கவி உலகில், உலா என்பது ஒரு தனிப் பிரபந்தமாகவே வழங்கி வருகின்றது. விக்ரம சோழனுலா, இராஜராஜனுலா என்னும் பிரபந்தங்கள் உலாவியலின் பெருமையை இனிது விளக்கும்.

உலாவப் போகும் ஒரு பெருமகனைக் காணுமாறு மாதரெல்லாம் வீதியில் விரைந்து வந்து அடைதலும், வந்த மாதர் அவனழகில் ஈடுபட்டு, உள்ளம் குழைதலும், மற்றும் அம்மாதர் அவன்மேல் மையல் கொண்டு, காமப் பரவசராகி அவனைத் தொடர்ந்து ஏகுவதும், ஏகி அவனை வியந்து புகழ்வதும், இன்னும் இவைபோல்வன பிறவும் உலா என்னும் காவிய அங்கத்தின் இலக்கணமாகும்.

கம்பர் கண்ட உலாவியலின் தன்மையை ஆராயுமுன் புகழேந்தி எழுதிய நளவெண்பா போன்ற சிறு காப்பியங்களிடையிலும், காணுகின்ற உலாவியலின் தன்மையைப் பற்றி, ஒன்றிரண்டு சொற்கள் கூறுவது மிகையாகாது.

நிடதர் கோமானாகிய நளன், தன் அரண்மனையைவிட்டுப் பூங்காவிற்குச் சென்றதை,

"வாங்குவளைக் கையார் வதன மதிபூத்த
பூங்குவளைக் காட்டிடையே போயினான்"

என்று புகழேந்தியார் கூறுவதால், 'மாதரார் கண்களுக்கெல்லாம் நளன் இலக்காகி நின்றான்' என்பது பெறப்படுகிறது. மற்றும்,

தேரின் றுகளைத் திருந்திழையார் பூங்குழலின்
வேரிப் புனல் நனைப்பவே யடைந்தான்"

என்று கவிஞர் கூறும் முறையில், அம்மாதர் நளனைத் தொடர்ந்து மொய்த்தனர் என்பதும், அவ்வாறு அவர்கள் மொய்த்த காலையில், அவர்கள் தலையில் அணிந்திருந்த பூக்களினின்றும் சொட்டிய தேன் துளிகள், நளன் ஏறிச் சென்ற தேரின் வேகத்தால் எழுந்த

புழுதிக்கூட்டத்தைத் தண்ணீர் தெளித்து அடக்கியதுபோல அடக்கியது என்பதும் அழகாக அமைந்துள்ளன.

ஆகவே, தெருவூடே, தேரூர்ந்து சென்ற தலைமகனான நளனைக் காணுமாறு மாதர்கள் கூடிக் கூடி நின்றதையும், அவனழகில் ஈடுபட்ட மாதர் அவன்மேல் தீராத மையல்கொண்டு அவனைத் தொடர்ந்து ஏகியதையும் கூறுமுகத்தான், புகழேந்தியார் இவ்வுலாவியலின் தன்மையை ஒரு சிறிது நமக்குக் காட்டுகின்றார்.

இனி நாம், காப்பியங்களிலெல்லாம் சிறந்த காப்பியமாகக் கருதப்படும் கம்பரது இராம காதையில் உலாவியல் எம்முறையில் அமைந்துள்ளது என்று பார்ப்போம்.

மிதிலையில், முனிவர் முன்செலத் தம்பி பின்வரச் சென்ற இராமன் கன்னிமாடத்து மேடைமீது நின்ற சீதையைக் கண்டு காதலித்ததும், பின்னர் ஜனகனது பேரவையில், அளவிடற்கரியதோர் ஆற்றல் வாய்ந்த அரனார் வில்லையொடித்ததும், அதற்குப் பரிசமாகச் சீதையைப் பெற்றதும், கம்பர் கவிதை உணர்ந்த யாவரும் அறிவர்.

இவ்விராமன், தன் தம்பியர் புடை சூழ, சங்கமும், முரசமும் ஒலிக்க எழுந்து, "எழுதருந் தகையதோர் தேரின்மீதேறி, மிதிலை நகரின் வீதிவழியே உலாப் புறப்படுகின்றான். செம்பஞ்சூட்டிய மெல்லிய பாதங்களையுடைய பெண்கள் கூட்டங்கூட்டமாக, மஞ்சு தோய உயர்ந்த மாளிகையின் மாடங்களில் நிறைந்து நிற்க, அம்மடவார் தம் விடந் தோய்ந்த விழிகள், இராமனையே நோக்க, மதில்கள் சூழ்ந்த மிதிலை நகரத்தின் பெருந் தெருவைச் சென்றடைந்தான்" என்பதைக் கவிஞர்,

"பஞ்சிசூழ் மெல்அடிப் பாவைமார்
பண்ணைசூழ்
மஞ்சிசூழ் நெடிய மாளிகையின்
வந்து, இடைவிராய்
நஞ்சுசூழ் விழிகள் பூமழையின் மேல்
விழ நடந்து
இஞ்சிசூழ் மிதிலை மாவீதி சென்று
எய்தினான்" *(1060)*

என்று அழகாக எடுத்துரைக்கின்றார்.

இம்மாதர்கள், கையிலணிந்துள்ள வளைகள் கழலவும், கூந்தல் சரிந்து தொங்கவும், பாதங்களில் அணிந்த பாதசரங்கள் பரத நூல் விதியை யொட்டி ஒலிக்கவும், விரைந்து இராமன் உலா வருவதைக் காண வந்தெய்துகின்றார்கள்.

அவர்கள் அவ்வாறு விரைந்து வந்த தன்மையைக் கவியரசர் கம்பர்,

"மான்இனம் வருவ போன்றும்,
மயில்இனம் திரிவ போன்றும்,
மீன்இனம் மிளிர்வ போன்றும்,
மின்இனம் மிடைவ போன்றும்,
தேன்இனம் சிலம்பி ஆர்ப்பச்
சிலம்புஇனம் புலம்ப, எங்கும்
பூநனை கூந்தல் மாதர்
பொம்மெனப் புகுந்து மொய்த்தார்" *(1063)*

எனக் கூறுகின்றார்.

கண்ணால் மானினத்தையும், சாயலால் மயிலினத்தையும், அணிகலனால் மீனினத்தையும், இடையால் மின்னினத்தையும் ஒப்பர் மாதர் என்னும் விதி பற்றி, இம்மாதர் விரைந்து வந்த தோற்றத்தை, மானினத்தோடும் இணைத்துக் கூறுவராயினர்.

"அடியினைச் சிலம்பு பூண்டாற்றும்" என்று கூறிய கம்பரே, இங்கும், "சிலம்பினம் புலம்ப" என்று கூறினாலும் அவை எதற்காகப் புலம்புகின்றன என்று கூறினாரில்லை.

இக் குறையை நிறைசெய்ய முன்வருவார்போன்று புகழேந்தி "மோட்டினங் கொங்கை முடியச் சுமந்தேற மாட்டாது" என்று சிலம்புகள் கதறிய சொற்களை விரித்துரைக்கின்றார். மற்றும், "பொம்மெனப் புகுந்து மொய்த்தார்" என்று கூறும் முறையில் மாதர்கள் விரைந்து வந்த தன்மை காட்டப் பெறுகின்றோம்.

பொம்மெனப் புகுதலும், கம்மெனக் கமழ்தலும் *ஓசை நயத்தால் கவிஞர் கருத்தை நமக்குத் தெள்ளிதில் விளக்கும் ஆற்றல் வாய்ந்தவைகளாகும் என்பதில் ஐயமில்லை. இன்னும் இம்மாதர் விரைந்துவந்த தன்மையையே கவிஞர் சித்திரிக்க விரும்பி, அடுத்த செய்யுளை,*

"விரிந்துவீழ் கூந்தல் பாரார்:
மேகலை அற்ற நோக்கார்:
சரிந்தபூந் துகில்கள் தாங்கார்:
இடைதடு மாறத் தாழார்:
நெருங்கினர்: நெருங்கி புக்கு
'நீங்குமின், நீங்குமின்' என்று
அருங்கலம் அனைய மாதர்
தேன்நுகர் அளியின் மொய்த்தார்" *(1063)*

என அமைத்தருளுகின்றார்.

இம்மாதர்கள், அவிழ்ந்து வீழ்கின்ற கூந்தலை மதியாமலும், மேகலாபரணங்கள் அற்று வீழ்வதை உற்று நோக்காமலும், சரிந்து வீழ்கின்ற மெல்லிய ஆடைகளை ஏந்தி நிற்காமலும் இடை தடுமாற, இதற்கெல்லாம் அஞ்சித் தாமதியாமல், 'தள்ளுங்கள் தள்ளுங்கள்' என்று ஒருவரை யொருவர் தள்ளிக்கொண்டு நெருங்கி வந்து, தேனை யுண்ணவரும் வண்டுகளைப்போல் இராமனை மொய்த்துக்கொண்டார்கள் என்று கவிஞர் கூறும் முறையில் மாதர் விரைந்துவந்த தோற்றமும், அவர்கள் தலையவிழ்ந்து தொங்க, மேகலைகள் சரிந்து வீழ, ஆடைகள் அரையைவிட்டு நெகிழ நின்ற காட்சியும் நம்முன் விளக்கமாய்க் காட்டப் பெறுகின்றோம்.

"கண்ணினால் காதலென்னும் பொருளையே காண்கின்றோம். இப்பெண்ணின் நீர்மையினால் எய்தும் பயனின்று பெறுதும்" என்று கருதுபவராய், இம்மாதர் சிவந்த மேனியையுடைய அகலிகை கண்டு களித்த தாளையும், இயற்கை மணமமைந்த கூந்தலையுடைய சீதையைப் பரிசமாகப் பெற வில்லொடித்த வீரக் கையையும், மலைபோன்று உரமுடைய தோள்களையுங் கண்டு, கண்ணிமையாது நின்று இராமனது அழகைப் பாடுவாராயினர்.

"வீதிவாய்ச் செல்கின் றான்போல்,
விழித்துஇமை யாது நின்ற
மாதரார் கண்கள் ஊடே
வாவும் மான் தேரில் செல்வான்

யாதினும் உயர்ந்தோர் தன்னை
யாவர்க்கும் கண்ணன் என்றே
ஓதிய பெயர்க்குத் தானே
உறுபொருள் உணர்த்தி விட்டான்." *(1068)*

இராமன் வீதிவழியே தேரூர்ந்து செல்பவன்போல் காணப்பட்டாலும் இயற்கையில், இமையாது நின்று கண்ட மாதர் தம் கண்களுக்குள்ளே தாவுகின்ற குதிரைகள் கட்டிய தேரில் செல்பவனாயே அமைந்தான்.

ஆதலின், புலமைமிக்க புலவர் எல்லாம் இவனுக்கிட்ட "**கண்ணன்**" என்ற பழம்பெயரைப் புதுக்குவான் போலவும், தான் அப்பெயருக்குப் பொருத்தமாதலை எல்லாருக்கும் உணர்த்துவான் போலவும் அமைந்து விளங்குகின்றான் என்று கவி கூறும் நயம் கண்டு மகிழ்வதற்குரிய தொன்றாகும்.

இதுவரை மாதர்கள் கூட்டம் இராமனைக் காண நெருங்கியும், விரைந்தும் வந்ததையும் அம்மாதர் கூட்டத்தினிடையே இமையாது நின்ற இராமனைக் கண்டதையும் விளக்கிய கம்பர் இனி அக்கூட்டத்தினிடையே ஒன்றிரண்டு பெண்களின் நிலையை மட்டும் தனித்தனி யெடுத்துக் கொண்டு விளக்க முன்வருவாராயினர்.

இராமனைக் கண்டு அவனழகில் ஈடுபட்டு நின்ற ஒரு பெண் தன் உயிரொன்றைத் தவிர, தான் தாங்கி நின்ற பொருள்களான ஆடையையும், கை வளையல்களையும், பழித்தலில்லாத பெண்ணயத்தையும் இயற்கைப் பண்பையும், குற்றமற்ற அழகையும், தன் எண்ணத்தையும், அறிவையும், தேஜசையும், வயிரத்தால் செய்த அணிகலன்களையும், நாணத்தையும், மடப்பத்தையும், தன்னிறையையும் இன்னும் தன்னிடத்திலுள்ள எல்லாப் பொருள்களையும் தாங்கலாகாது உகுத்து நின்றாள் என்பர் கவியரசர்.

"பயிர்ஒன்று கலையும், சங்கும்,
பழிப்பஅரு நலனும், பண்பும்
செயிர்இன்றி அலர்ந்த பொற்பும்,
சிந்தையும், உணர்வும், தேசும்
வயிரம்செய் பூணும், நாணும்,
மடனும் தன்நிறையும் மற்றும்

உயிர்ஒன்றும் ஒழிய எல்லாம்
உகுத்துஒரு தெரிவை நின்றாள்" *(1070)*

என்று கவியரசர் கவியாற்றுகின்றார்.

உயிரொன்றைத் தவிர, ஏனைய பொருள்களைத் தாங்க வலியற்றவராய் நின்ற நிலையையும், அவள் தாங்கலாற்றாத பொருள்களின் தொகையையும் எடுத்துரைக்கும் முறையை உற்றுநோக்கினால் கம்பர்தங் கவிநலம் கைவரப் பெற்றவராவோம்.

இன்னும் மற்றொரு பெண், அகத்தே நிகழும் உணர்ச்சியை இத்தகையதெனப் புலப்படுமாறு கூற இயலாத தன்மை வாய்ந்ததும், இந்நிலமக்கள் அடையும் இன்பங்களிலெல்லாம் தலைசிறந்ததுமான சொன்னலங் கடந்த காமச் சுவையையே, ஓர் உருவமாக்கி, இன்ப நயங்களை யெல்லாம் அறியவல்ல ஓவியக் கலைஞர் எழுதிய ஓர் ஓவியம்போல நின்றாள்.

அம்மங்கையோ, இலக்குமியை யொத்த அழகுடையாள் எனினும், இராமனைக் கண்டு அவன் அழகெனுந் தேறலை அமிர்தமாயுண்டு நின்ற நிலையில் தான் புனைந்துள்ள அணிகளெல்லாம் தன்னைவிட்டுக் கழன்று வீழத் தன்னையுந் தாங்கலாதாள் துகிலொன்றுந் தாங்கி நின்றாள்" என்று உரைக்கின்றார் கவியரசர்.

"சொல்நலம் கடந்த காமச்
சுவையை ஓர் உருவம்ஆக்கி
இன்நலம் தெரிய வல்லார்
எழுதியது என்ன நின்றாள்–
பொன்னையும் பொருவு நீராள்,
புனைந்தன எல்லாம் போகத்
தன்னையும் தாங்கலா தாள்,
துகில் ஒன்றும் தாங்கி நின்றாள்" (1073)

என்று கவிஞர் அருளிய முறையில், ஓவியத்தெழுதிய ஓர் பொற்பாவை போன்று நின்ற அம்மங்கையின் நிலையையும், இராமன் மேலுற்ற காதலால் தன்னுடல் மெலிந்து நலிய, அதனால் தானணிந்த பணிகளெல்லாம் கழன்று வீழத் தன்னையுந் தாங்க இயலாத தன்மை வாய்ந்த மெல்லிய துணி யொன்றுமாட்டுந் தாங்கியவளாய் நின்ற நிலையைச் சித்திரித்துக் காட்டுந் திறம்,

கம்பர் போன்ற பேரோவியக்காரர்கட்கு மட்டுமே இயலுமன்றி, மற்றையோர்க்கு இயலாத காரியமேயாகும்.

இன்னும் மற்றொரு பெண், தான் இராமனது அழகிலேயே ஈடுபட்டு, அக்கூட்டத்தில் அவனையன்றி வேறெவரையுங் காணாதவளாகி, இந்த உலாவில் இராமன் தனியே வருகின்றானோ என்று வினவுகின்றாள்.

இவள் இராமனைத் தவிர வேறொன்றும் காணாதவளாகி, "தமியனோ அண்ணல்" என்று கூறும் உரைகள் அவள் இராமன் பால் வைத்த இமையாத கண் ணோக்கத்தையும், அழியாத அன்பையும் தெள்ளிதில் விளக்குகின்றது.

"தாக்குஅணங்கு அனைய மேனி
தைத்தவேள் சரங்கள் பாராள்;
வீக்கிய கலனும் தூசும்
வேறு வேறுஆனது ஓராள்" *(1077)*

என்ற நிலையில்தான் அமைந்திருந்தாள்.

இவ்வாறு பல பெண்கள் இராமனது பேரழகில் ஈடுபட்டுத் தத்தம் உணர்விழந்து நிற்க, மற்றொரு பெண்ணோ, தன் தோழியை நோக்கி, 'தோழியின் முன்னே செல்லும் இராம னென்னும் வஞ்சகன் என் நெஞ்சிடை வந்து புகுந்து விட்டான். அவன் என்னை விட்டு ஓடிப்போகாத வண்ணம், கண்கள் செல்கின்ற வழியைச் சிக்கென அடைத்துக் கொண்டேன். இவ்வாறு அவனைச் சிறை செய்த வண்ணமே, நாம் சென்று நம் அமளியைச் சேர்வோம்' என்று கூறி விரைந்து சென்றதாகக் கவிஞர் கவியாற்றுகின்றார்.

"மைக்கருங் கூந்தல், செவ்வாய்
வாள்நுதல் ஒருத்தி உள்ளம்
நெக்கனள் உருகு கின்றாள்,
'நெஞ்சிடை வஞ்சன் வந்து
புக்கனன்; போகா வண்ணம்
கண்எனும் புலங்கொள் வாயும்
சிக்கென அடைத்தேன்; தோழீ!
சேருதும் அமளி' என்றாள்" *(1076)*

என்பது கவிஞர் அருளிய கனிந்த செய்யுளாகும்.

இராமனுடன் 'கண்ணோடு கண் இணை கவ்வி யொன்றை யொன்று உண்ணவும் நிலைபெறாது உணர்வும் ஒன்றிட நின்ற' சீதை, தன் பெண்ணலனையும், தன்னுடன் பிறந்த நாணையும், தன் எண்ணத்தின் வழியியங்கும் உணர்வையுமிழந்து, இப் பொருள்களைக் கவர்ந்து சென்றவன் 'தன் கண்வழி நுழைந்த கள்வனான இராமனே யாகல் வேண்டும்' என்று கருதுகின்றாள். கண்வழி நுழைந்து தன் பெண்ணலன், நாண், நிறையென்னும் பொருள் கவர்ந்து சென்ற கள்வன் என்று இராமனைச் சீதை கருத, இங்கு இம்மங்கை, தன் கண்வழி நுழைந்த வஞ்ச நெஞ்சினனாகிய இராமனை, வெளியே செல்லவொட்டாது தன் கண்ணைப் பொத்தி, தன்னிதயமாம் சிறையில் நிறுத்திய பெருமையைத் தன்னதாக்க நினைக்கின்றாள். இருவரில் யாரோ ஏற்றமுடையார்?

இவ்வாறு இராமனைத் தொடர்ந்து சென்று கண்டு களித்த மங்கையர் நெருங்கிய அவ்வீதியோ, மன்மதன் எய்த மலர் அம்புகளில் மாதர்களுடைய நெஞ்சில் தைத்துக் கழன்றவையும், அம் மாதர்தம் மேனியிலெழுந்த வெந்தீயால் கரிந்த ஆபரணங்களும், அம்மாதர்கள் கொங்கைகள் வெயர்த்த காலத்தில் அவ் வேர்வை நீரால் அழிந்து வழிந்த சந்தனமும், சரிந்த மேகலைகளும், முத்து வடங்களும், சங்க வளையல்களும், நீண்ட கூந்தல் அவிழ்ந்து வீழ்தலால் சிந்திய பூமாலைகளும் நிறைந்து கிடந்ததேயன்றி அவ்வீதியில் வெற்றிடம் கிடைப்பது அரியதாயிருந்தது.

"வரிந்தவில் அனங்கன் வாளி,
மனங்களில் தைப்ப மாதர்*
எரிந்த பூண்இனமும், கொங்கை
வெயர்த்த போது இழிந்த சாந்தும்
சரிந்த மேகலையும், முத்தும்,
சங்கமும், தாழ்ந்த கூந்தல்
விரிந்தபூந் தொடையும் அன்றி
வெள்ளிடை அரிது அவ் வீதி" *(1080)*

என்பது கவிஞர் கூற்று.

---

* வரிந்தவாள் அனங்கன் வாளி மனங்கழன் றளவு மாதர்
– என்பது கட்டுரையாளர் பதிவு.

இவ்வாறு, நிறையிழந்தும் நிலையிழந்தும் நின்ற மாதர், இராமனைக் கண்டதைப் பற்றி, ஒரேயொரு செய்யுள் கூறி நிறுத்துதும்.

"தோள்கண்டார் தோளே கண்டார்;
தொடுகழல் கமலம் அன்ன
தாள்கண்டார் தாளே கண்டார்;
தடக்கை கண்டோரும் அஃதே;
வாள்கொண்ட கண்ணார் யாரே
வடிவினை முடியக் கண்டார்?
ஊழ்கொண்ட சமயத்து அன்னான்
உருவுகண் டாரை ஒத்தார்!" (1081)

என்பது அச்செய்யுளாகும்.

இராமனது தோளழகைக் கண்டவர் அத்தோளழகொன்றையுமே கண்டார்கள். வீரக்கழல் அணிந்த தாமரை மலரையொத்த பாதங்களின் அழகைக் கண்டவர்கள் அவ்வழ கொன்றையுமே கண்டார்கள். பெருமை பொருந்திய திருக்கரங்களின் அழகைக் கண்டவர்கள் அவ்வழகொன்றையுமே கண்டார்கள் என்றால், அம்மாதரில் யாரே, இராமனது எழுதரிய திருமேனியின் அழகு முழுவதையும் கண்டவர்கள்! ஒருவருமில்லை என்பதே தேற்றம்.

ஒன்றற்கொன்று மாறுபட்ட சமய நூல்களைக் கொண்டு இறைவனது திருவுருவைக் காணும் சமயவாதிகளேபோல் ஒவ்வொருவள் இராமனது திருமேனியின் ஒவ்வொரு அவயவங்களைப் பார்த்து அதனதன் பேரழகிலேயே ஆழ்ந்து கிடந்தனர்.

இராமனது வரைத்தடந் தோள்களின் அழகைக் கண்ட மாதர் அவ்வழகில் ஈடுபடாது நிற்பதும் இயலுமோ?

இராமனது தோளழகைக் கண்ட பெண்கள் மட்டுமேயல்ல, ஆடவரும்கூடப் பெண்ணாய்ப் பிறந்து, இராமனது தோள்களைத் தழுவும் பாக்கியம் பெற ஓங்கி நின்றனன் என்று கூறுமுகத்தான் "ஆடவர் பெண்மையை அவாவு தோளினாய்" என்று இராமனைக் கம்பர் அழைக்கின்றார்.

இராமனது சுந்தரத் தடந்தோள்களின் அழகை மாந்தி மாந்திக் களிப்புற்ற கவியரசர், "தோள் கண்டார் தோளே கண்டார்" என்று கூறுதல் வியப்பன்று.

இத்தகைய மாதர் கூட்டத்திலுள்ள ஒருத்தி, இராமனது வடிவழகைக் கண்ணாரக் காணும் பாக்கியம் பெற்ற கண்களையும், அவன்றன் இனிய மொழிகளைக் கேட்கும் பாக்கியமுடைய செவிகளையும், அவன்றன் அகன்ற மார்பினைத் தழுவும் பேற்றையடைந்த முலைகளையும் அடையச் சீதை எத்தவம் செய்தனளோ என்று ஏங்கி ஏங்கி நெஞ்சம் புண்ணாய் உலைந்து, அத்தகையதொரு பேறு தனக்குக் கிட்டாததற்காக வருந்தி நின்றாள்.

இவ்வாறு மாதர்தம் நெஞ்சு புழுங்கிட அதனால் அவர் உணர்விழந்து வருந்திப் பெருமூச்செறிய இராமன் உலாப் போந்து ஜனகனது மணமண்டபத்தை எய்தினான் என்று கவிஞர் இராமன் போந்த உலாவை முடிக்கின்றார்.

கம்பர் கண்ட உலாவியலைக் காணும் பாக்கியம் பெற்ற நாம், இராமனை யடையச் சீதை செய்த தவத்தினும் சிறந்ததொரு தவம் செய்தவராவோம்.

தமிழ்நாடு செய்த தவப்பயனாய் எழுந்த புலவர்களில் தலை சிறந்த பெருமகன் கம்பர் என்பதில் ஐயமுண்டோ?

- ஆனந்த போதினி, நவம்பர்,1932.

3

கம்பன் நகைச்சுவை

கம்பன் நகைச்சுவையைப் பற்றி ஓர் பேரவையில் பேச விரும்பிய புலவர் ஒருவர் கம்பரது இராமாயணத்தை எடுத்துப் பாலகாண்ட முதற் செய்யுளிலிருந்து, யுத்த காண்டம் கடைசிச் செய்யுள் வரை ஆராய்ந்து, எந்தெந்தக் கவிகள், **"நகும்"** என்றும், **"நக்காள்"** என்றும், **"முறுவல் செய்தான்"** என்றும், **"முறுவல் பூத்தாள்"** என்றும் முடிகின்றதோ, அவைகளையெல்லாம் எடுத்துத் தொகுத்து, அவர் ஒரு மணி நேரம் பேசினார்.

கம்பரது நகைச்சுவையை அனுபவிக்கப் போன விடத்துப் புலவர் நகைச்சுவை உணர்ந்திருக்கும் முறை கண்டு நகையாடித் திரும்ப வேண்டியதேயாயிற்று.

இவ்விடத்து ஒரு சிறுகதை குறிப்பது மிகையாகாது.

ஓரூரில் ஒரு ஜமீன்தார் இருந்தார். பொருட்செல்வம் நிறைந்திருந்த இவரிடம் கல்விச் செல்வம் மட்டும் அணுக அஞ்சி அயலகத்தே இருந்தது. இவருடைய பேரவையில் புலவர் பலர் வந்து கவிகள் பாடுவர்.

அவர்தம் கவிகளின் நயம் தெரிந்து பரிசுகள் நல்கும் ஆற்றல் தம்மிடம் அமையாதிருந்த காரணத்தால், கல்வி

கேள்விகளில் வல்ல, ஒரு ரசிகனைத் துணைவனாக அமைத்துக் கொண்டார். இத்துணைவனது வேலை யென்னவென்றால் இந்த ஜமீன்தார் அவையிலிருக்கும்பொழுது, இவரது தலையில் ஒரு கயிறு கட்டி, அக்கயிற்றைத் திரைக்குப் பின்னிருந்து, ரஸிகன், புலவர்கள் பாடும் கவிகளில் ரஸமான பாகங்கள் வரும்பொழுது ஆட்ட வேண்டியது. ‘ஆட்டுவித்தால் ஆரொருவர் ஆடாதாரே’ என்றபடி ஜமீன்தாரும் தம் தலையை அவ்வப்போது அசைப்பர். அப்பொழுது கவிஞனும், தன்னுடைய கவியை ஜமீன்தார் நயம் உணர்ந்து அனுபவிக்கின்றார் என்று கண்டு மகிழ்வான்.

ஓர் நாள், ஓர் புலவன், தான் புதிதாக இயற்றியுள்ள ஒரு காவியத்திலுள்ள நயங்கள் பலவற்றையும் எடுத்துக்காட்டி சொற்பொழிவு நிகழ்த்தினான். மிகவும் நயமான பாகங்களிலெல்லாம் ஜமீன்தார் தலையை ஆட்டாமலே உட்கார்ந்திருந்தார். சிறிது நேரம் சென்றதும் ஜமீன்தார் புலவரைப் பார்த்து, “புலவரே, சிறிது நிறுத்திக்கொள்ளும். என் ரசக்கயிறு அறுந்துவிட்டது. அதை முடிந்து கொள்ளட்டும்” என்று சொன்னார்.

இதைக் கேட்ட புலவரும், அவையில் உள்ளார் பலரும் ஜமீன்தார் கவிநயம் அனுபவிக்கும் முறை கண்டு மகிழ்ந்தனர்.

ஒரு கவிதையின் சுவையை அனுபவிப்பதற்கு, பிறருதவியை நாடுவது, ஜமீன்தார் ரசக்கயிறு நாடுவதுபோலவேயாகும்.

இராமகாதை யெழுதிய கம்பர் ஓர் பெரும்புலவர். அவர் எழுதிய காவியமோ சிறந்ததொரு வீரகாவியம். அக்காவியத்தினிடையே காணும் நகைச்சுவை யெல்லாம் ஒன்றிரண்டு குறிப்புகளால் எடுத்துக்காட்டுவது இயலாத காரியமே யாகும்.

சிற்சில பாகங்களை யெடுத்துக்கொண்டு, அதைப் படித்து, அதிலுள்ள சுவையுணர்ந்து அனுபவித்தலே கம்பர் கவியின் சுவை காணும் முறையாகும்.

எனினும், என்னால் இயன்ற வரையில், நானனுபவித்த நகைச்சுவையுள்ள ஒருசில பகுதிகளை மட்டும் குறிப்பிட்டு இக்கட்டுரையை முடிக்கின்றேன். அன்பர் கீழ்வருவனவற்றில், நகைச்சுவை காணாவிட்டால், அதைக் கம்பருடைய குறையென்று யென்று கருதாது, என்னுடைய பேதை மதிக்காகச் சற்றே இரங்கிச் சிரித்து மகிழ்வார்களாக.

கம்பன் கவியில் நகைச்சுவை நிரம்பிய பாகங்கள் பால - சுந்தர காண்டத்திலேதான் அமைந்துள்ளன எனினும், வேறு சிற்சில இடங்களிலும், நகைச்சுவை இயற்கையில் அமைந்திருக்கின்றது என்று கூறுதல் மிகையாகாது.

"தாய் வரங்கொளத் தந்தையேவ"க் கானாளச் சென்ற கமலக் கண்ணனான இராமன்மேல் வைத்த காதலால் மூக்கிழந்து நின்ற மங்கையாம் சூர்ப்பநகை, இராமனை யணுகி, தன்னை அவன் ஏற்றுக்கொள்ள மறுத்தாலும், அவன் தம்பியான இலக்குவனாவது தன்னை ஏற்றுக்கொள்ளும்படி செய்தல் வேண்டும் என்று இறைஞ் சுகின்றாள். அவ்விடத்து, அவள், "தாங்களோ என் மூக்கை அரிந்துவிட்டீர். எத்தகையதொரு அழகான வடிவத்தையும் நினைத்த மாத்திரத்திலே பெறக்கூடிய ஆற்றல் படைத்தவள். மூக்கில்லாததனால் பெண்ணுக்கு ஒரு பழுது என்று கூறி என்னை விலக்குதல் நியாயமன்று. "பரந்ததொரு முகத்தில் உயர்ந்ததொரு மூக்கு நீண்டு கொண்டிருத்தல் மங்கைகட்கு மிகையேயாகும்" என்று வழக்கிடுகின்றாள்.

"போக்கினீர் என்நாசி; போய்த்து
என்? நீர் பொறுக்குவிரேல்
ஆக்குவென் ஓர் நொடி வரையில்;
அழகுஅமைவெண்; அருள் கூரும்
பாக்கியம் உண்டுஎனின் அதனால்,
பெண்மைக்கு ஓர் பழுதுஉண்டோ?
மேக்குஉயரும் நெடு மூக்கும்
மடந்தையர்க்கு மிகை அன்றோ?" *(2861)*

என்று கவிஞர் செய்யுள் அமைக்கின்றார்.

இந்தச் செய்யுளில், **"மேக்குயரு நெடு மூக்கு மடந்தையர்க்கு மிகை யன்றே"** என்று சூர்ப்பனகை கூற்றாகக் கூறுவது, கற்றார் உள்ளத்தில் நகைச்சுவை பெரிதும் விளைப்பதாகும்.

"மூக்கறு பட்ட மூளியான" சூர்ப்பனகைக்கு, ஒரு வேளை அவளது மூக்கு மிகையாகத் தோன்றலாம். அதனால் மற்ற மங்கையர்க்கெல்லாம் மூக்கு மிகையேயென்று சூர்ப்பனகை கூறுவது நயஞ்சான்ற நகைச்சுவை தருவதாகும்.

அரக்கர் உருவத்தைச் சித்திரிக்க விரும்பிய கம்பர்,

"ஆலமும் வெளிது எனும்
நிறத்தர் ஆற்றலால்
காவனும் காலன் என்று
அயிர்க்கும் காட்சியார்"

என்றும்,

"கழலினர், தாரினர்
கவச மார்பினர்
நிழலுறு பூணினர்
நெறித்த நெற்றியர்"

என்றும், "வில்லினர் வாளினர்'' என்றும் சொல்லியதோடமையாது, "இதழில் மீதிடும் பல்லினர்" என்றும் நயஞ்சான்ற மொழிகளால் நகைச்சுவை எடுத்துரைக்கின்றார். உதடுகளின் பேரில் நீண்டு கொண்டிருக்கும் பற்களையுடையவர் என்று சொல்லும் அளவிலேயே அரக்கர்தம் அழகிய உருவம் நம் கண்முன் காட்டப் பெறுகின்றோம். தெத்துப் பல்லையும் அவர்கள் வீரப் பல் என்று போற்றி யுரைக்கலாம்.

ஆனால், இதழில் மீதிடும் பல் அவர்தம் அழகைக் குறை செய்யும் ஒரு பொருளாகவே அமைந்துள்ளது என்று சொல்லாமற் சொல்லி நகையூட்டும் கம்பர் கவிநலம் கருதுவதற்குரியதேயாகும்.

அரக்கர் வாழ்ந்த அணி நகரையும் அவர்தம் மனநிலையையும் விளக்க விரும்பும் கம்பர், சொல்லாது சொல்லி அரக்கர்தம் குறையை இனிதெடுத்துரைப்பாராயினர். அரக்கர்கோன் அரசு செய்த அணிநகரான இலங்கையில், இராவணனது ஆக்கினைக்கு அஞ்சி, சுழன்று வீசும் இயல்புள்ள காற்றும், சூரிய ஒளியும், யமனுடைய கொடிய திறமும், அந்நகரின் மதிலெல்லையைக் கடந்து செல்ல இயலாது; இறைவனது அருளால் இயங்கும் இயற்கைப் பொருள்களின் நிலை இதுவென்றால், தேவர்கள், இந் நகரினுட் செல்லத் திறமிலர் என்று சொல்லுதல் வீணேயாகும். இம்மட்டோ? எப்பொருள்களும் அழியும், அவ்வூழிக் காலத்திலும் எப்பொருள்கள் அழிந்தாலும் தான்மட்டும் அழியாது நிற்கும் தருமமும், இந்நகருட் புக அஞ்சி அயலே நிற்கின்றது.

“கறங்கு கால் புகா;
கதிரவன் ஒளிபுகா; மறலி
மறம் புகாது; இனி, வானவர்
புகார் என்கை வம்பே!
திறம்பு காலத்துள் யாவையும்
சிதையினும், சிதையா
அறம் புகாது; இந்த அணிமதில்
கிடக்கை நின்று அகத்தின்!” *(4857)*

அறம்புகாத அணிநகரில் வாழ்ந்த மக்களிடத்தே எல்லாச் செல்வமும் பொருளும் நிறைந்திருந்தும் ஒரேயொரு பொருள் மட்டும் இல்லாதிருந்தது. அப் பொருள் யாதெனின், **“இரக்கம்”** என்பதாகும். அறம் புகாத அகத்துடை மக்கள்பால் இரக்கம் எதிர்பார்ப்பது வீணேயாம் என்பதைக் கம்பர் உணர்வர். அதையும் அவர் நகைச்சுவை யமைந்து விளங்குமாறு, **“இரக்கம் என்றொரு பொருள் இலாத நெஞ்சினர்”** என்று கூறும் முறை கற்றார் உளத்திற்குக் கழிபேருவகை தருவதாகும்.

இனி, சிறையிருந்த செல்வியாம் சீதையைத் தேடிச் சென்ற அனுமன், அரக்கர் வாழ்ந்த இலங்கை நகரிலே, இராப் பொழுதிலே, சீதையைத் தேட மதிலைக் கடக்க விரைகின்றான்.

அனுமனைக் கண்ட இலங்கை நகரின் காவற்றெய்வமான இலங்கா தேவி, “அறிவில்லாதவனே! தகுதியற்ற காரியங்களைச் செய்ய நீ யஞ்சுவாயல்லை போலும். இம்மதிலைத் தாவிக் கடக்க முயன்று, அதனால் உன் உயிரை மாய்த்துக் கொள்ளாது, விலகி உடனே ஓடிப்போ” என்று அதட்டிக் கூறுகின்றாள்.

இவ்வுரை கேட்ட அனுமன், தன் உள்ளத்தில் எழும் கோபத்தையெல்லாம் அடக்கிக்கொண்டு ‘அம்மே! நானோ அன்போடு இவ்வூரைப் பார்க்கவேண்டும் என்றும் ஆசையோடு வருகின்றேன். என் போன்ற எளியன் ஒருவன் இவ்வூரினுட் சென்றால் உனக்கு வந்த கஷ்டமென்ன?” என்று சொல்லும் முறையில்,

“அளியால் இவ்வூர் காணும் நலத்தினால்
அணைகின்றேன்;
எளியேன் உற்றால் யாவது உனக்கு இங்கு
இழவு என்றான்” *(4917)*

என்று கம்பர் கவியாற்றுகின்றார்.

சாதாரணமாக உலக வழக்கில் "சிவனேயென்றிருக்கும் என்னிடம் வந்து நீயேன் வீண் தொந்திரவு கொடுக்கின்றாய். உன் இழவு என்ன பேரிழவாயிருக்கின்றதே" என்று சொல்லுதல் மக்கள் இயல்பாகும்.

இதையே கம்பர், "**எளியே னுற்றல் யாவ துனக்கிங் கிழவு**" என்று நகைச்சுவை ததும்ப அனுமன் வாயில் அழகுற அமைத்தருளுகின்றார்.

ஊர் தேடிச் சென்ற அனுமன், கயக்கமில் துயிற்சியில் ஆழ்ந்து கிடக்கும் கும்பகர்ணனைக் காண்கின்றான். அவன் மூக்கு வழியாய் விடுகின்ற சுவாசம் வெளியே செல்லும்போது தெருக்களிலுள்ள புழுதிகளையெல்லாம் வாரி யெழுப்பி, ஆகாயத்தை அளாவச் செலுத்தி, திரும்பி மூக்கினுட் செல்லும்போது, ஊழிக்காலத்தில் எழும் சண்டமாருதம்போல் சஞ்சரித்தது என்று கவிஞர் அழகாக எடுத்துரைக்கின்றார்.

மிகவும் வலிமையுடையான் எனப்படும் அனுமனும், இம் மூக்சுக்காற்றில் அடிபட்டு நொந்தான் என்பதை விளக்க விரும்பிய கம்பர், கும்பகர்ணனது சுவாசம் தெருவூடே செல்கின்ற அனுமனை, இவனது வீட்டின் தலைவாயிலை விட்டு அப்பாற் செல்லாதபடி நிறுத்திப் பின்னர் தன் மூக்கு வரை இழுத்துச் சென்றது. இதுவரை தன் நிலையை உணராத அனுமன் தற்போது தன்னிலை யுணர்ந்து, அவன்றன் மூக்கினுட் செல்லக் கூசினவனாய், கைகால் நடுக்கமுற்று, அச்சுவாசக் காற்றின் போக்கினின்றும் விலகிக் குதித்துத் தப்பிக்கொண்டான் என்பர்.

"மூசிய உயிர்ப்பு எனும்
முடுகு வாதமும்
வாசலின் புறத்திடை
நிறுவி வன்மை யால்
நாசியின் அளவையின்
நடத்தக் கண்டவன்
கூசினன் குதித்தனன்
விதிர்த்த கையினான்" *(4960)*

என்பது கவிஞர் அருளும் கனிந்த செய்யுளாகும்.

அனுமன் மட்டும் சிறிது சாக்கிரதை அற்றவனாய் இருந்திருப்பின் அந்தோ! அவன் நிலைமை யாதாய் இருக்கும்? கும்பகர்ணன் தூங்குகின்ற நிலையையும் அவன் சுவாசம் விடுகின்ற முறையையும், நகைச்சுவை பொருந்த அமைத்துக் கூறும் ஆற்றல் பெற்றவர் கவியரசர் கம்பரேயாவர்.

இவ்வாறு கும்பகர்ணனிடமிருந்து தப்பிய அனுமன், அசோக வனத்தை யடைந்து, சீதையைக் கண்டு, இராமனது நலங்களை எடுத்தியம்பி அவளிடம் விடைபெற்று, தன்னகருக்குத் திரும்ப நினைத்தபொழுது, தான் வந்துபோவதை அரக்கர்கோனுக்கு அறிவிக்க விரும்பி அவ்வசோக வனத்தையே புல்லொடு துகளுமின்றி பொடிபட அழித்தும், பின்னர், பொன்னால் வில்லிடு ஓம குண்டத்தையும் வேரோடும் பறித்தெறிந்து அரக்கரை வலியே போருக்கழைக்கின்றான்.

அனுமனது அடாத செயலை அரக்கர்கோனுக்கு அறிவிக்க வேண்டி சோலை காக்கும் காவல் தேவர்கள் நனைந்த உடையொடும், நடுங்கும் உடம்போடும் கால்கள் தடுமாற நாக்குழற ஓடி, இராவணன் அருகு சென்று அடியில் வீழ்கின்றார்.

இவர்கள் இவ்வாறு ஓடும் நிலையை,

"நீர்இடு துகிலர்; அச்சம்
 நெருப்பிடு நெஞ்சர்; நெக்குப்
பீரிடும் உருவர்; தெற்றிப்
 பிணங்கிடு தாளர்; பேழ்வாய்
ஊர்இடு பூசல் ஆர
 உளைத்தனர்; ஓடி உற்றார்
பார்இடு பழுவச் சோலை
 பாரிக்கும் பருவத் தேவர்" (5483)

என்று எடுத்துக் கூறுகின்றார்.

இவர்கள் இராவணனை அணுகி, அரசே நினது அசோக வனம் நெருப்பிலே பட்ட ஆடைபோல ஒரு குரங்கால் அழிந்தது என்று கூறிய பொழுது, இராவணன் இவர்கள் வார்த்தையை ஒரு சிறிதும் நம்பவில்லை. இதையறிந்த தேவர்கள், "ஐயனே! இம்மட்டன்று, அரக்கர் காத்து வந்த ஓம குண்டத்தையும், அக்குரங்கு வேரோடு பறித்தெறிந்தது."

அதனால், "சில்லிட மொழியத் தெய்வ இலங்கையும் சிதைந்தது" என்று சொன்ன பொழுது இராவணன் அவநம்பிக்கை இன்னும் அதிகரித்தது.

"ஆடகத் தருவின் சோலை
பொடிபடுத்து அரக்கர் காக்கும்
தேடஅரு வேரம் வாங்கி*,
இலங்கையும் சிதைத்தது அம்மா!
கோடரம் ஒன்றே! நன்றுஇது
இராக்கதர் கொற்றம்! சொற்றல்
மூடரு மொழியார்' என்ன
மன்னனும் முறுவல் செய்தான்" *(5486)*

என்று இராவணன் மனநிலையை எடுத்துரைத்து மகிழ்கின்றார் கவியரசர்.

அவ்வமயத்தில் அனுமன் செய்த ஆரவாரம் அவன் செவியில் விழ, அப்பொழுதுதான் உண்மை உணர்ந்தவனாய், உடனே குரங்கைப் பிடித்து வரும்படி கிங்கரரை ஏவினான். சென்ற கிங்கரரும் ஏயெனும் மாத்திரையில் மடிந்து வீழ்ந்தார். இந்தச் செய்தியை அறிவிக்கத் திரும்பவும், நந்தவனத்து நாயகர் ஓடி வருகின்றார். அவர்கள் வருகின்ற நிலையை,

"................. ஓடினர் நடுங்கிப்
பிந்து காலினர், கையினர்,
பெரும் பயம் பிடரின்
உந்த, ஆயிரம் பிணக்குவைமேல்
விழுந்து உளைவார்." *(5543)*

இவ்வாறு வழி துறை அறியாது அலமந்து வந்து அரசவை சேர்ந்த தேவர் நிலையைக் கம்பர் சித்திரிக்கும் நலம் நாம் கண்டு மகிழ்வதற்குரியதாகும்.

விரைந்து வந்த தேவர்கள் துக்கத்தால் விம்மினர். பேசவோ நாவெழவில்லை; கைக் குறிகளினாலே கிங்கரர் மாண்டு மடிந்ததைக் குறிப்பினால் காட்டுகின்றனர். இந்த நிலையில் அவர்கட்குத் தரையில் நிற்பதே சாத்தியமாகத் தோன்றவில்லை. இவரது நிலை கண்டு நடந்ததை அறிந்தான் அரக்கர்கோன்.

---

* தேடரும் ஓமம் வாங்கி – என்பது கட்டுரையாளர் பதிவு.

"விரைவின் உற்றனர்; விம்மலுற்று
யாது ஒன்றும் விளம்பார்;
கரதலத் தினால் பட்டதும்
கட்டுரைக் கின்றார்;
தரையில் நிற்கிலர்; திசைதொறும்
நோக்கினர்; சலிப்பார்;
அரசன் மற்றவர் அலக்கணே
உரைத்திட, அறிந்தான்." *(5543)*

இவ்வாறு கிங்கரர் வதையைத் தேவர்கள் சொல்லுங்கால் இராவணனது அரசவையில் எண்டிசைத் தேவர்களும் வந்திருந்தனர். அவர்கள் முன்னிலையில், தன்னுடைய தோல்வியை அங்கீகரிக்க வெட்கமுற்று, 'தேவர்களே, உங்கட்கு நடந்தது இன்னதென்று தெரியாததுபோல் தோன்றுகிறது. அப்படியிருக்க ஏன் தாறுமாறாய்ச் சொல்லுகிறீர்கள்?

"வீட்டியது அரக்கரை என்னும் வெவ் உரை
கேட்டதோ கண்டதோ கிளத்துவீர்" *(5548)*

என்று அதட்டிக் கேட்கின்றான். தேவர்களோ அரசன்றன் உட்கருத்தை அறியாதவர்களாய்,

"கண்டனம் ஒருபுடை நின்று
கண்களால்;
தெண்திரைக் கடல் என வளைந்த
சேனையை,
மண்டலம் திரிந்து ஒரு மரத்தி
னால் *அடி
உண்டது அக்குரங்கு; இன்னம் ஒழிவது
அன்று' என்றார்." **(5549)**

இவ்வாறே இவர்கள் சம்புமாலி, பஞ்ச சேனாதிபதிகள், அக்ஷய குமாரன் முதலியோர் குரங்கொடு எதிர்த்து, அதன் ஆற்றலுக் காற்றாது, உயிர் நீத்ததை எல்லாம் உடனுக்குடன் இராவணனிடம் அறிவிக்குமுறை நயஞ்சான்றதாகும்.

---

* அடி உண்ட தக்குரங்கு – என்பது கட்டுரையாளர் பதிவு.

திருநகர்க்கிறைவனாம் இராவணன் ஏவல் செய்யும் காவல் தேவர்கள், "சாவோலை" கொண்டு செல்லும் முறையும், அவர்கள் அரக்கர்கோனை யடுத்து, அவனிடத்து நடந்த செய்தியை அறிவிக்கும் மாற்றமும், சும்பர்தங் கவிதையில், நகைச்சுவைமிக்கமைத்த பாகமாகும் என்பதைக் கற்றோர் அறிவர்.

இவ்வாறு, தன் தோளாற்றலையும், ஆளாற்றலையும் காட்டிய அனுமனை, இந்திரசித்தன் பிரமாத்திரத்தால் கட்டி, அரக்கர்கோன் முன்பு கொண்டுபோய் நிறுத்துகின்றான். இராவணன் இவனை நோக்கி, "நீ யாவன்?" என்று வினவுகின்றான்.

அனுமனும், "அல்லியங் கமலமே யனைய வில்லிதன் தூதன் யான்" என்று கூறிப் பின்னும்,

"அன்னவற்கு அடிமை செய்வேன்;
    நாமமும் அனுமன் என்பேன்;
என்முதல் தன்னைத் தேடி,
    நாற்பெருந் திசையும் போந்த
மன்னரில், தென்பால் வந்த
    தானைக்கு மன்னன் வாலி
தன்மகன் அவன்தன் தூதன்
    வந்தனென் தனியேன்" (5886)

என்று கூறி முடிக்கின்றான்.

"வாலிதன் மகன் அவன்றன் தூதன்" என்பதைக் கேட்ட அரக்கர்கோனும், "வாலிசேய் விடுத்தவன் கொல், அவன் அரசின் வாழ்க்கை நன்றுகொல்" என்று வினவவும், அனுமனுக்குத் தன்னையறியாது சிரிப்பு வந்துவிட்டது.

அப்போழ்து அனுமன் முன்னர் இராவணன் வாலிபால் வந்து போர் செய்ய விரும்பி நின்ற காலையில், இவ்விராவணனை அவ்வாலி தன் வாலிடையே இடுக்கிக்கொண்டு மலைக்கு மலை தாவித்திரிந்து, பின்னர்த் தன் மகனான அங்கதன் தொட்டியில், ஆடும் பொம்மையாய் அமைத்ததை நினைந்து நினைந்து மகிழ்கின்றான்.

மகிழ்ச்சியைத் தன்னுள்ளே அடக்கிக்கொள்ளாது, "இராவண! நீ வாலிக்காவது அன்றி, அவனது வாலுக்காவது தற்போது பயப்பட வேண்டியதில்லை. அவன் இராம வீரனது ஒரேயம்பினால் விண்ணுலக கடைந்து விட்டான். அவனுடைய வாலும் அவனுடன் அழிந்துவிட்டது. ஆதலால் 'அஞ்சல் அரசனே அஞ்சல்' என்று அனுமன் கூறும் முறையாக,

"அஞ்சலை அரக்க! பார்விட்டு அந்தரம்
அடைந்தான் அன்றே
வெஞ்சின வாலி மீளான்; அவன் வாலும்
போய் விளிந்தது அன்றே;
அஞ்சன மேனியான்தன் அடுகணை
ஒன்றால் மாழ்கித்
துஞ்சினன்; எங்கள் வேந்தன் சூரியன்
தோன்றல்' என்றான்." *(5888)*

என்று கவிஞர் கவியாற்றுகின்றார்.

அனுமனது நகையுடை மொழிகளில் காணும் கம்பனது கவிச்சுவை அழகுடையதாகும்.

இன்னும் அனுமனைப் போலவே அங்கதனும் இராம தூதனாகச் சென்று அரக்கர்கோன் முன்பு நிற்கின்றான்.

இராவணனும் அரக்கர் நாட்டில் அவனது வீரமில் எளிமையை அவனுக்கு விளக்குவான் விரும்பி, "இவண் வந்த நீ யார்? எய்திய கருமம் என்னை? கொன்றிவர் தின்னா முன்னம் கூறுதி" என்று கூறவும், இராவணன் ஏழைமதிக்காக இரங்கிய அங்கதன், தன் வலியையும் தன் தாதையின் வலியையும் அரக்கர்கோனுக்கு எடுத்துக் கூற விரும்பினான்.

அவன் "அரசனே! பண்டை நாளிலே, இராவணன் என்னும் ஓர் அரசனை அவனது பத்துத் தலையோடும் இருபது தோளோடும் வாலிடையே தூக்கிக்கொண்டு மலைக்கு மலை தாவித் திரிந்தவனும், தேவர் அமுதமுண்ண மந்திரகிரியால் பாற்கடல் கடைந்த மன்னனுமான வாலியின் திருமகன் நான்" என்று கூறும் முறை அன்பர்கள் உளத்தில் நகைச்சுவை

உண்டாக்காவிட்டால் அதற்குக் கம்பராவது அன்றி யாமாவது பொறுப்பாளியாகோம்.

"இந்திரன் செம்மல், பண்டு,ஓர்
இராவணன் என்பான் தன்னைச்
சுந்தரத் தோள்க ளோடும்
வாலிடை தூங்கச் சுற்றிச்
சிந்துரக் கிரிகள் தாவித்
திரிந்தனன் தேவர் உண்ண
மந்தரக் கிரியால் வேலை
கலக்கினான் மைந்தன் என்றான்" (6997)

என்பது கவிஞர் அருளிய கட்டுரையாகும்.

கட்டுரை மிகவும் நீண்டுவிட்டது.

நகைச்சுவையூட்ட விரும்பிய யான், இதுவரை பகைச்சுவையூட்டாதிருந்தேனேயாயின், அது அன்பர்தம் நன் மனதைப் பொறுத்ததேயாகும்.

கம்பர்தம் கவிச் சுவையில் காணும் நகைச்சுவைக்கு, இன்னும் ஒரே ஒரு சான்று மட்டும் கூறி அடங்குகின்றேன்.

இலக்குவனது அம்பிற்கு ஆற்றாது, இந்திரசித்தன் போர்க்களத்தே மாண்டு வீழ்ந்தபோது, தேவர்களெல்லாம் அவரவர் சிறை நீங்கியவர்களாய் தங்கள் சிறை மீட்சியைக் கொண்டாடினர் என்று கூற விரும்புகின்றார் கம்பர்.

தேவர்கள் எல்லோரும் தங்களது உவகை மேலீட்டால் தங்களைத் தாங்களே மறந்து, தங்களது உடைகளெல்லாம் அவிழ்த்தெறிந்து கூத்தாடினர் என்றும், அவர்கள் அவ்வாறு கூட்டமாய்க் கூடிக் கூத்தாடியது, ஜைன மதத்தாரது கடவுளர் கூட்டம் போலிருந்தது என்றும் கூறும் கம்பர் கவிநயம் அழகுடையதாகும்.

"வில்லாளர் ஆனார்க்கு எல்லாம்
மேலவன் விளித லோடும்
சொல்லாது, அவ் இலங்கை வேந்தற்கு
அரசு'எனக் களித்த தேவர்

எல்லோரும் தூசு நீக்கி
ஏறிட ஆர்த்த போது
கொல்லாத விரதத் தார்தம்
கடவுளர் கூட்டம் ஒத்தார்" (9171)

ஜைனர்கள் வணங்கும் கடவுள் உருவம் நிர்வாண நிலையாகும் என்பதை உணர்ந்த கம்பர் தேவர்கள் அப்போதிருந்த நிலையை அக்கடவுள் உருவங்களுடன் ஒப்பிட்டு உவமை கூறுந்திறன் நகைச்சுவை பெரிதும் விளைவிப்பதாகும்.

இத்தகைய முறையில் சுட்டாது சுட்டியும், காட்டாது காட்டியும், ஒரு வீர காவியத்தினிடையே கம்பர் காட்டும் நகைச்சுவை கற்றார் உளத்தில் கவிச்சுவை பெருக்குவதாகும்.

4

கம்பர் கவி நலமும் மாதர் மனநிலையும்

இந் நிலவுலகில், வாழும் மக்களின் உள்ளத்தை உள்ளவாறு அறிந்து கூறுவதே உத்தமக் கவிகளின் இலக்கணம் என்பர் பெரியோர். இம் முறையை உரையாணியாகக் கொண்டு தமிழ்க்கவி உலகை நாம் ஆராயப் புகுந்தால் புலவர் என்னும் புகழ் பெறுதற்கு உரியார் ஒரு சிலரேயாவார் என்று காண்போம். அப்புலவர் பெருமக்களும் எல்லாம், **வள்ளுவப் பெருந்தகையாரும், கவியரசர் கம்பரும்** நாம் எடுத்துக்காட்டிய இலக்கணத்திற்குத் தலைசிறந்த சான்றாய் அமைந்து தம்தம் புகழுடம்பை நிலைபெற நிறுவியுள்ளார்கள். இவர்களில் கவியரசர் கம்பர், மக்களுள் ஒரு பகுதியினராய மாதர்தம் மன நிலையை எவ்வாறு உணர்ந்து, அவரது உலகம் போற்றும் உயரிய நூலாம் இராமகாதையில் அமைத்துள்ளார் என்பதை யானறிந்த மட்டில் எடுத்துக் காட்டுவதே இக்கட்டுரையின் நோக்கமாகும்.

மாதர் மன நிலையை அரியதோர் ஆற்றல் வாய்ந்த பெருமக்களும் உணர்தல் எளிதன்று என்பது வெள்ளிடை மலை.

"பங்கயத்து ஒருவனும் விடையின் பாகனும்
சங்குகைத் தாங்கிய தரும மூர்த்தியும்
அங்கையில் நெல்லிபோல் அனைத்து நோக்கினும்
மங்கையர் மனநிலை உணர வல்லரோ?" (10027)

என்று கவியரசர் பெருமானே மாதர் மனநிலையை உணரும் அருமையினைப் புகழ்ந்து உரைக்கின்றார். இவ்வாறு உணர்ந்து கூறுதற்கரிய மாதர் மனநிலையைக் கவியரசர் கம்பர் உணர்ந்து கூறும் இடங்கள் இராமாயணத்தில் பலவுள.

நம் தமிழகத்தில் பெண்கள் பெருமையைப் போற்றிப் புகழாத புலவர் ஒருவருமிலர். 'பெண்ணெனில் பேயெனப் பிதற்றிடும் மாந்தர், கண்ணிலார் என்றே கழறுதற்குரியர்' என்று வீர முழக்கம் செய்கின்றார் ஒரு கவி. இத்தகைய பெண்ணிற்குப் பெருமையளிப்பது அவள் தன் நிறையுடைமையேயாகும் என்பது யாவரும் அறிந்த உண்மை. இவ்வுலகில், கற்புடைப் பெண்ணைப் படைத்திருத்தலே, பெறற்கரியதோர் பெரும் பேறு என்பது புலவர் பெருமக்கள் துணிபு. அதுவே சிறந்த உண்மையாகும்.

"பெண்ணிற் பெருந்தக்க யாவுள கற்பென்னும்
திண்மை உண்டாகப் பெறின்" (54)

என்றார் வள்ளுவப் பெருந்தகையார்.

இவ்வுண்மை நமது கவியரசர் கம்பர் பெருமானால் பொன்னே போல் போற்றப்படுகின்றது.

காவியம் எழுதப் புகுந்த கவிஞர் அனைவரும் முதன்முதலில் எடுத்துக்கொண்ட நாட்டின் நீர்வளத்தைப் போற்றிப் புகழ்கின்றார்கள்.

கோடைக்காலத்தில் வெண்மையாயிருந்த மேகங்கள் மாரிக் காலம் நீல நிறமாய் மாறலும், பின்னர் அவை மின்னிவந்து படிதலும், படிந்த மேகம் மழை பொழிதலும், பொழிந்த மழை வெள்ளமாய்த் தழைத்தலும், தழைத்த வெள்ளம் ஆறாகிச் சேர்தலும், சேர்ந்த வெள்ளம் குறிஞ்சியில் புரண்டு, முல்லையில் பாய்ந்து, மருதத்தில் பெருகி, நெய்தலில் தவழ்ந்து, கடைசியில் கடலொடு கலப்பதும் ஆகிய இவையெல்லாம் நதியொன்றின் சரித்திரமாய்" அமைத்துக் கூறுவதுதான் கவி மரபாகும்.

நாட்டின் நீர்வளத்திற்குக் காரணமாயிருப்பது மழை பொழியும் மேகமென்பது புலவர் பலரின் கருத்தாயிருக்க, நமது கவியரசர் அம்மழைக்குக் காரணமாயிருப்பது மாதரார் கற்பு எனப் போற்றி யுரைக்கும் நலம் நாம் கண்டு மகிழ்வதற்குரிய ஓர் இடமாகும்.

"பொற்பின் நின்றன பொலிவு; பொய்இலா
நிற்பின் நின்றன நிதி, மாதரார்
அற்பின் நின்றன அறங்கள் – அன்னவர்
கற்பின் நின்றன கால மாரியே" *(90)*

(அற்பு- அன்பு)

என்பன கவியரசர் கூற்றாகும். இவ்விடத்து,

"தெய்வம் தொழாஅள் கொழுநன் தொழுதெழுவாள்
பெய்யெனப் பெய்யும் மழை" *(54)*

என்று வள்ளுவர் அருளிய தெள்ளிய குறளின் கருத்தும் உற்று நோக்கத் தக்கது. **'பெண்டிர்க்குத் தெய்வம் கொழுநனே'** என்ற கொள்கை, நம் தமிழ் மக்களிடையே யெழுந்த உயரிய உண்மையாகும். தலைவனுடனுறைந்து இல்லறம் நடத்தும் தலைவியர், கோவில் சென்று கடவுளை ஆராதிக்க வேண்டிய அவசியமேயில்லை யென்பதும், அவர்கள் இல்லத்தில் இலங்கு கின்ற தலைவனே அவர்களின் கண்கண்ட தெய்வம் ஆகும் என்பதும், இந்தத் தலைவனை வணங்கி, கற்பின் நெறி வழாது வாழும் பெண்ணொருத்தி "மழை பெய்" என்றால் மழை பெய்தே தீரும் என்பதும் தமிழர்தம் கொள்கையாய் இலங்கக் காண்கின்றோம்.

ஆகவே, பெண்ணின் பெருமை அவளது நிறையுடைமையிலும், அவளது நிறையின் திறம், மழை பெய்விக்கும் ஆற்றலிலும் அமைந்து கிடக்கக் காட்டும் புலவர் பெருமையே பெருமை. இத்தகைய அழகிய கருத்து கம்பரது உள்ளத்தில் எவ்வாறு ஆழ்ந்து பதிந்துள்ளதென்பதை விளக்க ஒரே ஒரு சான்று மட்டும் கூறி அடங்குதும்.

கம்பர், அவரது கவி உலகில் ஒரு பொழிலைக் காணுகின்றார். அப்பொழில் முனிவர் இருந்து தவஞ் செய்தற்குரிய ஓர் தூய இடமாகும் என்பதையும் உணர்கின்றார்.

அத்தூய தன்மைக்கு இலக்கிய உலக முழுவதிலும், ஓர் உவ மானம் தேடித் தேடிப் பார்க்கின்றார். பல கருத்துக்களைத் தம் மனத்தகத்தே பதித்த அவர் கடைசியாக,

"தங்கள்நாயகரின் தெய்வம் தான்பிறிதிலை என்று எண்ணும்*
மங்கைமார் சிந்தைபோலத் தூயது" *(408)*

என்று நிறையுடை மாதரின் தூய மனநிலையைப் போற்றி யுரைக்கின்றார். என்னே புலவர் திறம்!

இதுவரை நிறையுடை மாதர் நீர்மையை நினைந்தோம். இனி விருந்தோடுண்டல் என்ற உயரிய மன நிலை கம்பரது கவி உலகில் காணும் மாதரிடத்து எவ்வளவில் அமைந்து கிடக்கின்றது என்பதையும் பார்ப்பாம்.

"இருந்தோம்பி இவ்வாழ்வதெல்லாம் விருந்தோம்பி
வேளாண்மை செய்தற் பொருட்டு" *(81)*

என்பதே தமிழக மக்களின் இல்லற இரகசியமாகும். இந்த உண்மையை உணர்ந்த கம்பர் கோசல தேசத்து மக்கள், "தம்தமில் லிருந்து, தாமும் விருந்தொடும் தமரினோடும் அமுத உண்டி அருந்தும்" அழகினைத் தமது அழகிய கவிநலத்தால் போற்றி யுரைக்கின்றார். "விருந்து கண்டன்ன விழாவணி விரும்பும்" மக்களே கம்பரது கோசலத்தில் நிறைந்திருந்தனர்.

இனி இக் கவியரசர், தெண்ணீர் நிறைந்த தடாகத்தினிடத்தே அன்றலர்ந்த செந்தாமரையினைக் கண்ட காலத்து அவை மலர்ந்திருந்த தன்மையை,

"விருந்து கண்டுள்ளம் களிக்கும் மங்கையர்
முகமெனப் பொலிந்த கமலம்" ( )

என்று போற்றி யுரைக்கின்றார்.

"மோப்பக் குழையும் அனிச்சம் முகம் திரிந்து
நோக்கக் குழையும் விருந்து" *(90)*

என்று வள்ளுவர் அருளிய உண்மையை உணர்ந்த மாதர் மன நிலை - அவரது மதிவதனத்தே விளங்குவதாகும்.

---

* "தவம்பிறிதில வென்றெண்ணும் – என்பது கட்டுரையாளர் பதிவு.

இவ்வாறு விருந்தோம்பும் வாழ்க்கையையுடைய மாதர் வதனத்தைப் போற்றும் **கம்பர் கவிநலம்** கற்றார் உளத்திற்கு கழி பேருவகை தருவதாகும்.

இனி இம்மாதர் நுணுகிய அறிவு படைத்தவர்களாய் விளங்குகின்றார்கள் என்பதையும் கம்பர் மறந்தவரல்லர். **மாதரது கூர்த்த மதி**, தலைவன் தலைவியரிடையே நிகழும் புலவி நுணுக்கத்தில் விளங்குவதாகும். வள்ளுவர் அருளிய,

"வழுத்தினாள் தும்மினேனாக அழித்தழுதாள்
யாருள்ளித் தும்மினீர் என்று"   (1317)

என்ற குறளை உற்றுநோக்குங்கள். மாதரின் கூர்த்தமதி நலம் விளங்கக் காண்பீர்கள். தலைவனும் தலைவியும் ஒரு பொழிலினிடத்தே தனித்திருந்த காலையில், தலைவன் இயற்கையாய் தும்மல் வந்து தும்ம, அதையுணர்ந்த தலைவி தலைவனை வாழ்த்தியதோடமையாது, பின்னர் 'உம்மை நினைத்து வருத்துகின்ற மாதருள் எவர் நினைத்தலால் தும்மினீர் என்று பிணங்குகின்றாள்.

அன்புடையார் நினைத்தபோது, நினைக்கப்பட்டவருக்குத் தும்மலுண்டாகும் என்ற உலக வழக்கை அடிப்படையாகக் கொண்டு, தான் தன் தலைவன் பக்கலிருப்பவும், தலைவனுக்கு தும்மல் வந்ததற்குக் காரணம், தன்னைத் தவிர அவனுழை அன்புடைய மாதர் பலருளர் போலும். அவருள் ஒருவர் நினைத்தலினாலேயே அவனுக்குத் தும்மல் வந்தது என்று உருவகஞ் செய்து அவ்விதம் அவனை நினைத்தது யார் என்று கேட்டுப் பிணங்கினாள் என்பது புலவர் கருத்தாகும்.

இத்துடன் கம்பர் அருளிய,

"போர்என்ன வீங்கும் பொருப்புஅன்ன
   பொலங்கொள் திண்தோள்
மாரன் அனையான் மலர் கொய்துஇருந்
   தானை வந்துஓர்
கார்அன்ன கூந்தல் குயில் அன்னவள்
   கண்பு தைப்ப
ஆர்என்ன லோடும் அனல்என்ன
   அயிர்த்து உயிர்த்தாள்"   (907)

என்னும் செய்யுளில் விளங்கும் மாதர் மதிநலத்தை ஒப்பிட்டு நோக்குங்கள்.

பொழிலினிடத்தே ஆடவரும் மகளிரும் பூக்கொய்து விளையாடிக்கொண்டிருக்கிறார்கள். அவ்விடத்தில் ஒரு தலைவன் பூக்கொய்து நிற்கின்றான். அவனறியாது, அவன் பின்வந்து, அவனது கண் பொத்தி நிற்கின்றாள். கண் பொத்தியது யார் என்று தெரியாத தலைவன் இது யார் என்று கேட்கின்றான். யார் என்று கேட்ட அக்கணமே, கண் பொத்திய கையிரண்டையும் எடுத்துவிட்டு, தலைவி கண்ணில் நீரருவி சோரக் கலங்கியழுது கரைகின்றாள். என்னே! புதுமை!

யார் என்று கேட்டால் நான்தானே யென்று கூறி அவள் அவனுடன் உறவாடியிருக்கலாமல்லவா? ஆனால், அம்மங்கை நல்லாள், தான் தன் தலைவனது கண்ணைப் பொத்திய காலத்து, தலைவன் அக்கைகள் ஒரு பெண்ணினது கைகள் என்பதை மெய்தொட்டுப் பயிறல் என்ற உணர்ச்சியால் உணர்ந்திருக்கலாம்.

தன் தலைவன் தன்னைப்போல பல மங்கையருடன் விளையாடி அனுபோகமுடையவனா யிருத்தலினாலன்றோ என்னுடைய கைக்கும் மற்ற மங்கையர் கைக்கும் வித்தியாசம் தெரியாது மயங்கி, யாரென்று கேட்க நேர்ந்தது.

ஆகவே, தன் தலைவனின் காதலைக் கவர்ந்தவர் பலருளர் போலும் என்று கருத, அக் கருத்துக்களின் எதிரொலி கண்களின் வழியே கண்ணீராய்ப் பெருக நின்றாள் என்பதே கவியரசர் கருத்தாகும். என்னே! மாதர் கூர்த்த மதி நலம்! என்னே கம்பர் கவி நலம்!

நிறையுடை மகளிர் நீர்மையை விரித்துரைக்கும் கம்பர், நிறையின் நீங்கிய மகளிர் கீழ்மையை உணர்ந்து கூறும் திறனும் போற்றத்தக்கதேயாகும்.

கவியரசர், அயோத்தி நகரை அரண் செய்து கிடக்கும் அகழியின் ஆழத்தை விளக்க விரும்புகின்றார்: அவ்வகழி, "பொன் விலை மகளிர் மனமெனக் கீழ்ப் போய்" ஆழ்ந்து கிடக்கின்றது என்று கூறி, நிறையின் நீங்கிய மகளிரது தாழ்ந்த மனநிலையை விளக்குகின்றார்.

பாலைவனத்தின் பசையற்ற தன்மைக்கும் வேறு உதாரணம் கண்டாரல்லர். "பொன்விலைப் பாவையர் மனமும் போல் பசையுமற்றது" என்றே கூறுகின்றார்.

மாரீசனென்னும் மாயமான் ஓடி மறையும் சித்திரத்தைத் தீட்ட விரும்பிய கம்பர் உள்ளத்து,

"நின்றதே போல நீங்கும்
நிதிவழி நேயம் நீட்டும்
மன்றல்அம் கோதை மாதர்
மனம்எனப் போயிற்று, அம்மா" *(3309)*

என்ற உவமானமே நின்று நிலவுகின்றது.

ஆகவே நிறையிழந்து, பொன்னுக்கும் பொருளுக்கும் தம் மானம் விற்கும் பேதை மாதரின் தாழ்ந்த மனநிலையை உணர்ந்துரைக்கும் கம்பர் கவிப்பெருமையே பெருமை.

அன்பர்களே! கவியரசர் கம்பர் கவி உலகில் காணும் "தங்கள் நாயகரிற் றெய்வம் தவம் பிறிதிலை யென்றெண்ணும் மங்கைமார்" தூய சிந்தையையும், "மெய்வருபோக மொக்க உடனுண்டு விலையுங் கொள்ளும் பையர வல்குலார்" தம் உள்ளத்தையும் ஒப்பிட்டு நோக்குங்கள், உண்மை காண்பீர்கள்.

இதுவரை, பொதுவாய் மாதர் மனநிலை கம்பர் கவிநலத்தில் எவ்வாறு அமைந்துள்ளது என்று பார்த்தோம். இனி ஆரியர் உலகத்தை அணிசெய்து விளங்கும் சீதையின் சீலத்தையும், அரக்கர் உலகத்தின் அணி கெழுதெய்வமாய் விளங்கும் மண்டோதரியின் மனநிலையையும் ஆய்ந்து கூறி இக் கட்டுரையை முடிக்க விரைகின்றேன்.

"ஆதரித்து அமுதில் கோல் தோய்த்து, அவயவம் அமைக்கும் தன்மை, யாதெனத் திகைக்குமல்லால் மதனற்கு மெழுத வொண்ணாச் சீதை"யின் சீலம் நாம் அளவிட்டுரைக்கும் திறத்தினது அன்று. மிதிலைமாநகரில் அரசமாளிகையில் கன்னிமாடத்து மேடைமீது நின்று தன் காதலனைக் கண்டு, அவன் கண்ணொடு கண் இணை கவ்வி, ஆதரவுபடுகின்ற இடத்திலும், பின்னர் அயோத்திமா நகரில், "நாயகன் வனம் நண்ணலுற்றான்" என்றும், "மேய மண் இழந்தான்" என்றும் கேட்ட காலத்து அதற்காக ஒரு சிறிதும் வருந்தாது, "நீ வருந்தலை நீங்குவன் யானென்று" இராமன்

சொல்லிய காலத்து அவள் தேம்பியழுகின்ற இடத்திலும், அவளது மனநிலை கம்பரது கவி நலத்தால் அழகுறுவதாயிற்று.

இன்னும் அமரர்தம் புகழ் விழுங்கிய அரக்கர்கோன் இவளைத் தூக்கிச்சென்று அசோகவனத்தினில் சிறை வைத்திருந்த காலையில், அங்கும் தான் தனியாயிருக்க நேர்ந்த தனது நிலைக்காக வருந்தாது தன் தலைவன் அப்போழ்தத்து, என்ன நிலையில் எவ்வாறு வருந்துகின்றானோ என்று எண்ணியெண்ணி ஏங்கி நெஞ்சம் புண்ணாய் உலைகின்றாள்.

“அருந்து மெல்அடகு ஆர்இட
அருந்தும் என்று அழுங்கும்
விருந்து கண்டபோது என்உறுமோ
என்று விம்மும்” *(5083)*

என்று கவி கூறும் திறன் கம்பருடையதேயாகும்.

“சீலமின்னதென்று அருந்ததிக்கருளிய திரு”வின் நிறையின் நீர்மை இக்கட்டுரையில் சுருக்கிக் கூறும் திறத்தினது அல்ல.

“நிலம் பொறையிலதென நிமிர்ந்த கற்பு”டைய சீதையின் சீலத்தையும், தென்னிலங்கைத் தெய்வமாய் இலங்கிய மயன் மகளாம் மண்டோதரியின் மாண்பையம் ஒப்பிட்டு நோக்கினால் வேற்றுமை காண்பது அரிதேயாகும்.

‘கற்றாரைக் கற்றாரே காமுறுவர்’ என்னும் உண்மைக்குச் சிறந்த சான்றாய்,

“பஞ்சுஎரி உற்றது அன்ன
அரக்கர்தம் பரவை எல்லாம்
வெஞ்சின மனிதர் கொல்ல
விளிந்ததே மீண்டது இல்லை
அஞ்சினேன் அஞ்சினேன் அச்
சீதைஎன்று அமிழ்தால் செய்த
நஞ்சினால் இலங்கை வேந்தன்
நாளைஇத் தகையன் அன்றோ?” *(9238)*

என்று வாய்விட்டலறி, சீதையின் நிறையை உணரவல்லவள் அவளுக்கு ஒப்பான நிறையுடைய மங்கையேயாவள். இத்தகைய தூய உணர்வுடைய மங்கை, தனது தலைவன் போர்க்களத்தே

மாண்டு மடிந்து கிடக்கின்றான் என்று கேட்ட அக்கணமே போர்க்களத்துக்கு விரைந்து வந்து, இராவணன்மீது வீழ்ந்து அழுகின்றாள்.

'வெள்ளெருக்கம் சடை முடியான் வெற்பெடுத்த திருமேனி' உயிரற்றுக் கிடப்பதை உணர்ந்த மங்கை அவ்வுடலத்தை தன் தடக்கைகளால் தழுவி யெடுத்து மார்புடனணைத்தாள். தானும் கூடவே உயிர் நீங்கி, தன் தலைவன் சென்ற விடத்திற்கே சென்று உயிர் நீங்கினும் உணர்வு நீங்கா உத்தமியாய் வானவர் தொழ வாழ்ந்தாள். இதைத்தான் கவியரசர் கம்பர் பெருமான்,

"என்று அழைத்தனன் ஏங்கிஎழுந்து அவன்
பொன் தழைத்த பொருஅரு மார்பினைத்
தன்தழைக் கைகளால் தழுவித் தனி
நின்று அழைத்து உயிர்த்தாள் உயிர் நீங்கினாள்" *(9946)*

என்று போற்றியுரைக்கின்றார்.

"காதலர் இறப்பின் கனைஎரி பொத்தி, ஊதுலைக் குருகின் உயிர்த்தகத்து அடங்காது இன்னுயிர் ஈவர்" தலையன்புடைய 'தமிழ் பெருமக்கள்' என்பர் **மணிமேகலையார்.**

"மன்னவன் செல்வுழிச் செல்க யானெனத் தன்னுயிர் கொண்டு அவனுயிர் தேடிய" **கோப்பெருந்தலைவியின் தலையாய அன்பையும்,** "சாடின் மன்னவன் உரை கன்னத்தின் மேவும் எல்லையில் அசனி ஏறுண்ட அம்பணியேபோல் ஆவி நீங்கிய தேவியாகிய" **பதுமகோமளையின் தலையன்பையும்,** ஒத்த நிலையில் **மண்டோதரியின் மாண்புடைக் கற்பு** இலங்கக் காண்கின்றோம்.

ஆகவே, இதுவரை கூறிய சில சிறு சொற்களால், கம்பரது கவிநலத்தில் மாதர் மனநிலை எவ்வாறு அமைந்து கிடக்கின்றதென்பது தெள்ளிதிற் புலனாம்.

'நிறையுடைய மாதர் பெருமையே பெருமை. அவர்தம் மன நிலையை உணர்ந்து கூறும் கம்பர் கவி நலமே நலம்' என்று கூறி என் பணி முடிக்கின்றேன்; திருவருள் முன்னிற்க. சுபம்.

5
கம்பர் கவியின் செந்தமிழின்பம்

ஆராய்ச்சி அறிஞர் மிகுந்த இக்காலத்தில், இராம காதையை உண்மையாய் நடந்த சரித்திரம் என்பர் பலர்; அன்று என்பர் சிலர். ஆனால், காய்தல் உவத்தல் அகற்றி ஆராயுமிடத்துக் காணும் உண்மை சில நம்மிந்திய நாட்டின் பூர்வீகப் பழங்குடியாய் வாழ்ந்து வந்தவர் தமிழர் என்பதும் வடநாடிருந்து தென்னாடு போந்தவர் ஆரியர் என்பதும், இவர்களில் ஒருவரது உரிமையை ஒருவர் கைப்பற்ற முயல, மற்றவர் தம் உரிமையைக் காப்பாற்ற முயல, இருவருக்கும் இயற்கையாய்ப் போர் விளைந்ததென்பதும் இப் பெரும் போரில் ஒரு சிறு பகுதியே இராம காதையாமென்பதும் ஆராய்ச்சியாளர் துணிவு; இதுவே சரித்திர ஆசிரியர்கள் கண்டறிந்த உண்மையுமாகும்.

ஆனால் **வான்மீகி முனிவர்** இச்சரிதையை, தம் கற்பனா சக்தியினாலும் கவியலங்காரத்தாலும், பன்னலமும் பல பொருளும் பொருந்த அமைத்து, காவிய உலகத்தை அணி செய்வாராயினர்.

ஆனால், அவர் ஆரியரானமை பற்றி அச்சரித்திரத்தின் ஒரு பகுதியினரான ஆரியரைத் தேவர், சுரர் என்று போற்றியும், மற்றொரு பகுதியினரான திராவிடரை, அரக்கர், வானரர் என்று தாழ்த்தியும் கூறியதோடமையாது,

நூல் முழுவதிலும் ஆரியருடைய பழக்க வழக்கங்களையே அமைத்துக் காவியத்தை முடிப்பாராயினர்.

இக்காதையைத் தமிழில் யாத்த கவியரசர் கம்பர் பெருமான், வான்மீகியின் முதனூலைப் பின்பற்றி இந்நூலை எழுதுகின்றேன் என்று கூறினாலும், காவிய முழுவதிலும், தமிழ்மொழியின் தனிப்பெருமையினையும் தமிழகத்து மக்களின் ஒழுக்கத்தின் விழுப்பத்தினையும் அவர்தம் பழக்க வழக்கங்களையும் தமிழ் மாதர் நிறையையுமே போற்றிப் புகழ்கின்றார். இத்தகைய இடங்கள் கம்பர் காவியத்தில் பலவுள. இந்த இடங்களிலேதான் கம்பரது கவியின் செந்தமிழ் இன்பம் பொங்கி வழிகின்றது. "செந்தமிழ் நாடென்னும் போதினிலே இன்பத் தேன் வந்து பாயுது காதினிலே" என்று பாரதியார் அருளிய உண்மையை இவ்விடத்துத் தான் காணலாம்.

கவியரசர் கம்பர் பெருமான் தமிழ் மொழியினையும் அதன் தொன்மையினையு முணர்ந்து, "என்று முளதென் தமிழ் இயம்பி இசை கொண்டான்" என்றும், "நீண்ட தமிழா லுலகை நேமியி னளந்தான்" என்றும் தமிழின் தனிப்புலவரான அகத்தியரைப் போற்றுகின்றார். இவ்விடத்துக் கம்பரது கவிநலம் பெரிதும் விளங்குகின்றதன்றோ?

தமிழ் மொழியினை உணர்ந்த கம்பர், 'என்றுமுள தென் தமிழ்' என்றும், 'நீண்ட தமிழ்' என்றும் போற்றியதோடமையாது, இத்தமிழக மக்கள் இம்மொழி அகத்தியர் நாவிலே பிறந்தது என்ற ஓர் தவறான கொள்கையுடையவர்களாயிருக்கிறார்கள் என்பதையும் உணர்ந்தவராய் அக்கொள்கையை அகற்றுவான் விரும்பி, அத்தென் தமிழை இயம்பி இசை கொண்ட அகத்தியர் என்று உறுகின்றார். ஆகவே தமிழ்மொழியானது அகத்தியரால் படைக்கப்பட்டதன்று என்பதும், அம்முனிவரே தமிழின் இனிமையை உணர்ந்து அம்மொழியினைக் கற்று அம்மொழியில் இலக்கியம் கண்டதற்கு இலக்கணம் இயம்பிப் புகழ்பெற வாழ்ந்த பெருமகன் என்பதும் வெள்ளிடை மலைபோல் விளக்க முறுவதாயிற்று.

ஆனால், அகத்தியரைத் "தமிழெனும் அளப்பருஞ் சலதி தந்தவன்" என்றும், "தழற்புரை சுடர்க்கடவுள் தந்த தமிழ் தந்தான்"

என்றும் போற்றும் கம்பர் சுவியின் பொருள் தானென்னை என்று சிலர் வினவலாம்.

இவ்விடத்தில் தமிழ்மொழி ஆழமறிய முடியாத ஓர் பெருங்கடல் என்பதும், அக்கடலினை உலகில் நிமிர்ந்தேறவிட்ட பெருமையே அகத்தியருக்குரிய தென்பதும் வலியுறுத்தப்படுகின்றது. தமிழின் தொன்மையைக் குறிக்கவே, உபசார வழக்காக, 'தழற்புரை சுடர்க் கடவுள் தந்த தமிழ்' என்றும் கூறப்பட்டதே யொழிய வேறன்று. இதன்றி இம்மொழி அக் கடவுளிடத்திருந்தாவது அகத்தியரிடத்திலிருந்தாவது உதித்தது என்று கொள்வது பெரும் பேதைமையேயாகும்.

தமிழின் இனிமையை உணர்ந்த கம்பர் "வண்டு தமிழ்ப் பாட்டிசைக்கும் தாமரையே" என்று அதன் இனிமையைப் போற்றிப் புகழ்கிறார். "தமிழினுமினிய தீஞ்சொற்றையல்" என்ற நைடதத்தார் வாக்கும் இங்கு நோக்கத்தக்கது. "தமிழென்ப தினிமை நேர்மை" என்பர் சூடாமணியார். அழகொழுகும் தமிழ் மொழியின் இனிமை அனுபவித்தவர்கட்கே புலப்படும். கம்பர் கவியின் செந்தமிழின்பத்தை உணர்ந்த தமிழ் பெருமக்கள் பலரும் அவ்வினிமையை நுகர்ந்தவரே யாவர். நிற்க.

இனி, கவியரசர் தமிழ் மொழியில் மட்டுந்தானா பற்றுடையராய் விளங்குகின்றார் என்று பார்த்தால் அன்று. இத்தமிழ்மொழி பேசப்படும் நகரங்களெல்லாம் அவரது கவிகளால் புனைந்து கூறப்படும் பேறு பெற்றன.

"காவிரி நாடன்ன கழனி நாடு" என்று கோசலை நாடு வர்ணிக்கப்படுகிறது. ஒரு நாட்டிற்கு உவமைகூற வேண்டியிருந்தால் இந்நாடு கைலாயத்தை ஒக்கும், வைகுண்டத்தை ஒக்கும், தெய்வ உலகத்தை ஒக்கும் என்று கூறுவதே கவிமரபாகும். ஆனால், இயற்கைக் கவிநலம் வாய்க்கப்பெற்ற கவியரசர், "கண்ட பொருளில் கணிப்பவரன்றிக் காணாப் பொருளில் கணிப்பதற்கரியார்" என்னும் விதி பற்றித் தாம் பிறந்து வளர்ந்த காவிரி நாட்டை ஒக்கும் அக்கோசலை நாடு என்று கூறுவது அவரது தேசீயத்தையும் கவியின் இயற்கை நலத்தையும் பெரிதும் விளக்குகின்றது. இத்துடன் **"தெய்வப் பொன்னியே பொருவுங் கங்கை"** என்று கங்காநதி போற்றப்படுவது நம் கவனத்தைக் கவரும் ஓர் இடமாகும்.

இன்னும் இவர் பாண்டி நன்னாட்டைப் பற்றிக் குறிக்குங் காலத்து,

"அத்திருத்தரு நாட்டினை அண்டர் நாடு
ஒத்திருக்கும் என்றால் உரை ஒவ்வுமோ?
எத்திறத்தினும் ஏழ்உலகம் புகழ்
முத்தும் முத்தமிழும் தந்து முற்றலால்?"* *(4645)*

என்று கூறுஞ் செவ்வி கம்பர் கவிநலத்தால் அமைந்த பொருளாகும். தமிழ் நாட்டின் சிறப்புடைப் பொருள்களான முத்திற்கும் எத்தகைய ஏற்றம் தந்து சிறப்பிக்கின்றார் கவியரசர். இத்துடன்,

"அமுதுறழ் தமிழொண் முத்தம்
ஐயசந் தனம்மென் வாசம்
கமழ்குளிர் தென்றல் என்று
கரையரும் பொருள்படாமல்
இமிழ்கடல்வரைப்பெலாம் தோன்றும்
எண்பொருள்படு நாடெள்ளித்
தமிழ்முதல் பிறக்கும்நாடாய்த்
தயங்குமாற் பாண்டிநாடு"

என்று சிவப்பிரகாசர் அருளிய செய்யுளும் உற்றுநோக்கத்தக்கது.

தமிழகத்துத் தனிப் பொருள்களாம் தமிழ்மொழி, முத்தம், சந்தனம், தென்றல் என்பவைகளில் முன்னைய இரண்டையும் போற்றும் கம்பர் கவிநலம் அழகுடையதேயாகும்.

இன்னும் இராமனைப் போற்றுமிடத்துங்கூட, இவரது தமிழ் மொழிப் பற்றே முனைந்து நிற்கின்றது. ஆரியர்கோனாம் இராமனும், **"தென்சொற் கடந்தான் வட சொற்கடற்கு எல்லை நேர்ந்தான்"** என்றே புகழப்படுகின்றான்.

இம்மட்டன்று. இன்னும் அறத்தின் வழிநின்ற ஆரியர்கோன் அனுமனாதிய வானர வீரர்களைத் தென்திசை நோக்கித் தேவியைத் தேட விடுத்த காலையில் அவர்கட்கு அறிவூட்டுகின்றான். "வானர வீரர்களே, மற்றெல்லா வீரர்களையும் விட, தெற்கு நோக்கிச் செல்கின்ற நீங்களே மிகவும் கவனமுடையராயிருத்தல் வேண்டும்.

* முத்தும் முத்தமிழும் தந்து முற்றுமோ– என்பது கட்டுரையாளர் பதிவு

தென் தமிழ்நாட்டில் பொதியமலைச் சாரலில் அகத்திய முனிவரும் அவர்தம் சீடர்களும் தமிழ்ச் சங்கம் ஒன்று நிறுவியிருக்கின்றார்கள். அச்சங்கத்தில் மிளிரும் பெரும்புலவர் பலரின் சொல் வன்மை கேட்பார் பிணிக்கும் தகையவாய்க் கேளாரும் வேட்ப மொழிவதாயிருக்கும். நீங்கள் அந்த இடத்தை அணுகுவீர்க ளானால், அவ்விடத்துள்ளாரது சொல்வன்மையில் ஈடுபட்டு, முயன்ற கருமத்தையு மறந்து, என்னையு மறந்து, என் தேவியையு மறந்து, நீங்கள் தன்னையு மறந்துவிடுவீர்கள். கொண்ட கருமமும் பழுதுபடும். ஆதலால், நீங்கள் அப்பொதியைச் சாரலில் தங்காது அம்மலையை இடமாகச் சுற்றி எடுத்த என் பணி முடிக்கச் செல்லுங்கள்" என்று இராமன் எச்சரிக்கிறான். இக்கருத்தைக் கவியரசர் கம்பர்பெருமான்,

"தென்தமிழ் நாட்டுஅகன் பொதியில் திருமுனிவன்
தமிழ்ச் சங்கம் சேர்கிற்பீரேல்
என்றும் அவன் உறைவிடம் ஆம்; ஆதலால்
அம்மலையை இறைஞ்சி ஏகி"* **(4477)**

என்ற செய்யுளில் அமைத்தருளுகின்றார். என்னே, இவர்தம் அறிவு நுட்பத்தின் திறம்.

இராமனது எச்சரிக்கையோவிது அன்று. தமிழ்க் கவிஞராம் கம்பரது சொந்தச் செல்வமன்றோ, இது! எவ்வளவு அழகாக, எவ்விடத்து, எக்காலத்து, தமிழ்மொழிக்கும் அதை ஆராயும் பெரும் புலவர் பலர்க்கும் தம் அர்ப்பணத்தைச் செலுத்துகின்றார் நம் கவியரசர்.

இனி, கம்பர் தமிழ் மக்களின் ஒழுக்கத்தைப் பற்றிக் கொண்டிருக்கும் கருத்தைச் சிறிது ஆராய்வோம். தமிழ்மொழியின் சிறப்புடை இலக்கணமாகக் கருதப்படும் களவியலொழுக்கம் கம்பர் பெருமானால் பொன்னேபோல் போற்றப்படுகின்றது.

ஆரிய கவியாம் வான்மீகி சீதையின் மணவினையைச் சித்திரிக்க நேர்ந்த காலையில், அவர் பிறந்த நாட்டுப் பழக்க வழக்கங்களுக்கு ஏற்பச் சுயம்வரம் ஒன்று நாட்டி அச்சுயம்வரத்தில் ஆற்றல் மிகுந்த அரனது வில்லை வளைத்து நாணேற்றுவாருக்குச் சீதையைப் பணயமாகக் குறிக்கிறார்.

---

* "அம்மலையை இடத்திட்டேகி" – என்பது கட்டுரையாளர் பதிவு.

இம்முறையாக ஒருவன் தன் மனைவியை அடைதல் அசுர மணத்தின்பாற்படும் என்பர் பெரியோர். இந்த முறையை,

"முகையவிழ் கோதையை முள்ளெயிற் றரிவையைத்
தகைநலம் கருதும் தருக்கினர் உளரெனின்
இவையிவை செய்தார்க்கு எளியன் மற்றிவளெனத்
தொகை நிலையுரைத்த பின்னிறப் பகைவலித்
தன்னவை யாற்றிய அளவையில்
தொன்னிலை *அசுரம்* துணிந்தவாறே."

என்ற செய்யுளால் அறிக.

இம்முறை ஆரிய மக்களின் முறையேயாகும். அதனால் தமிழ்மகனான கம்பர் இம்முறை வழிநடந்து தமது காவியத்தை முடிக்கக் கருதினாரில்லை.

பிணி, மூப்பு இவையின்றி எப்பொழுதும் ஒருதன்மையாய் உருவும், திருவும், குலமும் குணமும், பருவமும், அன்பும் ஒத்தவராய தலைமகனும், தலைமகளும் பிறர் கொடுப்பவும் அடுப்பவு மின்றி வினைப்பயனாய்த் தாமே எதிர்ப்பட்டுக் காதலிக்கும் முறையே களவியல் எனப்படும். இம்முறையே தமிழ் மக்களின் முறையாகும்.

இதையறிந்த சீதையை மிதிலைமாநகரில் அரசமாளிகையில் கன்னிமாடத்து மேடையில் நிறுத்துகின்றார். தெருவூடே முனிவர் முன் செல்ல, தம்பி பின்வர இராமனை நடத்துகின்றார். இருவரும் ஒருவரையொருவர் பார்க்கின்றனர். கண்ணொடு கண்ணிணை கவ்வுகின்றது. இருவரது உணர்வும் ஒன்றி அவர்தம் உள்ளத்தில் ஆதரவுபடுகின்றனர். ஆகவே, கண்ணால் கண்டு காதலித்த தலைவனே தன் கணவனாவான் என்று கருதுகின்றாள் மங்கை.

பின்னர் அவளது தோழியாம் நீலமாலை முனிவருடன் வந்த மன்னவன் மைந்தன் வில்லிறுத்தான். அவனே உன்னை மணமாலை சூடுவன் என்று சீதையிடஞ் சொல்லிய காலத்துங்கூட, அவள் வில்லொடித்த காரணமாக மட்டும் அவனைத் தலைவனாய் ஏற்றுக்கொள்ளாது, தோழி நீலமாலை சொல்லுகின்ற குறிகளால், வில்லொடித்த வீரன் என் நிறை கவர்ந்த கள்வனாயே இருத்தல் வேண்டும்; ஒருகால் பிறிதொருவனாயிருப்பின் இறந்துபடுவேனேயன்றி வில்லொடித்த காரணத்தால் மட்டும்

இவனை மணஞ்செய்ய முடியாது என்ற ஓர் உறுதியான தீர்மானத்திற்கு வருகின்றாள். இத்தீர்மானத்துடன் கம்பர், மணவறையில், மணமகளாகிய சீதை மணமகனுடன் அமர்ந்திருந்த காலத்தும், "தன் கை வளை திருந்துபு கடைக்கணிலுணர்ந்தாள்" என்று மீண்டும் தம் கருத்தை வலியுறுத்துகின்றார்.

ஆகவே, இத்தமிழகத்து ஒழுக்கம் அவரது உள்ளத்தில் எவ்வளவு ஆழ்ந்து பதிந்து கிடக்கின்ற தென்பதைக் காட்ட இது ஒரு சான்றாகும். இன்னும் தமிழ் மக்களின் ஒழுக்கத்தைப் பலகாலும் பலவிடத்தும் போற்றி மகிழும் கம்பர் கவிநலமும் கற்றோர் உள்ளத்திற்குக் கழிபேருவகை தருகின்றது.

உதாரணமாகத் தமிழக உலகில்தான், ஒருவனுக்குப் பெண் கொடுத்த பெரியோன் மாதுலன் என்று அழைக்கப்படுகின்றான். இம்முறையன்றி, "வம்பன் மாதுலன் வெம்மையை உண்ணினான்" என்று கவி கூறுவது அவரது ஆழ்ந்த பற்றையன்றி வேறெதை விளக்கும். இவையெல்லாம் ஒருபுறமிருக்கத் தமிழகத்து மாதரின் நிறையுடைமையைப் பெரிதும் உணர்ந்தவர் கம்பரேயாவர்.

"தங்கள்நாயகரின் தெய்வம்
     தாம்பிறிதுஇல என்று எண்ணும்
மங்கைமார் சிந்தைபோலத்
     தூயது"   (408)

என்று கற்புடைய மாதர் மானத்தைப் போற்றுவது,

"தெய்வம் தொழாஅள் கொழுநற் தொழுதொழுவாள்
பெய்யெனப் பெய்யும் மழை."   (55)

என்ற வள்ளுவர் வாக்கினை நினைப்பூட்டுகின்றது. இன்னும், சீதை தன்னிடம் தன் நாயகன் அணுகி, 'தாயுரை கொண்டு தந்தை சொற்காக்க நான் காடு செல்கின்றேன். நான் திரும்பிவரும் வரை நீ இங்கேயே இரு' என்று கூறியபொழுது,

"நாயகன் வனம் நண்ணல் உற்றான் என்றும்
மேயமண் இழந்தான் என்றும் விம்மலள்;

"தவம்பிறிதில வென்றெண்ணும் – என்பது கட்டுரையாளர் பதிவு.

நீ வருந்தலை நீங்குவன் யான் என்ற
தீய வெஞ்சொல் செவிசுடத் தேம்புவாள்" *(1823)*

என்று கவியரசர் அமைத்திருக்கும் சித்திரம் எத்துணை அழகுடையதாய்த் திகழ்கின்றது.

இத்துடன்,

"செல்லாமை உண்டேல் எனக்கு உரை மற்றுநின்
வல்வரவு வாழ்வார்க்கு உரை" *(1151)*

என்ற வள்ளுவர் குறளை ஒப்பிட்டு நோக்கினால் உண்மை காண்போம். என்னே! தமிழ் மாதரின் நிறையுடைமை!

இவ்வாறு தேம்பும் தேவியைத் தேற்ற, இராமன் கூறும் மொழி தானென்னை? "காதலி! உன்னையுமுடனழைத்துப் போவது சாத்தியமன்றே. நானோ காடும் மலையுங் கடந்து" செந்நெருப்பினைத் தகடுசெய்துபார் செய்த தொக்கும் பாலை நிலங்களின் வழியாகவெல்லாம் செல்ல நேரும். நின் செவ்விய சேவடிகள் அச்சூட்டைத் தாங்காதே" என்று வருந்துகின்றான்.

இதற்குச் சீதை பதிலுரைக்கும் இடத்தில்தான் தமிழ் மாதர் வீரம் தோன்றி மிளிர்கின்றது. "அன்ப! நின் பிரிவினும் சுடுமோ பெருங்காடு" என்று சீதை கூறுஞ் செவ்வி கம்பரது கவிநலத்தால் அமைந்த ஒரு பொருளாகும்.

இவ்வாறு, தமிழகத்து மாதரின் நிறையுடைமையை யெல்லாம் தன் உறுபொருளாக்கிக் கொண்ட மங்கையை அமரர்தம் புகழ் விழுங்கிய அரக்கர்கோன் தூக்கிச் செல்கின்றான். இதே தோற்றத்தைக் கண்முன் தெற்றெனக் கண்ட வான்மீகர், சீதையை முதலில் அவள் தன் இரண்டு கால்களுக்குமிடையே தன் கையைக் கொடுத்துத் தன் தோளின் மீது தூக்கிப் பின்னர் தனது ரதம் ஏறி, அவள் தன் மயிர் பிடித்திழுத்து தன்மடிமீது வைத்துச் செல்கின்றான் இராவணன் என்று சித்திரம் தீட்டுகின்றார். இதே தோற்றம் கவியரசர் கம்பர் கண்ணுக்கும் தோன்றுகின்றது.

ஆனால், தமிழகத்து மாதரின் நிறையுடைமையை உணர்ந்த கம்பர் வான்மீகியைப் பின்பற்றி அவர் தீட்டிய சித்திரத்தையே ஒட்டித் தானும் கவியமைத்திருப்பாராயின் அந்தோ பரிதாபம்! அவர் பட்டிருக்கும் பாடு பெரும்பாடாயிருந்திருக்கும். அவரும்

அவரது இராமாயணமும் தமிழக உலகில் இன்றிருக்கும் நிலையில் நின்றது என்று சொல்வது மிகையேயாகும்.

ஆனால் இதற்கெல்லாம் இடங்கொடுத்தனரா? - இல்லை - இடங்கொடுப்பாரா? அவரது மனப்பான்மையின்படியே இராவணன் சீதையை அவள் குடியிருந்த பர்ணகசாலையுடனும் - இல்லை - பர்ணக சாலை கட்டியிருந்த இடத்துடனும் தூக்கிச் சென்றான் என்று கூறுகின்றார். இவ்விடத்து ஒரு சிறந்த உண்மை பொதிந்து கிடக்கின்றது.

கற்பெனப்படுவது பிறர் நெஞ்சு புகுதாமை என்பது தமிழ் மக்களின் கருத்தாகும். இக்கருத்தையே,

> **"மண்டிணி ஞாலத்து மழை வளந்தரூஉம்**
> **பெண்டிராயிற் பிறர் நெஞ்சு புகாஅர்"**

என்று அணிகெழு நூலாம் மணிமேகலையியற்றிய **சீத்தலைச் சாத்தனார்** போற்றி யுரைக்கின்றார். ஒரு பெண்ணை அவள் தலைவனைத் தவிர பிறனொருவன் கண்டு இப்பெண் மிகுந்த அழகுடையவள், இவளுடன் கூடியிருந்த அன்றோ பேறு என்று எண்ணிய காலையிலேயே அப்பெண்ணின் கற்பிற்குப் பழுது வந்தது என்ற தீவிர கொள்கையுடையோர் தமிழர்.

இத்தகைய கொள்கையுடைய தமிழ் மக்கள் எவராவது சீதையை இராவணன் மயிர் பிடித்திழுத்து மடிமீது வைத்து எடுத்துச் சென்றான் என்பதை ஒப்புக்கொள்வார்களா? **பிறர் நெஞ்சு புகுதலே தம் நிறையுடைமைக்கு இழுக்கு என்று கொள்ளும் பெருஞ் செல்வராகிய தமிழ் மக்கள்** பிறன் கைப்புகுதலை அனுமதிப்பார்களா? பிறன் கைப்புகுந்த காலத்திலேயே அவள் தன் கற்பும், அவள் உயிரும் ஒருங்கே போயிருக்க வேண்டுமல்லவா? அவ்விதம் நிகழ்ந்திருந்தால், இராமகாதை அத்துடன் முடிவுபெற்றுவிட வேண்டியதைத் தவிர வேறு முடிவு உண்டா? இத்தியாதி காரணத்தை உத்தேசித்துத்தான் கவியரசர் கம்பர் பெருமான் தம்முடைய கவித்திறனைக் காட்டினார். கம்பர்தம் கவிப் பெருமையே பெருமை.

இம்மட்டன்று, தமிழகத்துப் பழங்குடி மக்களாகிய திராவிடரை அரக்கர் வானரர் என்று இழித்துக் கூறிய வான்மீகரைப் பின்பற்றி அவர்களை, அரக்கர் வானரர் என்றே இவர் அழைத்த காலத்தும்

அவர்தம் பெருமையினையும் வீரத்தினையும் இவர் புகழ்த்து கூறும் உரைகள் போற்றத்தக்கதாகும்.

"நானிலம் அதனின் உண்டுபோர் என நவிலின் அச்சொல்
தேனிலும் களிப்புச் செய்யுஞ் சிந்தையர்"

என்ற அரக்கர் வீரம் போற்றப்படுகின்றது. அரக்கர் வீரந்தான் இவ்வளவினது என்றால், இவ்வரக்கரை அடக்கிய வானரர் வீரமோ அம்மம்ம! பெரிது. சொல்லின் செல்வனாம் அனுமனது ஆற்றலும், கடல் கடந்த காதலர்களையுடைய வானர வீரனாம் வாலியின் பெருமையும் அளவிடற்கரியதாகும்.

இவ்வாறு தமிழ் மொழியினையும், தமிழ் மக்களையுந் தாம் போற்றிப் புகழ்வதுடன் அமையாது, அம்மொழியின்பால் தாயன்பு பூண்டு அம்மொழியில் நூல் வழங்கிய வள்ளுவர் முதலிய பெரும் புலவர்களைப் போற்றும் இவர்தம் கவிநலம் பண்புடையதாகும்.

ஆகவே, இன்னும் மிகைபடக்கூறல் என்ற குற்றத்தின் பாற்படாது, இராமாயணம் என்னும் பெருநூல் வடமொழிப் புலவராம் வால்மீகியின் கற்பனா சக்தியினாலும் கவியலங்காரத்தாலும் அமைந்த ஓர் காவியம் என்றாலும் அக்காதை தமிழகத்துத் தனிப் பெரும் புலவரான கம்பர் பெருமானால் தமிழ்மொழியில் அழகுற அமைக்கப்பட்ட காலத்தும் தமிழ் மொழியின் பெருமையினையும் தமிழகத்தின் சீர்மையினையும் தமிழ்மக்களின் ஒழுக்கத்தின் விழுப்பத்தினையும் உலகிற்குப் பறைசாற்றி, செந்தமிழின்பம் வழிந்தொழுகும் ஒரு காவியமாக அமைந்தது போற்றத்தக்கதொரு பொருளாகும் என்று கூறி என் பணி முடிக்கின்றேன்.

○

பகுதி - III

- புனைந்துரையும் மறுப்பும்
  (கோபாலதிருமலை, பி.ஏ.)   233
- மறுப்பின் மேல் ஓர் குறிப்பு   242
  (தொ.மு.பாஸ்கரத்தொண்டைமான், பி.ஏ.)

வேதாந்தமும் வாழ்வும் (பெரும்பற்ற பிதுரனார், பி.ஏ.,)	233
தமிழ்நாட்டில் பெளத்த ஜைன சமயம் (மயிலை சீனி. வேங்கடசாமி, எம். ஏ.,)	242

1

புனைந்துரையும் மறுப்பும்

(கோபாலதிருமலை, பி.ஏ.)

நண்பர் திரு.தொ.மு.பாஸ்கரத் தொண்டைமான் B.A., அவர்களைப் பற்றி "போதினி" நேயர்களுக்கு எடுத்துரைக்கப் புகுவது கொல்லன் தெருவில் ஊசி விற்கப் புகுவதொக்கும்; அன்னாரைப் புனைந்துரைக்கப் புகுவதும் பொற்குடத்துக்குப் பொட்டிடுவதேயொக்கும். அன்னாரின் ஆராய்ச்சித் திறம், அறிவின் திட்பம், பொருள் கொள்ளும் பேராற்றல், தெள்ளிய தமிழின்பாற் றான் கண்ட வின்பத்தைப் பிறருக்கும் ஊட்டும் நயம், ஆகியவற்றை அன்னர் வரையும் கம்பராமாயணக் கட்டுரைகளிற் காணாதாரும் கண்டு மகி மகிழாதாருமிலர்.

அன்னார், "போதினி"யில் கடந்த ஐப்பசித் திங்கள் மலரில் வரைந்திருக்கும் "கம்பர் கவியின் செந்தமிழின்பம்" என்ற தலைப்பெயர்கொண்ட கட்டுரையை வாசகர்கள் மறந்திரார்.

வான்மீகியின் முதனூலைப் பின்பற்றி இந்நூலை யெழுதுகிறேன் என்று கூறித் தொடங்கினராயினும், கவியரசர் தாம் வாழ்ந்த காலத்திற்கும், இடத்திற்கும், அவண் வழங்கிய பழக்க, வழக்க, ஒழுக்க நாகரிகத்துக்கு

மொப்ப, இராமகாதையை அழகுறத் திருத்தியமைத்தமையும், பாண்டி நன்னாட்டிற் குவமை நாடிய நல்லிசைப் புலவர், முத்தும் முத்தமிழும் ஈன்று உயர்ந்ததால் ஒப்பதும், மிக்கது மிலாதாயது என்னும் பொருள் தொனிக்குமாறு,

எத்திறத்தினும் ஏழ்உலகம் புகழ்
முத்தும் முத்தமிழும் தந்து முற்றலால்?"* *(4645)*

எனக் கூறிய வாயிலானும், "காவிரி நாடென்ன கழனி நாடு" என்று கோசலம் வருணிக்கப்பெறும் வாயிலானும் கவியரசரின் தேசீயம், இயற்கைக் கவிநலம் இவைகளை விளக்கியிருப்பதும், காவியம் முழுவதிலும், தமிழர் நாகரிகம், ஒழுக்கம், தமிழ் இலக்கிய வமைதி இவைகளிற் சிறந்த அம்சங்களை மறவாது புகுத்திச் சிறப்பித்திருப்பதையும், ஆசிரியர் நயம்படு நடையில் அழகுற வரைந்திருப்பது, கற்றோரன்றி மற்றோரும் கற்றுக் களிக்கும் முறையில் அமைந்ததாயினும், அதில் யாம் சில முரண்பாடுகள் கண்டமைக்கு வருந்துகின்றனம். யாம் கண்டவை முரண்பாடுதாமா, அல்லது முரண்பாடாகக் கொண்டது தவறாவென்பதை யறிவான் விழைந்து ஈண்டு வரையலுற்றாம்.

முதனூலாசிரியராகிய வான்மீகி "அவர் பிறந்த நாட்டுப் பழக்கவழக்கங்களுக்கேற்ப, சுயம்வரம் ஒன்று நாட்டி, அச் சுயம்வரத்தில், ஆற்றல் மிகுந்த அரனது வில்லை வளைத்து நாணேற்றுவாருக்குச் சீதையைப் பணயமாகக் குறித்து, அவர் மணவினையை ஆசுரமுறையில் முடித்ததைத் தமிழர் நாகரிக ஒழுக்க முதலியவற்றிற் கொவ்வாதெனத் தள்ளி, தமிழ் பழக்க ஒழுக்கங்களிற் றோய்ந்து கவியரசர், தமிழ்மொழியின் சிறப்புடையிலக்கணமாகக் கருதப்படும் களவியல் முறையில் காதையை நடத்தினார் எனக் கூறப்படுகிறது. ஈண்டு, கவியரசரும் மணவினை யை ஆசுரமுறை பற்றியே நடத்திப் போந்தார் என வலியுறுத்த விழைகின்றாம்.

ஐம்பெருங்காப்பியங்களுட்பட ஏனைய காவிய ஆசிரியர்களுக்கும், கவியரசராகிய கம்பருக்கும் ஓர் பெரும் வேற்றுமையுள தென்பது எம்மனோர் முடிபு.

---

* முத்தும் முத்தமிழும் தந்து முற்றுமோ – என்பது கட்டுரையாளர் பதிவு

காணக் கிடைக்காத ஓர்வகை இயற்கையெனத் தோற்றும் இயல்பும், உண்மையெனத் தோன்றும் உயர்வும் அமைந்திருக்கக் காண்கிறோம். இதையே மேனாட்டார் "ரியலிஸம்" (Realism) என்பர். அதாவது, அபூதமற்றதும், நம் வாழ்வில் ஒவ்வொரு நாளும் நிகழ்வதுமான நிகழ்ச்சிகள், பழுதறச் சிறந்து ஒப்பற்ற முறை (Idonlised Form)யில், காவிய நிகழ்ச்சிகளிற் பொறிக்கப்பட்டிருந்தாலன்றி, காவிய ஆசிரியர் மக்கள் மனதைக் கவர்ந்து தம் காவிய வாயிலாக அறங்கூறுதல் முதலிய பணிகளாற்றுவ தியலாது போகும் என்பது அறிஞர் கண்ட முடிபாகும்.

வான்மீகர் பலவிடங்களிலும் இம்முறையினின்றும் வழுவியவர் - கம்பர் பெரும்பான்மையும் காவிய முழுதிலும் இம் முறையை மனத்து நிறுத்தியே கதையை நடத்துகின்றார். மேலும், வான்மீகர் இதிகாச மியற்றிய இன்னிசைப் புலவரேயன்றி **நாடக மியற்றிய நல்லிசைப் புலவரல்லர்.**

எள்ளரிய தவத்தோனும், வள்ளலும், இளவலும் மிதிலை மாநகரின் பல வீதிகளையுங் கடந்து ராஜக் கிருகத்தையணுகினர். அணுகுங்கால் கன்னிமாடத்தின் புறத்தே ஏக நேர்ந்தது. காலமோ மாலை. அதுகால், கன்னிமாடத்தின் நிலாமுற்றத்தில் தன்னிகரில்லாச் சேடியரொடும் பிராட்டி கூடிக் குலவியிருப்பது இயற்கையேயாகும். கன்னிமாடத்தின் புறத்தேயமைந்த ராஜபாட்டையிற் செல்லும் முனிவரும், அரசிளங் குமரரும் அப்படிக் குலவியிருக்கும் தலைவியின் கண்களினின்றுந் தப்புவதெங்ஙனம்?

பிராட்டியோ, தென்றல் தேரான் விரும்பிக் கணை தொடுக்கக் கருதும் பருவத்தினள்; "ஆயிரங் கண்ணிலாதார்க் கழகு காண்பரிய நங்கை"; "கண்டு கண்ணோராக் காமர் காரிகை"; "கொல்லும் வேலும் கூற்றமும் என்னு மிவையெல்லாம், வெல்லும் வெல்லும் என்னுமதற்கே விழி கொண்டாள்."

ஐயனோ, இந்திர நீல மொத்து இருண்ட குஞ்சியும், சந்திர வதனமும், தாழ்ந்த கைகளும், சுந்தர மணிவரைத் தோளுமேயல்லாமல், மாதர் உயிரைக் கொள்ளை கொள்ளும் முறுவலுங் கொண்டவன்; நெருக்கி யுட்புகுந்து, அருநிறையும் பெண்மையும் உருக்கி, மாதர் உயிரொடும் உண்டுபோகும்

பேரெழிற் பெருமான்; கண்வழி நுழைந்து காரிகையைப் பெண் வழி நலனொடும், பிறந்த நாணொடும், எண் வழியுணர்வையும் கவர்ந்து செல்லும் கள்வன். அண்ணலும் நோக்கினன். அவளும் நோக்கினள். உருவும், திருவும் குலமும் பருவமும் ஒத்த உத்தமத் தலைவனும் தலைவியும், ஊழ்வினைப் பயனாக (அல்லது இவண், "தேவர் செய்த பாக்கிய முடைமையன்றோ! அன்னது பழுதுபோமோ?" என்றவாறு "அருங்கடையின் மறையறைந்த வறஞ் செய்த வறத்தின் பயனாக" தாமே எதிர்ப்பட்டவர். அப்படி எதிர்ப்பட்டோர் ஒருவர் மேல் ஒருவர் காதல் கொள்வது இயல்பே. கண்ணொடு கண்ணினை கவ்வி, ஒன்றையொன்று உண்ணத் தலைப்பட்டன இருவர் அறிவும் ஒன்றியது; "இருவரும் மாறிப் புக்கிதய மெய்தினார்." இவ்வளவும் களவியலில் ஓர் சிறு பகுதியைச் சார்ந்தது. இத்துடன் களவியல்முறை நின்று விடுகின்றது.

சீதையைப் பெறுவதற்குப் பணயமாக வைக்கப்பெற்ற அரன் வில்லை, இவன் குறிக்கொண்டான்; ஐயனைப் பெறுவதற்குப் பிராட்டியும், பிராட்டியைப் பெறுவதற்கு ஐயனுமே தகுந்தவரென்பதை யறிந்த முப்பகை தடிந்த மூதறிஞர் ஆசிகூறினர்; நங்கைக்கு நம்பியும், நம்பிக்கு நங்கையுமே பிறந்தவர் எனத் துணிந்த மாதர், "இருங்களிறிச் சிலையேற்றிலனாகில்... முருங்கெரியிற் புக மூழ்குதும்" என்றனர்.

இவைகளுக்கிடையே ஸ்ரீராமபிரான் "மால் விடையும் பொன் நாகமும் நாண நடந்து" ஆடக மால்வரை யன்ன வில்லை, ஜானகிக்குச் சூட்டிட நீடும் ஏடவிழ் மாலையென, இமைப்பில் எடுத்து, சூழ விருந்தோர் எடுத்தது கண்டார் இற்றது கேட்டார் என்னும்படி ஒடிப்பானாயினன். இப்பொழுதே நங்கையைப் பெறுதற்கு நம்பி உரியனாகின்றான். விண்ணோர், மண்ணோர், முனிவர் யாவரும் மகிழ்ச்சியடைகின்றனர்.

மேலும் கார்முகப் படலத்தின் தொடக்கத்திலேயே ஜனகன் வாயிலாகக் கவியரசர்,

> **"நோற்றனன் நங்கையும் நொய்தின் ஐயன்வில்**
> **ஏற்று மேல் இடர்க்கடல் ஏற்றும்"** *(666)*

என்பதாலும் கம்பர் ஆசுர முறைப்படியே கதையை நடத்துவது அறியக் கிடக்கின்றது.

முனிவன் பின் சென்ற சிறுவனை நினைந்து நினைந்து சிந்தை கருகும் செய்யவளும், நீலமாலை வில்லிறுத்ததாகச் சொல்லும் காளையைத் தன் உள்ளங் கவர்ந்த கள்வனேயென்று துணிகின்றாள்.

"கோமுனியுடன் வருகொண்டல் என் றபின்
தாமரைக் கண்ணினன் என்ற தன்மையால்
ஆமவனே கொல்என்று ஐய நீங்கினாள்." *(727)*

அடுத்த பாட்டில், "அல்லனே லிறப்பனென் றகத்து ஞுன்னினாள்" என்னுமிடத்து, வில்லிறுத்தானைப் புறக்கணித்துத் தான் கண்ட காளையையே மணப்பன் என்ற பிராட்டியின் உறுதியைக் காண்பிப்பதாகக் கொள்வதிற் பெருமையிலதாகிறது.

ஆனால், பிராட்டி, நீலமாலை சொன்ன அங்க அடையாளங் களால், தன் மனதைக் கொள்ளை கொண்ட மன்னவனே வில்லிறுத்தான் என்ற ஐயப்பாடு சிறிதுமில்லாத முடிபுக்கு வருகின்றாள். அத்துணை ஐயப்பாடு சிறிதுமற்ற ஓர் முடிவை வலியுறுத்துவோர் அதற்குப் பெரும் பொருளைப் பணயமாக வைப்பது உலக வியல்பு. இந்த இயல்பு பற்றியே பிராட்டி தன் மனதின் உருவெளித் தோற்றத்திற் காணும், தவத்தோன் பின் சென்ற தாடாளனையும், நீலமாலை வில்லிறுத்ததாகச் சொல்லும் வீரனையும், தன் மனக்கண்ணில் ஒக்க நோக்கி இருவரும் ஒருவரேயெனத் தேறுகின்றனள். இவ்வாறு அகக் கரணத்தால் தேறுதலுற்றவள் பின்னர் கோலங்காண் படலத்தில் புறக்கரணத்தாலும் கண்டு தேர்ந்தனள் என்பதையே,

"ஐயனை, அகத்து வடிவேஅல, புறத்தும்
கைவளை திருத்துபு கடைக்கணின் உணர்ந்தாள்" *(1153)*

என்று கொள்ளாது, வில்லிறுத்த வீரனுக்கு நங்கையை நல்கும் பொருட்டு, சேடியர் தன்னைக் கோலஞ்செய்யுங் கால மெல்லாம், தான் அவனிலும் வேறாய முனிவன் பின் சென்ற ஓர் பேரழகனையே நினைந்திருந்து, பின்னர் மண்டபத்தை யடைந்து, தன் மனச்சிறையில் மருவிய மன்னனைக் கண்டு மயக்கம் தீர்ந்தனள் என்று கொள்வது பொருத்தமற்றதாவதோடு, தலைவிக்கு இழுக்கும் பயக்கும். அப்படி அவள் முற்றுந் தேறாதவளாயிருந்திருப்பின், உலாவியலின்போது, நகர

மாதரனைவரையும் வீதிகளிலிழுத்துவந்த கவிஞர் பெருமான், பிராட்டியையும் கன்னிமாடத்து நிலாமுற்றத்துக்கு இழுத்துக் கொணர்ந்து தலைவியின் ஐயத்தை (அது உண்டாயின்) ஒழித்திருப்பரன்றோ!

ஆகவே, உலக வியல்பு, உண்மை நிலை, இயற்கை முறை இவைகளினின்றும் வழுவாது காவியம் எழுதிப் போந்தவர் கவியரச ராகையால், களவியலின் இந்த ஓர் அங்கத்தைச் சேர்த்துக் கொண்டனரேயன்றி முதனூலின் ஆசுரமுறையை விடுத்தவரல்லர்.

நிற்க, நம்புலவர் பெருமான் மற்றோருயரிய உண்மையை விளக்குவான் வேண்டியே இந்த அளவிற் களவியல்முறையைக் கையாடியிருக்கின்றனர் என்று கொள்வதும் அமையும்.

காகுத்தனைக் கானாள விடுத்த காவலனைச் காலன்வாய்ப்படுத்துவனென்று துள்ளிய இளவலை நோக்கி அண்ணல், **"நீதி வளையா நன்னெறி நின்னறிவாகு மன்றே"** என்றபடி, நல்லாற்றினின்றோர் அறிவே நீதியாகும் - தெய்வமும் அதுவே. நன் மனமுடையோர் நினைத்தவாறே முடியுமென்பது நம்பிக்கையன்றோ!

பரிசுத்தமான தன் மனம் அவன்பாற் சென்றதால், சகுந்தலை க்ஷத்திரியப் பெண்ணேயென்று துஷ்யந்தன் தேறுவதாகக் கரையற்ற பெரும்புகழ் காளிதாசரும் குறிக்கலாயினர்.

உத்தமத் தலைவரது உள்ளம் நடவாததொன்றை நாடாது. ஆகையால் உத்தமத் தலைவனான ஸ்ரீராமபிரானும், உத்தமத் தலைவியாகிய ஜானகியும், ஒருவரையொருவர் விரும்பிவிட்டன ராகலின், விற்பணயமே யல்ல வேறு எப்பணயம் வைத்தாலும், வீரன் வெற்றியே பெறுவன் என்பதைக் கவியரசர் அழகுற வலியுறுத்துகிறார்.

ஆகவே, அசுரமண முறையென்னும் சித்திரத்துக்குக் களவியற்றிலகமிட்டு, எழிலுறச் செய்தது கவிச்சக்கரவர்த்தியின் தனிப் பெரும் பெருமை யாகும்.

இனி, இரண்டாவதாகத் தோன்றிய முரண்பாட்டைப் பற்றிக் கூறுவாம்.

கவியரசர், தமிழ்மக்களின் சிறந்தவொழுக்கம் முதலியவைகளை மனத்து வைத்துக்கொண்டே காவியமியற்றினாரென்பது உண்மையே.

அரக்கர்கோன் அன்னையை அபகரித்துச் சென்ற முறையைக் கம்பர் வரையும்போது, வான்மீகியினின்றும் வேறுபட்டு வரைந்திருப்பதில் "ஒரு சிறந்த உண்மை. பொதிந்து கிடக்கின்றது" என்று தொடங்கி வரைந்திருப்பது பொருத்தமற்றதாகும்.

பண்டைத் தமிழர், நிறையுடை மாதரைத் தெய்வந்தொழுங் கற்பினரென்றும், கணவனை யல்லது பிறிது தெய்வம் பேணாக் கற்பினரென்றும் ஒரு பாகுபாடு செய்துளர். இதிற் பின்னவரே, "பிறர் நெஞ்சு சுடூஉம் பெற்றியரா"கி, அதனாற் பிறர் நெஞ்சு புகாது, மழைவளந்தரூஉம் மாண்புமுடையராயினர். இதையே,

"தெய்வந்தொழாஅள் கொழுநற் றொழுதெழுவாள்
பெய்யெனப் பெய்யு மழை." (55)

என்று தமிழ்மறையும் வலியுறுத்தும்.

நிற்க. முன்னவராகிய, தெய்வந் தொழும் நிறையுடைப் பெண்டிர், "பிறர் நெஞ்சு சுடூஉம் பெற்றியரா"காது, பிறர் நெஞ்சு புகுதற் கெளியராய், அவ்வாறு புகுதலால் மழை வளம் தரூஉம் தன்மையையு மிழந்தவராவர்.

"பிசியு கொடியும், பிறர்வாய்க் கேட்டு
விசிபிணி முழவின் விழாக்கோள் விரும்பிக்
கடவுட் பேணல் கடவியை யாகலின்
மடவர லேவ மழையும் பெய்யாது."

என்பதே இதற்குச் சான்றாகும். ஓர் கற்புடைக் காரிகை பிறர் மனம் புகுதற்கு ஏதுவாயுள்ளது கடவுட்பேணல் போன்ற (மாசற்ற) குற்றமே யாகலின், பிறர் நெஞ்சு புகுந்தவர் கற்பில் வழுவியவர் என்று கொள்ளவியலாது. இன்னனையர் கடவுட் பேணுதல் போன்ற தம் செய்கையை விடுவோராயின் மழை வளந்தரூஉம் பெண்டிராதலும் கூடுமென்பது,

"ஆங்கவை யொழிகுவை யாயின் ஆயிழை
ஓங்கிய வானத்தின் மழையுநின் மொழியது."

என்று அரசிளங்குமரன் "பெண்ணே வா" வென்று தன்னை நோக்கி விளித்த நாவில்தான் கற்புநிலையில் வழுவியதாக நினைத்து இரங்கிய **மருதி**யாம் நிறை கற்புடை நீர்மையாளைச் சதுக்க பூதம் தேற்றும் வாயிலாகப் புலனாகிறது. மேலும் பூதம், **"கட்டாதுன்னையென்கடுந் தொழிற் பாசம்"** என்று பிறர் நெஞ்சு புகுந்த **மருதி**யை ஒறுக்காது விடுவதினின்று பிறர் நெஞ்சு புகுதலால் மாதர் கற்பு நிலையில் இழுக்குற்று வழுவியவர் என்று கொள்வதற்கு மிலதாகிறது.

பிராட்டியைப் பிறர் நெஞ்சு புகுந்த நிறையுடையராகவே யாம் கொள்ள வேண்டும்.

அரக்கர்கோன் நெஞ்சு புகுந்ததாலேயே, அவன் மாய மானை விடுக்கவும், வனம் புகுந்த வள்ளலையும் இளவலையும் பிராட்டியினின்றும் பிரிக்கவும், தவவேடந் தாங்கிவந்து தரணியின் தவமெனத் தோன்றிய தாயைத் தூக்கிச் செல்லவும் நேர்ந்ததேயன்றிப் பிறிதெவ்வாற்றான்?

ஆனால், மேற்கூறியவாற்றான் பிறன் நெஞ்சு புகுந்ததால், அவர்தம் கற்புக் குன்றியதாகக் கொள்வதற்கில்லை. காவிய முழுதிலும், "கற்பினுக்கணி", "கற்பினுக்கரசி", "புகழின் வாழ்க்கை", "தருமம் போலியை", "கற்பின் வாழ்வினை" என்று போற்றப்படுகின்றார்.

ஆகவே, கவியரசர் இவ்விடத்து வேறுபட்டுக் காவிய மியற்றுங் காலத்து, பிறர் நெஞ்சு புகாக் கற்பைப் பற்றி நினைத்தாரே யல்லர். "பிறர் நெஞ்சு புகுதலே நிறையுடைமைக்கு இழுக்கு என்ற தமிழர் கொள்கை" இங்கு பொதிந்து கிடக்கவுமில்லை. மற்று இவ்வேறுபாட்டில் பொதிந்து கிடப்பதுதான் என்னையெனில், இதுபோன்ற இடங்களிற்றான் கவிஞர் பெருமான் காவியத் தலைவன் தலைவி யிடத்துக் கொண்ட உயர்ந்த பக்தியை வெளியிடுகின்றனர்.

பூர்வவினைப் பயனாகத் தான் வரைய நேர்ந்த, உலகம் போற்றும் உத்தமக் காவியத்திற்கு, உலகத்தை என்றளித்த தனிப்பெரும் தாயே தலைவியாக அமையப்பெற்ற கவியரசர், அன்னாரை ஒழுக்கம் குன்றி, புலத்தியன் மரபின் விழுப்பந் துடைத்த வீணன் மாசுமலிந்த கரங்களாற் றீண்டினன் என்பதைத் தன் பக்தி மேலீட்டால்

நினைக்கவும் உரைக்கவும் பெறாதவராதலின் வேறுபட்டு வரைந்தனரென்று கொள்வதே சாலும்.

மேலும், வால்மீகத்தை முதனூலாக எடுத்துக் கொண்டாராயினும், காவியமியற்றும் முன், "சம்பு ராமாயணம்". "ஆனந்த ராமாயணம்" போன்ற பல நூல்களையும் ஆராய்ந்து அமைந்தவிடந்தொறும் அவைகளின் கருத்தையும் கவியரசர் கொண்டுள்ளார் என்பதற்குச் சான்றுகள் பலவுள. அந்த நிலையில் இராவணன், ஓர் பெண்ணின் சம்மதமின்றி, அவளைத் தீண்டுவானாயின் இறந்து படுவான் என்றொரு சாப முண்டெனச் சாற்றும், "ஆனந்த ராமாயணக்" கருத்துக் கிசைய நிலத்தொடு தூக்கிச் சென்றனன் என்றனர் என்று கொள்ளவுங்கூடும்.

ஆகவே, இத்துணைக் காரணங்களால் கம்பர் ஆசுர முறைப்படியேயன்றிக் களவியல் முறைப்படி காவியமியற்றக் கருதினாரில்லையென்றும், அயல் முறையைச் சிறிதளவு கையாடியது, தலைவன், தலைவி முதனூலின் ஆசுரமுறை இவைகளைச் சிறப்பித்தற் பொருட்டேயன்றி, முதனூலினின்றும் மாறுபட்டுப் பிறிதொருமுறையில் காவியத்தை முடிக்கக் கருதியல்லவென்றும், அரக்கர்கோன் அன்னையை அபகரித்துச் செல்லும் முறையை வான்மிகத்தினின்றும் வேறுபட்டுச் சொல்லுமிடத்துக் கம்பர் கற்பெனப்படுவது பிறர் நெஞ்சம் புகுதாமை யென்ற தமிழ் மக்களின் கருத்தைப் பொதிய வைத்திலர் என்றும், பிறர் நெஞ்சம் புகுதாமையென்ற தமிழ்மக்களின் கருத்தைப் பொதிய வைத்திலர் என்றும், பிறர் நெஞ்சு புகுதாமை யென்பது நிறையுடைப் பெண்டிருள், மழைவளந்தரூஉம் மாண்பினரைக் கண்டறிவதற்கமைந்ததேயன்றி, பசுவைக் கண்டறிவதற் கமைந்த அலைதாடியே போன்று, கற்புடையாரைக் கண்டறிவதற் கமைந்ததோர் அசாதாரண காரணம் அன்றென்றும், சீதாபஹரணத்தை வடமொழி நூலினின்றும் வேறுபட்டு வரைந்தது கவியரசர் தலைவி மாட்டுக் கொண்ட தனிப்பெரும் பக்தியாலேயேயென்றும் தெற்றெனத் தெளியக் கிடக்கின்றது.

○

2

மறுப்பின்மேல் ஓர் குறிப்பு

(தொ.மு.பாஸ்கரத்தொண்டைமான், பி.ஏ.)

சென்ற தைத் திங்கள் 'ஆனந்தன்' வெளியீட்டில் திரு.கோபால திருமலை. பி.ஏ., என்னும் அன்பர் எழுதிய 'புனைந்துரையும் மறுப்பும்' என்னும் கட்டுரையை அன்பர்கள் மறந்திரார் என்று நினைக்கின்றேன்.

அன்பர் கூறிய புனைந்துரை புனைதற்குத் தமியேன் தகுதியுடையேன் என்று நினைக்கின்றேனில்லை. என்னையும் எனது கட்டுரைகளையும் வானளாவப் புகழ்ந்த அன்பர், உண்மை காணும் விளைவால், யான் எழுதிய "கம்பர் கவியின் செந்தமிழின்பம்" என்னும் சுட்டுரையில், தாம் கண்ட இரண்டு முரண்பாடுகளை எடுத்துக் கூறினார்கள்.

'எப்பொருள் யார்யார்வாய் கேட்பினும் அப்பொருள் மெய்ப்பொருள் காண்பது' அறிவுடைமையேயன்றோ?

ஆனால், அன்பர் கண்ட முரண்பாடுகள், அவர்கள் கருதுகின்றபடி முரண்பாடுகள் தாமா அன்றா என்பதை அறிஞர் ஆராய்ச்சிக்கே விடுவதுதான் எனது கருத்து எனினும், நான் கொண்ட கருத்துக்களைத் தெள்ளிதில் விளக்காத ஒரு குற்றத்தால், அன்பர் அவைகளை முரண்பாடுகள் என்று கருதியிருத்தல் கூடுமாகலின், அக்குறையை நிறை செய்யவே இக்குறிப்புரை எழுத முன்வந்தேன்.

அன்பர், "உலக இயல்பு, உண்மை நிலை, இயற்கை முறை இவைகளினின்றும் வழுவாது காவியம் எழுதப் போந்தவர் கவியரசர் ஆகையால், களவியவின் ஓர் அங்கத்தைச் சேர்த்துக் கொண்டனரேயன்றி, முதனூலின் ஆசுர முறையை விடுத்தவரல்லர்" என்று கூறுகின்றார்.

இக்கூற்று எனது கட்டுரையிடை யெழுந்ததொரு கருத்துக்கு முரண்படுவ தெங்ஙனம்?

வான்மீகர் சீதையின் மணவினையை ஆசுர முறையில் முடித்ததை, தமிழர் நாகரிக முதலியவற்றிற்கு ஒவ்வாதெனத் தள்ளி, கவியரசர் தமிழ் மக்களுக்குரிய களவியல் முறையில் காதையை நடத்தினார் என்று யான் கூறியதாக அன்பர் எழுதியுள்ளார்கள். யான் எவ்விடத்தும் கவியரசர் ஆசுர முறையை அறவே விடுத்த அருந்தகை என்று கூறினவனல்லன் என்பதை அன்பருக்கு எடுத்துக் காட்டும் அவா மிகவுடையேன்.

பின்னை, யான் வற்புறுத்த விரும்பியது என்னையெனின் ஆசுர முறை ஆரிய மக்களின் முறையென்றும் அம்முறையறியாத் தமிழரிடையே காவியத்தை நடத்தக் கருதிய தலைமகனான கம்பர், தமிழ் மக்கள் பொன்னேபோல் போற்றும் களவியல் ஒழுக்கத்தை - முதனூலில் காண்பதற்கரியதோர் சீரிய ஒழுக்கத்தைச் செம்மையாகக் காட்ட விரும்பி வில்லிறுப்பதற்கு முன்னமேயே, தலைவனையும் தலைவியையும் கண்ணளவிலும் கருத்தளவிலும் ஒன்று கூட்டி, இருவர் தம் உள்ளமும் உணர்வும் ஒன்றுபட வைத்தருளுகின்றார் என்பதேயாகும்.

இன்னும் அன்பர், "எள்ளரிய தவத்தோனும் வள்ளலும் இளவலும் மிதிலைநகரின் பல வீதிகளையும் கடந்து ராஜக் கிருகத்தை அணுகினர்" என்று தொடங்கி, "இருவரும் மாறிப் புக்கு இதயம் எய்தினர்" என்று முடித்து, இவ்வளவும் களவியலின் ஓர் சிறு பகுதியைச் சார்ந்தது கூறுகின்றார்கள்.

பிணி, மூப்பு, இவையின்றி எப்பொழுதும் ஒரு தன்மையராய், உருவும் திருவும், குலமும், குணமும், பருவமும் அன்பும் ஒத்தவராய தலைமகனான இராமனும், தலைமகளான சீதையும், பிறர் கொடுப்பவும் அடுப்பவும் இன்றி, தாமே எதிர்ப்பட்டு கண்ணால் கண்டு, கருத்தால் ஒருமித்து, உணர்வால் ஒன்றுபட்ட,

இம்முறை, களவியலின் ஒரு பகுதியென்றால், களவியலின் பெரும் பகுதி யாதென அறிய அவாவுகின்றாம். தலைமகனுக்கும் தலைமகளுக்கும் ஊடே, பாங்கனும் தோழியும் இடைவருவதும், ஊரில் அலர் எழுவதும் தலைவன் மடலூர்தலும் களவியலின் பெரும் பகுதியென்று கருதுவோர் அவ்வொழுக்கத்தின் உண்மை உணர்ந்தாரல்லர் என்பது வெளிப்படை.

மற்றும் "சீதையைப் பெறுவதற்குப் பணயமாக வைக்கப் பெற்ற அரனது வில்லை ஐயன் குறிக்கொண்டான். அவ் வில்லை ஜானகிக்குச் சூட்டிட நீட்டும் ஏடவிழ்மாலையென்ன இமைப்பொழுதில் எடுத்து ஒடித்தான். **இப்பொழுதே நங்கை யைப் பெறுதற்கு நம்பி உரியனாகின்றான்"** என்று அன்பர் அறுதியிட்டுரைக்கின்றார். வான்மீகர் எழுதிய கவிதையைத் தழுவி, இராம கதை எழுதப்போந்த நம் கவியரசர் இராமன் வில்லிறுத்துச் சீதையைப் பணயமாகப் பெற்றதை அறவே யொதுக்க இயலாதவராய், அவ்வில்லிறுத்த வீரச் செயலை எடுத்துக் காட்டுகின்றாரேயொழிய வில்லொடித்ததொரு காரணத்தாலேயே, நங்கையைப் பெறுதற்கு நம்பி உரியனாகின்றான் என்னும் கொள்கையை நிலைநிறுத்த நினைக்கின்றாரில்லை. இராமன் வில்லொடித்ததால் எழுந்த வீர ஒலி, கன்னிமாடத்திருந்த சீதையின் காதிலும் சென்று இடிக்கின்றது. இவ்வொலி கேட்ட சீதை வில்லொடித்த வீரன் இவன் என்று அறியமாட்டாதவளாய் மயங்கி நிற்கின்றாள். இந்த நிலையில், தோழி நீலமாலை கலைகளும், குழலும் சோர்தர ஓடிவந்து இளையகோவொடும், கோமுனியொடும் வந்ததொரு கொண்டல் வில்லிறுத்தான் என்று கூறித் தன் தலைவியின் மயக்கம் தெளிவிக்கின்றாள்.

"கோமுனியுடன் வருகொண்டல் என்றபின்
தாமரைக் கண்ணினான் என்ற தன்மையால்
ஆம்அவனேகொல் என்று ஐயம் நீங்கினாள்" *(727)*

என்று கவி கூறுகின்றார். இவ்வாறு ஐயம் நீங்கிய சீதை, பின்னும் அவ்வையம் தன்னை அடிக்கடி அலமறச் செய்வதறிந்து, நீலமாலை சொல்கின்ற குறிகளால், "வில்லிறுத்த வீரன் என் நிறை கவர்ந்த கள்வனே யாதல்வேண்டும்; அவனன்றி வேறொருவனாயிருப்பின் இறந்துபடுவேன்" என்று தீர்மானிக்கின்றாள்.

"சொல்லிய குறியின்அத் தோன்றலே அவன்
அல்லனேல் இறப்பன் என்று அகத்து உன்னினாள்." *(728)*

என்று கவிஞர் கூறிய கட்டுரையின் கருத்து இதுவேயாகும். ஆனால், அன்பர், "ஐயப்பாடு சிறிதுமற்ற ஓர் முடிவை வலியுறுத்துவோர் அதற்குப் பெரும்பொருளைப் பணயமாக வைப்பது உலக இயல்பு என்றும், அவ்வாறு தான் ஐயம் நீங்கி, உறுதியில் நிலைத்தற்குத் தன் உயிரையே பணயமாக வைத்தாள்" என்றும் கூறுகின்றார்கள். இவ்வாறு கம்பர் தன் கவிக்கு, **வலிந்து பொருள் கொள்வது** கவிநலம் உணர்ந்தோர் கொள்கையாகாது என்பதை மட்டும் வலியுறுத்த விழைகின்றேன்.

தான் கண்ட ஒரு தலைவனைப் பிறிதொருத்தி **சொல்லுகின்ற** ஒரு தலைவனுடன் ஒப்பிட்டு, இருவரும் ஒருவரேயென்ன உறுதியாய் உணர்ந்த அவ்வுறுதிக்கே பணயமாகத் தன் உயிரையே நிறுவினாள் சீதை (கம்பர் கண்ட சீதை) என்று கூறுவது ஒரு சிறிதும் பொருத்தமற்றதாகும். இன்னும்,

"ஐயனை அகத்துவடிவேஅல புறத்தும்,
கைவளை திருத்துபு கடைக்கணின் உணர்ந்தாள்" *(1153)*

என்று கவிஞர் அருளியதற்கு, வில்லிறுத்த வீரனுக்கு நங்கையை நல்கும்பொருட்டுச் சேடியர் தன்னைக் கோலஞ்செய் காலமெல்லாம் தான் அவனிலும் **வேறாயதொரு** முனிவன் பின் சென்ற பேரழகனையே நினைத்திருந்து, பின்னர் மண்டபத்தை யடைந்து, தன் மனச்சிறையில் மருவிய மன்னனைக் கண்டு மயக்கம் தீர்ந்தனன் என்று சொல்வது பொருத்தமற்றதாகும் என்று கூறுகின்றார் அன்பர்.

இவ்வாறு யான் சொல்லாததொரு பொருளையெல்லாம் எனது கட்டுரையில் ஏற்றி அன்பர் இடர்ப்படுவானேன்?

தெருவூடே சென்ற மன்னவன் மைந்தனைக் கண்டு, அகத்தில் நிறுத்திய மங்கை பின்னர் தோழி நீலமாலை சொல்லுகின்ற குறிகளால், வில்லொடித்த வீரனும் தான் கண்டு காதலித்த தலைவனும் ஒருவனாயிருத்தல் வேண்டும் என்று நினைந்தனளேனும், இருவரும் வேறு வேறாவரோ என்னும் ஐயம் முற்றிலும் தன்னை விட்டு நீங்காததொரு காரணத்தால் அரசவையில் அமர்ந்திருந்த தலைவனைக் கடைக்கண்ணால்

நோக்கி, தனது ஐயத்தை முடிவாய்த் தீர்த்துக் கொள்கின்றாள் என்பதே எனது கருத்து. அகத்திடை நிறுத்திய ஐயனைப் புறத்துங் கண்டு மகிழும் காரிகையின் கண்களில் காதல் நலம் கனிந்து விளங்கக் காணலாம்.

இன்னும் "சீதை தன் ஐயம் முற்றும் தேறாதவளாயிருந்திருப்பின் உலாவியலின்போது நகரமாத ரனைவரையும் வீதிகளிலிழுந்து வந்த கவிஞர் பெருமான், பிராட்டியையும் கன்னிமாடத்து நிலாமுற்றத்துக்கு இழுத்துக் கொணர்ந்து தலைவியின் ஐயத்தை ஒழித்திருப்பாரன்றோ?" என்று விளவுகின்றார். இவ்வையம், நம் அன்பருக்கு எவ்வாறெழுந்ததோ அறியேன்.

சீதையும் இராமனும் முதன்முதலில் ஒருவரை யொருவர் கண்டு காதலிக்கின்றனர். பின்னர் சீதையின் காதல் வலியால் ஏற்பட்டதொரு உரத்தால், இராமன் வில்லொடிக்கின்றான். நம்பிக்கு நங்கையை மணமுடிக்கப் பெற்றோரும் மற்றோரும் விரைகின்றனர். இந்த நிலையில், இராமன் மிதிலை நகரின் வீதி வழியே உலாப் புறப்படுகின்றான். அவ்வாறு உலாப் புறப்படுவதை நகரமாந்தர் அனைவரும் கண்டு களிக்கின்றார்கள். நகரத்திலுள்ள எல்லோரும் கண்டு களித்ததொரு காட்சியை, ஒரேயொருத்தி மட்டும் காணக்கூடாதவளாயிருக்கின்றாள். அவள் தான் சீதை. தான் மணமுடிக்கப் போகும் நாயகன் உலாப் போவதைக் கண்டுகளிக்க முடியாது அவளைத் தடைப்படுத்துவன யாவை யெனின், அவை மடவார்க்குரிய அச்சம், மடம், நாணம் என்பவையேயாம்.

நம்பியைக் காண நங்கை விழைந்தனளேனும், நாணம் ஓர் புறம் ஈர்த்தது, தோழியர் "இவ்வளவு அவசரமா இவளுக்கு?" என்று பழிப்பரே என்ற எண்ணமும் இடைநின்று தடுத்தது. இந்த நிலையில் உலாப் புறப்பட்ட உத்தமனைக் கண்டு காணச் சீதைக்கு இயலாததாயிற்று. தான் முதன் முதலில் கன்னிமாடத்து நின்று கண்ட தலைமகனை அதற்கடுத்தபடியாக அரசவையில் தான் காணப்பெறுகின்றாள். அந்த நிலையில், தன்னுள்ளத்தில் வருவதும் போவதுமாய், ஊசலாடிக்கொண்டிருந்த ஐயத்தை நீக்க அம்மங்கை விரைகின்றாள். தான் கண்ட காதலித்த தலைவனைத் தன் கைவளை திருத்துபு கடைக்கண்ணின் உணர்கின்றாள். என்னே புலவர், பேரறிவு!

அவர், “உலக இயல்பு, உண்மை நிலை, இயற்கை முறை” இவைகளினின்றும் வழுவாத பேரறிஞர் என்பதற்கு, இதைவிட வேறு சான்று தேடித் திரிதலும் வேண்டுமோ?

இன்னும் கம்பரது கருத்தில், வில்லொடித்ததொரு காரணத்தால் மட்டுமே சீதை இராமனுக்குரியவன் என்று கொள்வதற்கு ஒரு சிறிதும் இடமில்லை என்பதற்கு ஒரேயொரு சான்று மட்டும் கூறி நிறுத்துகிறேன்.

“நச்சுடை வடிக்கண்மலர்
நங்கை இவள் என்றால்
இச்சிலை கிடக்க, மலை
ஏழையும் இறானோ?” *(1152)*

என்று கவிஞர் கூறும்பொழுது சீதையைக் கண்டு, அவளது அளப்பரிய அழகெனும் அமுதை யமிதமாயுண்டு, உடலுரம்பெற்று நின்ற நிலையில், இராமன் இவ்வில்லொன்றையா ஒடிப்பான், இன்னும் ஏழு மலைகளையும் பிளந்தெறியும் ஆற்றல் படைத்தவனாகானோ என்று கூறும் முறை கற்றார் கருத்தைக் கவர்வதாகும்.

இவை நிற்க. அன்பர், கடைசியாக, “ஆசுரமண முறையென்னும் சித்திரத்திற்குக் களவியற்றிகைமிட்டு எழிலுறச் செய்தது கவிச் சக்கரவர்த்தியின் தனிப்பெருமையாகும்” என்று கூறியதை ஒரு சிறிதே மாற்றி, அசுரமண முறையை வேண்டா வெறுப்பாய் ஏற்றுக் கவிதையில் அமைத்துக் கவியரசர் அச்சித்திரத்தைக் களவியற் சித்திரமாக்கிக் கற்றோரும் மற்றோரும் கண்டு காமுறும் வண்ணம் கவிதை யியற்றினார் என்று கூற விருப்புடையேன்.

இனி, அன்பர் கண்ட இரண்டாவது முரண்பாடாவது, பிறர் நெஞ்சு புகுந்தவர் கற்பில் வழுவியவர் என்று கொள்ள இயலாதென்பதாகும். அன்பர், “பண்டைத் தமிழர், நிறையுடை மாதரைத் தெய்வந்தொழும் கற்பினர் என்றும், கணவனையல்லது பிறிது தெய்வம் பேணாக் கற்பினர் என்றும் இரு பாகுபாடு செய்தனர் என்றும், இதிற் பின்னவரே பிறர் நெஞ்சு சுடூஉம் பெற்றியராகி, அதனால் பிறர், நெஞ்சு புகாது மழை வளந்தரும் மாண்புடையவராவார்” என்றும் கூறுவாராயினர். உண்மையே!

எனினும் யான் எனது கட்டுரையில் காட்ட விரும்பியது **தமிழர், கற்பொழுக்கத்தில் கண்ட தீவிரக் கொள்கையையேயாகும்.** தங்கள் நாயகரில் தெய்வம் தவம் பிறிதிலை என்றெண்ணும் மங்கைமார் தூயசிந்தையைத் தெள்ளிதில் விளக்கவே, கற்பெனப்படுவது பிறர் நெஞ்சு புகுதாமை என்று கூறலுற்றேன்.

பிறர் நெஞ்சு புகுந்ததொரு பெற்றியால் ஏற்பட்டதொரு மாசு நீக்கவே, கவிஞர், அரக்கர்கோன் அன்னையைக் கவர்ந்து சென்ற ஒரு முறையைத் திரித்துக் கூறுவாராயினர். யான் கூறியபடி ஆங்கு ஒன்றும் பொதிந்து வைக்கப்பட்டிலது என்று கூறுவார் கூற்று நமக்கு வியப்பையே யளிக்கின்றது.

கம்பர் திருத்தி விரித்த கதை ஆனந்த ராமாயணத்துடன் ஒத்துள்ளது என்றால் அது எனக்கு ஆனந்தந்தையே விளைவிக்கின்றது. எக்காரணம் பற்றியும் கவியரசர் கம்பர் வான்மீகத்தினின்றும் கதையைத் திருத்தி யமைத்ததொரு பெற்றி போற்றத்தகுந்தது என்று கூறும் எனது கூற்றை மறுப்பவர் ஒருவருமிலர்.

நிற்க. இனி நான் **கம்பர் கவியின் செந்தமிழின்பம்** என்னும் கட்டுரையில் காட்ட விரும்பியது என்னையெனின்: கவியரசர் கம்பர் தான் பிறந்து வளர்ந்து வாழ்ந்த நாட்டின் ஒழுக்கங்களுக்கு மாறுபடாவகை, இராம கதையைப் புழக்கியும் திருத்தியும் அமைத்தருளுகின்றார் என்பதேயாகும்.

இவ்வளவில் யான் கொண்ட கருத்தைத் தெள்ளிதில் விளக்க என்னால் இயன்ற அளவு பணி யாற்றியுள்ளேன் என்னும் எண்ணமே என்னை ஊக்குவதாகும்.

எடுத்துக்கொண்ட பொருளுக்கேற்ப ஏற்ற பெற்றியைவிடச் சிறிது அதிகமாகவே புனைந்து கூறியிருப்பினும் அவை முரண்பாடுகளாகா என்பதை அன்பருக்கு எடுத்துக்காட்டும் கடப்பாடு மிக்குடையேன். அன்பர் கூறிய புனைந்துரைகளுக்காகவும், அவர்கள் எனது கருத்தைத் தெள்ளிதில் விளக்கக் கொடுத்த ஒரு சந்தர்ப்பத்திற்காகவும், என் நன்றி அவர்க்கு உரியதாகுக. கம்பரது கவிதை ஆராய்ந்து உண்மை காண அவாவுடையார் அன்பர் போன்று பலர் உளர் என்ற உணர்வே என்னை இன்னும் இதுபோன்ற பணியில் ஊக்கும்.

பகுதி - IV

1. எங்கள் கவிராயர் — 251
2. தமிழறிஞர் முதலியார் — 255
3. பொதிகை முனிவர் டி.கே.சி. — 265
4. அமரர் ஏ.சி. பால் நாடார் — 272

1

எங்கள் கவிராயர்

"அட எருமை மாடுகளா! கழுதைகளா! ஒருதரம் சொன்னால் புத்தியில்லை? ஏன் இப்படி சத்தம் போடுகிறீர்கள்?" என்று ஒரு ஆசிரியர் மூக்கின் மேலிருக்கும் கண்ணாடியை நெற்றிக்குத் தள்ளிக் கொண்டு, ஆறாம் பாரத்தில் உள்ள ஐம்பது மாணவர்களைக் கோபித்தால், மாணவர்கள் என்ன செய்வார்கள் என்று நினைக்கிறீர்கள்? உடனே, "இப்படி எல்லாம் எங்களை பேசலாச்சா? எங்களுக்கு சுய மரியாதை கிடையாதா? உடனே ஸ்டிரைக் பண்ணுவோம் வாருங்கள்" என்று எழுந்து மாணவர்கள் வெளியே சென்று விடுவார்கள் என்றுதானே நினைக்கிறீர்கள்.

அதுதான் இல்லை. அப்படியெல்லாம் மாணவர்கள் ஸ்டிரைக் பண்ணுவது 1946 ஆம் வருஷத்திலே நடக்கலாம். ஆனால் 1922 லே ஆம், இருபத்திநான்கு வருஷத்துக்கு முன்பு நடக்கவில்லை. காரணம், அப்போதுள்ள மாணவர்களுக்குச் சுயமரியாதையும், சுதந்திர உணர்ச்சியும் கிடையாது என்பதில்லை. இப்படி யெல்லாம் திட்டுகிற உபாத்தியாயர் யார் என்றுதான் கேள்வி. அப்படித் திட்டிய வாத்தியார்தான் எங்கள் தமிழ்ப் பண்டிதர் மேலகரம் ஸ்ரீ சுப்பிரமணியக் கவிராயர் அவர்கள்.

அவருடைய திட்டுகளையெல்லாம், இந்து கலாசாலையில் அன்று படித்த மாணவர்களாகிய நாங்கள் ஆசீர்வாதமாகவே கொண்டோம். திட்டியவர் உள்ளத்தில் யாதொரு கல்மிஷமும் இல்லாத காரணத்தினால், திட்டி முடிந்ததும் வகுப்பில் குப் என்று ஒரே சிரிப்பு. அதன் பின் அமைதி. இதெல்லாம் தினசரி வகுப்பு ஆரம்பிக்குமுன் நடக்கும் சம்பவம்.

தமிழ் வாத்தியார் கிளாஸ் என்றால் அது விளையாடும் நேரம், விடுமுறை எடுப்பதற்குரிய காலம் என்றெல்லாம் அந்தக் காலத்து மாணவர்கள் சிலர் எண்ணியிருந்ததுதான் அப்படியெல்லாம் வகுப்பு ஆரம்பிக்குமுன் மாணவர்கள் கும்மாளி போடுவதற்குக் காரணம்.

ஆனால் வகுப்பில் பாடம் ஆரம்பித்துவிட்டாலோ அதைவிடக் கும்மாளிதான். கவிராயர் அவர்கள் சொல்லும் பாடல்களைக் கேட்பதிலே, எத்தனை எத்தனையோ ரஸமான பாடல்கள், நையாண்டிப் பாடல்கள், எல்லாம் வந்து மாணவர்களை ஒரு குலுக்கு குலுக்கும். தமிழ்க் கவிகளில் ஈடுபடுத்தும். தமிழின் பேரில் ஒரு ஆர்வமே பிறக்கும்படி செய்துவிடும். அவர்களிடம் மாணவராக இருந்து அவர்கள் தந்த தமிழார்வத்தை அனுபவித்தது காரணமாகத் தமிழ்நாட்டில் தக்க புகழ்பெற்று விளங்கும் பெரியார் பலர் உண்டு. சென்னைப் பல்கலைக்கழகத்துப் பேராசிரியர் திரு ஆர்.பி. சேதுப்பிள்ளையவர்களே ஒரு சிறந்த எடுத்துக்காட்டு.

மே.சொ. சுப்பிரமணியக் கவிராயர் அவர்கள், நல்ல கவிராயர் குடும்பத்திலே பிறந்தவர்கள். குற்றாலக் குறவஞ்சி ஆசிரியர் திரிகூட இராஜப்பன் கவிராயர், திருவாவடுதுறை ஆதீனம், மகாசன்னிதானம் ஸ்ரீசுப்பிரமணிய தேசிகர் முதலானவர்கள் பரம்பரையை சேர்ந்தவர்கள் என்றால் பல சொல்வானேன்.

திருவாவடுதுறை மடத்தில் மகாவித்துவான் மீனாட்சிகந்தரம் பிள்ளை அவர்களிடம், டாக்டர் சுவாமிநாத அய்யர் அவர்களோடு ஒரு சாலை மாணாக்கராக இருந்து பாடம் கேட்டவர்கள். இவர்களையே தனக்குப் பின் மடாதிபதியாக ஆக்க வேண்டும் என்று நினைத்து, தேசிகர் அவர்கள் இவர்களுக்கு சின்னப் பட்டம் கட்ட விரும்பியபொழுது மடத்தைவிட்டே இவர்கள் தப்பியோடி வந்துவிட்டது பலருக்கும் தெரிந்த ஒரு ரகசியம்.

மடாதிபதியாக இருந்திருந்தால் தமிழ் வளர்ச்சிக்கு எவ்வளவோ செய்திருக்கக்கூடும். மடத்தையும் விருத்தி செய்திருக்கலாம். ஆனால், மடத்திற்கு ஏற்பட்ட நஷ்டம் திருநெல்வேலி இந்து கலாசாலைக்கு லாபகரமாக முடிந்தது. மடத்தை விட்டு வெளியே வந்ததும் இந்து கலாசாலையில் தமிழ் ஆசிரியராக அமர்ந்தார்கள். ஸ்ரீ சிவராம பிள்ளை அவர்களோடு ஒத்துழைத்தார்கள். மூன்றாவது பாரம் வகுப்பிலிருந்து இண்டர்மீடியேட் வகுப்பு வரை பாடம் எடுத்தார்கள். முப்பது முப்பத்தைந்து வருஷங்களாக வேலை பார்த்து எண்ணற்ற மாணவர்களின் அன்புக்குப் பாத்திரம் ஆனார்கள்.

பாடம் நடத்துவதைவிட, பாட்டுக் கட்டுவதில் அவர்கள் மிகு சமர்த்தர். பாடல்கள் எல்லாம் நல்ல அர்த்த புஷ்டியுள்ள சிலேடை நயமுடையதாய் கேட்பவர்களுக்கு இன்பம் அளிப்பதாய் இருக்கும். யாருக்காவது உபசாரப் பத்திரம் தயார் செய்ய வேண்டுமானால் மாணவர்கள் கவிராயர் அவர்களிடம்தான் ஓடுவார்கள். கவிராயர் அவர்களும் உடனே பாட்டுக்கட்டிக் கொடுக்கத் தயங்கமாட்டார்கள்.

❍

இவர்களுடைய கல்வித் திறமையை, திருநெல்வேலி வாசிகளும் இந்து கலாசாலை மாணவர்களும் மாத்திரம் அனுபவித்தார்கள் என்றில்லை. சென்னைக்கு மாட்சிமை தங்கிய வேல்ஸ் இளவரசர் விஜயம் செய்தபோது தமிழ்நாட்டில் தலைசிறந்த வித்துவான்களாக நான்கு பேரைப் பொறுக்கி அவர்களுக்கு ‘கில்லத்’ என்ற மரியாதையை அரசாங்கத்தார் செய்தார்கள். அப்படிப் பொறுக்கி எடுத்த நான்கு பேர்களில் இவர்களும் ஒருவர்.

சென்னை சென்று, வேல்ஸ் இளவரசர் கையால் கொடுத்த தங்கத்தோடா பீதாம்பரங்கள் எல்லாம் பெற்று திருநெல்வேலிக்குத் திரும்பிவந்தபோது மாணவர்களாகிய நாங்கள், எதிர்சென்று அழைத்து வந்து உபசாரப் பத்திரங்கள் எல்லாம் வாசித்துக் கொடுத்தோம்.

உபசாரப் பத்திரத்தில் “ஐயா! தங்களுக்குக் கிடைந்த இந்த கில்லத் தங்களுக்கு மட்டுமே கிடைத்ததாக நாங்கள் கருதவில்லை; தங்களை அண்டியிருக்கும் தமிழ் மாணவர்களாகிய எங்கள்

எல்லோருக்குமே கிடைத்தாகத் தான் கருதுகிறோம்” என்று எழுதியிருந்தோம்.

உடனே அவர்கள் “ஆம்! வேல்ஸ் இளவரசர் இதை ஒரு கையில் கொடுக்கவில்லை பலகையில் தான் கொடுத்தார்” என்று குறிப்பிட்டார்கள். பின்னால் விசாரித்ததில் நல்ல அழகாய் வேலைப்பாடு செய்த பலகைத் தட்டில் வைத்துத்தான் கில்லத் பரிசு கொடுக்கப்பட்டது என்று அறிந்தோம். பலகையும், பல கையும் நல்ல சிலேடையாக அமைந்து கேட்டவர்களுக்கு பரம சந்தோஷத்தைக் கொடுத்தது. இப்படி எத்தனை எத்தனையோ சம்பவங்கள், சிலேடையும் யமகமுமாகவே அவர்கள் பாடல்களைக் கொட்டி எங்களை மகிழ்வித்திருக்கிறார்கள். கவிராயர் அவர்களைப் பற்றி வெள்ளகால் ராவ்சாஹிப் வெ. ப. சுப்பிரமணிய முதலியார் அவர்கள் பல தடவை பாராட்டிப் பேசுவதை நான் கேட்டிருக்கிறேன்.

முதலியாரவர்கள் தாம் பாடும் பாட்டுக்களையெல்லாம் முதல் பரிசீலனைக்கு அனுப்புவது இவர்களுக்கும் டாக்டர் சாமிநாத அய்யர் அவர்களுக்கும்தான். பாட்டின் ஓசை நயத்தை அறிவதில் கவிராயர் அவர்களை மிஞ்சியவர்கள் ஒருவருமே கிடையாது என்பார்கள். நல்ல சுவையை அறியும் காது படைத்தவர்கள் அவர்கள் என்பார்கள். அந்த உள்ளுணர்ச்சி அவர்களுக்கு கருவிலே அமைந்த திருவாகும். அந்த உணர்ச்சி காரணமாகத்தான் நல்ல சுவையுடைய பாட்டுக்களைத் தாம் அனுபவிப்பதுடன் மற்ற மாணவர்களையும் அனுபவிக்கும்படி செய்யும் திறன் அவர்களிடம் இருந்திருக்கிறது.

இத்தகைய எங்கள் கவிராயர் அவர்கள், கலாசாலையின் சேவையை விட்டு 1930இல் பிரிந்து விட்டார்கள். 1931இல் இறைவன் திருவடியையே சேர்ந்துவிட்டார்கள். கலாசாலையில் அவர்கள் செய்த சேவையை நினைவூட்ட அவர்களுடைய திருவுருவம் ஆங்கிலச் சொற்பொழிவு மண்டபத்தை அலங்கரிக்கிறது. படத்தில் கில்லத் உடையுடனேதான் அவர்கள் காட்சி அளிக்கிறார்கள். எங்கள் கவிராயர் அவர்களைப் பற்றி இன்னும் எவ்வளவோ சொல்லலாம். ஆனால் இடம் வேண்டுமே!

கலைமணி பாஸ்கரத் தொண்டைமான் கலைக் களஞ்சியம், பக்.62–65

2

தமிழறிஞர் முதலியார்

"உங்களுக்கு அந்தப் பாட்டு ஞாபகத்தில் இருக்கிறதா?"

"எந்தப் பாட்டு?"

"என்ன? சுந்தர காண்டத்தில் அனுமன் சீதையிடம் கணையாழியைக் கொடுத்ததும், அவள் அடைந்த நிலையை வருணிக்கும் பாட்டு."

"ஓ! அதுவா!

வாங்கினள், முலைக்குவையில்
     வைத்தனள், சிரத்தால்
தாங்கினள்; மலர்க்கண்மிசை
     ஒற்றினள், தடந்தோள்
வீங்கினள், மெலிந்தனள்,
     குளிர்ந்தனள், வெதுப்பொடு
ஏங்கினள்; உயிர்த்தனள்,
     இதென்ன தெனலாமே.

என்ற பாட்டுத்தானே!"

"ஆமாம். அந்தப் பாட்டுத்தான்! அந்தப் பாட்டுத் தான்! சரியாக நான் நினைத்த பாட்டையே சொல்லிவிட்டீர்களே! சபாஷ்" *(அளவிறந்த உத்சாகம் உள்ளத்தில் தோன்றியதை முகம் காட்டிற்று.)*

"ஆம். அது நல்ல பாட்டுத்தான். கம்பன் பாட்டில் எதுதான் நல்ல பாட்டில்லை?"

"அப்படியா! அந்தப் பாட்டின் விசேடம் என்ன என்று உங்களுக்குத் தெரியுமா? தெரிந்தால் சொல்லுங்கள் பார்ப்போம்."

(இது ஏதடா வம்பாக முடிந்தது)

"எனக்கு அப்படி விசேடமாக ஒன்றும் தெரியவில்லை. தாங்களே கொஞ்சம் சொல்லுங்கள். நான் கேட்டுத் தெரிந்து கொள்கிறேன்."

"அப்படியானால் கேளுங்கள். இமயமலையின் உயர்ந்த சிகரத்தைக் காண, ஒரு கூட்டம் புறப்படுகின்றது. அவர்களுக்கு வழிகாட்டியாய், அதற்குமுன் பல தடவை அச்சிகரத்தைக் கண்ட ஒருவன் அவர்களை அழைத்துச் செல்கிறான். எல்லோரும் செல்லக்கூடிய ஒரு எல்லைவரை அக்கூட்டத்தை அவன் கூட்டிச்சென்று விடுகிறான். அந்த எல்லைக்கு அப்புறம் அக்கூட்டத்தார் அவனைத் தொடர்ந்து போவதற்கு இயலவில்லை. ஆனால் வழிகாட்டியாக வந்தவனோ, ஒரே தாவில் தாவி, சிகரத்தின் உச்சிக்குப் போய் விடுகிறான். இதுதான் உயர்ந்த சிகரம் என்று கைகளை அகல விரித்துக் காட்டுகிறான். அவன் அச்சிகரத்திற்குத் தாவிப்போன முறையையும், அவன் அங்கு நின்று கொண்டு கைகளை விரித்துக் காட்டுகின்ற நிலையையும் பார்த்துச் சிகரத்தின் உச்சியைக் காணச் சென்றவர்கள் அப்படியே அதிசயித்து நிற்கிறார்கள்.

இதேபோலத்தான் கவிச்சக்கரவர்த்தி கம்பரும் வாசகர்களாகிய நம்மையெல்லாம் தம்முடன் இழுத்துச் செல்கிறார். சிறையிருந்த செல்வியான சீதை, தன் நாயகன் அனுப்பிய கணையாழியைப் பெற்றவுடனே, அடைந்த இன்பத்தை நம்மால் எவ்வளவு தூரம் அனுபவிக்க முடியுமோ, அவ்வளவையும் அனுபவிக்கும்படி செய்துவிட்டு, நாம் அவரைப் பின் தொடர முடியாதிருக்கிற

அந்த நிலையில், சீதை அடைந்த அத்தியந்த இன்பத்தைத் தாம் உணர்ந்து, அது உணரக் கூடியதேயன்றி, உரைக்கக்கூடியதன்று என்பதைப் புலப்படுத்த "இதென்னதெனலாமே" என்று கூறித் தமது கவிதா சக்தியின் சிகரத்திற்குத் தாவி விடுகிறார்.

நாமெல்லாம் அவருடைய கவித்திறனைக் கண்டு அப்படியே ஆச்சரியப்படுவதைத் தவிர, வேறு செயலில்லாதவர்களாக இருக்கிறோம். தெரிந்ததா இப்போது 'இதென்னதெனலாமே என்று கம்பன் பாடியதின் அர்த்தம்."

"ஆமாம். ரொம்ப அற்புதமாய்த் தானிருக்கிறது."

இவ்வளவும், திரு. வெள்ளக்கால் முதலியாரவர்களுக்கும், எனக்கும் பல வருஷங்களுக்கு முன் நடந்த ஒரு சம்பாஷணை. இந்த சம்பாஷணையைப் படிப்பதில், ஒரு ரஸமும் இருக்காது. இந்த நிகழ்ச்சியையும், பேச்சையும் சினிமாவாகப் படம்பிடித்திருந்தால், முதலியாரவர்களைப் பலர் நன்கு தெரிந்திருக்கலாம். ஆனால், சம்பாஷணை சினிமா ஸ்டுடியோவில் நடக்கவில்லையே. வெள்ளக்காலில் ஒரு வாய்க்கால் கரையிலே, ஒரு அழகிய தென்னந்தோப்பின் பக்கம் அல்லவா நடந்தது. அந்தப் பேச்சைக் கேட்கும் ı ாக்கியம் எனக்கு மட்டுந்தானே கிடைத்தது.

1936 ஆம் வருஷம் கிறிஸ்துமஸ் விடுமுறையில் நான் சில நாட்கள் வெள்ளக்கால் முதலியார் அவர்கள் வீட்டில் தங்கினேன். காலை 6 அல்லது 6.30 மணியிருக்கும். அப்போதுதான் நான் படுக்கையைவிட்டு எழுந்து வெளியே கொஞ்சம் உலாவிவரப் புறப்பட்டேன். முதலியார் அவர்களோ, காலை நாலு மணிக்கே படுக்கையை விட்டு எழுந்திருப்பவர்கள். 5 மணிக்குள் காலைக் கடன்கள், சாப்பாடு எல்லாம் முடிந்துவிடும். 5 மணி முதல் 6.30 மணி வரை ஊருக்கு வெளியே வாக்கிங். வாக்கிங் என்றால் அரை மைல் ஒரு மைல் அல்ல. குறைந்தது மூன்று மைல். முதலியார் அவர்கள் வாக் முடிந்து திரும்புகிற நேரமும், நான் வாக் புறப்படுகிற நேரமும் சரியாயிருந்தது. இடைவழியில் சந்தித்தோம் இருவரும். அப்போதுதான் இவ்வளவு பேச்சும்.

என்ன உத்சாகம்! என்ன துள்ளல்! என்ன குதிப்பு! இமயமலை ஏறுபவர்களுக்கு வழிகாட்டியாகப் போகும் வழிகாட்டி,

(Guide) தான்தான் என்றல்லவா தன்னைப் பாவித்துக் கொண்டார்கள். வாய்க்கால் கரையானாலும், மலையேறுகிற பாவனைதான் பேச்சு முழுவதும். இமயமலை ஏறுவதற்கு இவர்கள் வழிகாட்டியாக அமையாவிட்டாலும், கம்பன் கவிதா சிகரத்திற்கு நம்மையெல்லாம் கூட்டிச் செல்வதற்கு இவர்களைவிடச் சிறந்த ஒரு வழிகாட்டி உண்டா? என்றெல்லாம் நினைத்தேன்.

ஐந்து வருஷங்கள் ஆகிவிட்டன. ஆனாலும் அந்தப் பேச்சை நினைத்தால் அவர்களது உடல் உறுதி, தளராத உக்கம், உத்சாகமான உள்ளம், கம்பன் பக்தி, தமிழ் வெறி எல்லாம் இப் போதும் என் கண்முன்னே வந்துவிடுகின்றன.

இவ்வளவும் யாரைப் பற்றிச் சொல்லுகிறேன் என்று நினைக்கிறீர்கள்?

எண்பத்தி நான்கு ஆண்டுகள் நிறைந்த நமது தமிழ்ப் பெரும்புலவர் வெள்ளக்கால், ராவ் சாகிப் சுப்பிரமணிய முதலியாரவர்களைப் பற்றித்தான்.

நான் சொன்ன இவ்வளவு விஷயங்களையும் கவி தேசிக விநாயகம் பிள்ளையவர்கள்,

“எண்பதாண் டான இளைஞனே! இன்னமுதின்
பண்பெலாங் காட்டுதமிழ்ப் பாவலனே! - நண்பனே
வெள்ளக்காற் செல்வனே! வேள்சுப் பிரமணிய
வள்ளலே வாழ்க மகிழ்ந்து!”

என்ற வெண்பாவில் எவ்வளவு எளிதாகச் சொல்லிவிடுகிறார்கள்.

2

நூறு ஆண்டு வாழ்வது எப்படி? என்பது ஒரு பெரிய பிரச்சினை. இதற்கு என் பதில் “தமிழ்ப் படிப்பது” என்பதுதான்.

“என்ன ஐயா! தமிழ் படித்தால் நூறு ஆண்டு வாழ முடியுமா? இது என்ன நடக்கிற காரியமா, ஐயா!’ என்று பலர் சந்தேகிக்கலாம்.

டாக்டர் உ.வே. சாமிநாதையர் அவர்களையும், வெள்ளக் கால் முதலியார் அவர்களையும் பார்த்தவர்களுக்கு - ஏன்?

கேள்விப்பட்டவர்களுக்குக் கூட இந்தச் சந்தேகம் எழ வேண்டிய அவசியமேயிருக்காதே!

இருவருக்கும் வயது எண்பது ஆண்டுக்கு மேல் என்பது உலகம் அறிந்ததுதானே! இருவருஞ் செய்த தமிழ்ப் பணியைத் தமிழர்கள் மட்டுமா தெரிந்து கொண்டிருக்கிறார்கள்.

தமிழ் படித்தால், தமிழ்த்தாய்க்கு சேவை செய்தால், இவர்களைப் போல் சேவை செய்யவேண்டும் என்று மட்டும் கங்கணம் கட்டிக்கொள்ளுங்கள். அப்படியே செய்யவும் செய்யுங்கள். அதன்பின் நீங்கள் நூறு ஆண்டு வாழாவிட்டால் என்னைக் கேளுங்கள்.

பழைய நகைகளான சிலப்பதிகாரம், மணிமேகலை, சிந்தாமணி முதலியவைகளைப் புதுப்பித்துத் தமிழ்த் தாய்க்கு அணிவித்து, அவள் அழகைப் பார்த்துப் பார்த்து மகிழ்ந்தார்கள் டாக்டர் ஐயர் அவர்கள். முதலியார் அவர்களோ, தமிழன்னைக்கு இந்தப் பழைய காலத்துக் கர்நாடக நகைகள் மட்டும் போதாது, புது அணிகளாலும் அவள் அலங்கரிக்கப்பட வேண்டும் என்று நினைத்தார்கள். அவர்கள் செய்து அணிவித்த அணிகள்தான் சுவர்க்க நீக்கம், அகலிகை வெண்பா, கோம்பி விருத்தம் முதலியன.

இரு பெருங்கிழவரது சேவையையும், தமிழ் மக்கள் போற்றக் கடமைப்பட்டவர்களே.

3

முதலியார் அவர்கள் தொண்டை மண்டல வேளாளர் வகுப்பிலே, ஒரு உயர்ந்த குடும்பத்திலே பிறந்தவர்கள். திருநெல்வேலி ஜில்லாவில் பிரபலமான தளவாய் முதலியார் அவர்கள் குடும்பத்திலும், ஆறை அழகப்ப முதலியார் குடும்பத்திலும் சம்பந்தம் செய்து கொண்டவர்கள். இளமையிலேயே, இவர்களுக்குத் தமிழார்வம் ஏற்பட்டு விட்டது.

இவர்கள் உள்ளத்தில் தமிழ்க் காதலை ஊட்டியவன், தளவாய் அரண்மனையில் வேலை செய்து வந்த முத்துச்சாமி பிள்ளை என்ற வேலையாள்தான். அவனுக்கோ இரண்டு கண்ணுந் தெரியாது.

ஆனால் கதை சொல்லுவதிலோ சமர்த்தன். அவன் வேலை ஓய்ந்திருக்கும் நேரமெல்லாம் நமது முதலியார் அவர்களுக்கு, பாரதம் இராமாயணம், ஸ்காந்தம், திருவிளையாடற் புராணம் முதலிய கதைகள் சொல்வதிலே கழியும்.

அவன்தான் இவர்களுடைய தமிழ்ப் பயிற்சிக்கு மூல குரு. இவர்கள்தான் அவனது பிரதம சிஷ்யர்.

இப்படிக் குருட்டுக் குரு காட்டிய வழியிலே நடந்த முதலியாரவர்கள் நல்ல இளைஞராக இருக்கும்போது, திருநெல்வேலி தெற்குப் புதுத்தெரு சவுக்கைப் புலவர்களின் பழக்கம் கிடைத்தது. சவுக்கையை அழகு செய்த வள்ளல் முத்துச்சாமி பிள்ளையவர்களும், கவிஞர் அழகிய சொக்கநாத பிள்ளை, நெல்லையப்பன் கவிராயர், வேம்பத்தூர் பிச்சுவையர், முகவூர் கந்தசாமிக் கவிராயர், அருணாசலக் கவிராயர் சின்னிகுளம் அண்ணாமலை ரெட்டியார் முதலியவர்களும் இவர்களுக்குத் தோழர்கள் ஆனார்கள்.

கேட்பானேன்! சிலேடையும், யமகமும், திரிபுமாகத் தமிழ்ப் பாட்டுக்களைக் கொட்டுக் கொட்டென்று கொட்டித் தள்ளி விட்டார்கள். 'நெல்லைச் சிலேடை வெண்பா, எல்லாம், இந்தத் தமிழ்ப் பண்ணையில் உருவாக்கப்பட்டதுதான்.

(ஒரே ஒரு ரகஸ்யம், தப்பித் தவறி முதலியார் அவர்களிடம் போய் சிலேடை, யமகம், திரிபுகளில் என்ன இருக்கிறது? எல்லாம் சர்க்கஸ் வித்தைதானே! உண்மையான கவிதை அங்கு உண்டா என்று கேட்டு வைக்காதீர்கள். உடனே அவர்களுக்கு, உங்கள் பேரில் பழியான கோபம் வந்துவிடும். முஷ்டி யுத்தத்திற்குக் கூட வந்துவிடுவார்கள். உங்கள் அபிப்பிராயத்தை உங்களுடனேயே வைத்துக் கொள்ளுங்கள்.)

4

முதலியார் அவர்கள் ஆங்கிலங் கற்ற தமிழர். திருநெல்வேலி இந்து கலாசாலையிலும், சென்னை கிறிஸ்தவக் கலாசாலையிலும் படித்தார்கள். டாக்டர் மில்லர் போன்ற பேராசிரியர்களிடம்

தான் படிக்க நேர்ந்த பாக்கியத்தை இன்றும் நினைத்து, நினைத்து உருகுகிறார்கள்.

சென்னை விவசாயக் கலாசாலையிலும், பம்பாய் வெட்டினரி கலாசாலையிலும் படித்து உயர்ந்த பட்டங்களைப் பெற்றிருக்கிறார்கள்.

கால்நடை மருத்துவ இலாக்காவில் ஆரம்பத்தில் மாதம் ரூபாய் ஐம்பதே சம்பளமுள்ள ஸ்டாக் இன்ஸ்பெக்டர் வேலையில் தாக்கலாகி, பின்னால் உண்மையான உழைப்பினாலும், உயர்வான வேலைத்திறமையினாலும், ரூ. 300 சம்பளம் உள்ள டிப்டி சூப்பிரண்டு ஆகி, பிறகு (பென்ஷன்) பெற்றுக் கொண்டவர்கள்.

ஆனால், செல்வம், அதிகாரம் முதலியன சேர்ந்தவுடனே பிற மொழிகளை உயர்த்திப் பேசி, தமிழில் என்ன ஐயா இருக்கிறது? என்று தாய்மொழியைப் புறக்கணிக்கும் கூட்டத்தைச் சேர்ந்தவர் கள் அல்ல. ஆங்கிலக் கல்வியறிவால் தமிழர்களுக்கு ஏதாவது உதவிசெய்ய முடியுமா? என்றுதான் பலகாலும் சிந்தித்தார்கள்.

அந்தச் சிந்தனையின் பலன்தான் மிலிட்டன் எழுதிய 'சுவர்க்க நீக்கத்தின் மொழிபெயர்ப்பு', 'கோம்பி விருத்தம்' முதலிய நூல்கள்.

மிலிட்டனது காவியம் ஒரு பெரிய கடினமான கருங்கற்பாறை என்று ஆங்கிலப் புலவர்களே சொல்லுவார்கள். ஒரு ஆசிரியர் பிரஞ்சு பாஷையில் அதை மொழிபெயர்க்க ஆரம்பித்து அப் படியே திணறிப்போய்விட்டாராம். முதலியார் அவர்களோ இந்தக் கருங்கற்பாறையையே உடைத்து, அதில் தமிழ்ப்பாட்டின் சுனையைக் கண்டுவிட்டார்கள். அந்தச் சுனை நீரை உண்டு, அதனுடைய புதிய ருசியைக் கண்டுதான் டாக்டர் ஜி.யு.போப் முதலிய அறிஞர்கள் திகைக்கிறார்கள்.

5

முதலியார் அவர்களின் தமிழ்க் கவிப் புலமையின் சிகரத்தைக் காண விரும்புபவர்களுக்குச் சுவர்க்க நீக்கமும், நெல்லைச் சிலேடை வெண்பாவும் உதவி செய்யாது. அவர்களுடைய கவி

ஹிருதயம் முழுவதையும் தெரிந்துகொள்ள வேண்டுமானால் அகலிகை வெண்பாவைத்தான் பார்க்க வேண்டும்.

இந்திரனால் வஞ்சிக்கப்பட்டு கற்பழிக்கப்பட்ட காரிகை அகலிகை, கௌதமரால் கல்லாய்ப் போகுமாறு சபிக்கப்படுகிறாள். "ஐயோ இந்தச் சாபம் இடுவதில்தான் எவ்வளவு கருணை காட்டிவிட்டார் என் கணவர்" என்று கனிவுடன் சாபத்தை ஏற்றுக்கொள்ளும் அகலிகையை,

'எம்பெருமான்பேரருள்தான் என் என்பேன்! தாங்கவொணாத் துன்புறுவேன் யான் உணர்வு தன்னில் என்று-துன்புணராக் கல்லாக என்று கருணை வெள்ளத்து ஆழ்த்தினன் என் பொல்லாத குற்றம் பொறுத்து"

என்ற முதலியார் அவர்கள் பாட்டில் நாம் நேருக்கு நேராகச் சந்திக்கிறோம். அவளிடம் கொஞ்சம் இரக்கமும் காண்பிக்கிறோம்.

முதலியாரவர்கள் உத்தியோக முறையில் பல ஊர்களில் முகாம் செய்ததும், அங்கு படுக்கும் வசதிக்காக 'கியாம்புக் கட்டில்கள்' செய்ததெல்லாம் பெரிய கதை.

ஒரு கட்டில் செய்வார்கள். அது கொஞ்சம் தொய்யும். உடனே அதை விறைப்பாகவே இருக்கும்படி செய்ய என்ன என்ன மாறுதல் செய்ய வேண்டும் என்றெல்லாம் யோசனை. இந்த யோசனையின் முடிவு, வேறு விதமாக வேறு கட்டிலைச் செய்வது. இப்படி ஒன்றைவிட ஒன்று நல்ல மாதிரியாக அமையும்படி கட்டில்கள் கட்டுவது என்பதில் எல்லாம் இவர்களுக்கு ஒரு தனி உத்சாகம். இப்படிக் கட்டிய கட்டில்கள்தான் இவர்களிடம் நிற்குமா? அது ஏது?

ஒரு ஊரிலே முகாம். கூடவே முகாம் செய்வார் ஒரு தாசில்தார். இவர்கள் கட்டிலில் ஒருநாள் இரவு படுத்துப் பார்ப்பார். விடிந்ததும், "சார் முதலியார்வாள்! ரொம்ப நன்றாகச் செய்திருக்கிறீர்களே! எந்த ஊர் வேலை?" என்று கேட்பார் தாசில்தார். அவ்வளவுதான். கட்டில் அவர் கியாம்புச் சாமான்களுடன் புறப்பட்டுவிடும்.

இப்படியே எத்தனை எத்தனை கட்டில்கள் எத்தனை நண்பர்களுக்கு இனாம் கொடுத்திருக்கிறார்கள் என்றால் அதற்கு முதலியார் அவர்களிடம் இன்று கணக்கில்லை.

ஆனால் எல்லாவற்றிற்கும் மேலாகத்தான் அகலிகைக்குக்கூட ஒரு கல்லாகிய கட்டிலை ஆக்கிக் கொடுத்து, அவளை அதில் அமைதியுடன் தூங்கும்படி செய்து இருக்கிறார்களே!

6

இவற்றையெல்லாம் விட அவர்கள் தமிழர்களுக்கும், அதிலும் என்போன்ற தமிழ் மாணவர்களுக்கும் செய்துள்ள ஒரு பெரிய உபகாரம் என்றும் மறக்க முடியாதது.

தமிழர்கள் பொக்கிஷம், தமிழ் மொழியின் பெருமையை உலகறியச் செய்யும் ஒரு காவியம். உலக மகா இலக்கியத்தில் ஒன்றாக வைத்து, எண்ணப்பட வேண்டிய ஒரு நூல், கம்பராமாயணம்.

கம்பராமாயணம் என்றாலே தமிழ் மாணவர்களுக்கு ஒரு பெரிய பயம், "எத்தனை ஆயிரம் பாட்டு, ஐயா! பாட்டுக்களாவது படித்தால் லேசாக அர்த்தமாகக் கூடியதாகவா இருக்கிறது. இதைப் படிப்பது என்பதெல்லாம் நமக்குச் சாத்தியமா?" என்றெல்லாம் மலைத்தார்கள் தமிழ் மாணவர்கள்.

இவர்களுடைய மலைப்பை எல்லாம் போக்கி "நண்பர்களே! கம்பராமாயணத்தின் அளவைக் கண்டாவது அல்லது, புத்தகம் அச்சடித்திருக்கும் ரீதியைக் கண்டாவது நீங்கள் மிரண்டுபோக வேண்டாம். நான் பொறுக்கித் தரும் பாக்களை மட்டும் படியுங்கள். வேண்டுமானால் நான் சொல்லும் உரையையும் கேளுங்கள். கம்பனை அனுபவிக்க முடிகிறதா இல்லையா பாருங்கள்" என்ற அபயப்பிரதானம் கொடுத்தவர்கள் நமது முதலியாரவர்கள்.

அவர்களது கம்பராமாயண சாரம் அப்படியே பருகத்தக்கது; பருகிப் பருகிக் களிக்கத்தக்கது. இதுவரை ஐந்து காண்டங்களே அச்சாகியிருக்கிறது. ஆறாவது காண்டமாகிய யுத்த காண்டத்தின் சாரத்தை இந்த எண்பத்தி நான்காவது வயதிலே வடித்து எடுத்துக் கொண்டிருக்கிறார்கள். இந்த நூல்தான் அவர்கள்

புகழை இவ்வுலகமுள்ளளவும் நிலைநிறுத்தும் என்று நான் கருதுகிறேன்.

வடநாடிருந்து தென்னாடு வந்த குறுமுனிவன், 'என்றுமுள தென் தமிழை இயம்பி இசை கொண்டான்'. அந்த முனிவன் ஸ்தானத்தில் இன்று தமிழர்களிடையே இருப்பவர்கள் முதலியாரவர்கள்தான்.

இக்குறு முனியைக் காண விரும்புபவர்களுக்கு ஒரு வார்த்தை. தென்னிந்திய ரயில்வேயில், பாவூர் சத்திரம் ஸ்டேஷனுக்கு ஒரு டிக்கட்டு வாங்குங்கள். அந்த ஸ்டேஷனிலுள்ள வண்டிக்காரர்களிடம் வெள்ளக்கால் பட்டணத்து ஐயா வீட்டுக்குப் போக வேண்டும் என்று சொல்லுங்கள். அவ்வளவுதான் வண்டிக்காரர்கள் உங்களை அல்லாக்காய் தூக்கிக் கொண்டுபோய் முதலியாரவர்கள் முன்னிலையில் இருத்திவிடுவார்கள். பின்னால் நடக்கும் தமிழ் விருந்தில் (ஏன்! வயிற்று விருந்திலுந்தான்) என்னை நினைத்துக் கொள்ளுங்கள்.

-கலைமணி பாஸ்கரத் தொண்டைமான் கலைக் களஞ்சியம்,

(பக்.69-74)

3

பொதிகை முனிவர் டி.கே.சி

அன்று பொதிகை மலையிலே அகத்திய முனிவர் வந்து தங்கியிருந்தார். அவரோ தென் சொற் கடந்தவர். வடசொற்களுக்கு எல்லை தோந்தவர். என்று முளதென் தமிழை இயம்பி இசைகொண்டவர். அவரது பர்ணசாலையிலிருந்த இருந்த இடத்திலே ஒரு சத்தியயுகமே நடந்தது.

ஆம், அங்கு வரும் யானையும், அதன் மேல் பகைமை பூண்ட சிங்கமும் கூடிக்குலாவி விளையாடிக் கொண்டிருந்தன. மானும் ஒரு துறையிலே தண்ணீர் குடித்தது. கரடியும் எருமையும் சேர்ந்து உறவாடிக் களித்தது. இன்னும் பாம்பும் மயிலும் சேர்ந்து ஒன்றாய் விருந்தருந்தியது. ஒன்றுக்கொன்று வைர வரிகளாகப் பிற இடங்களிலே வாழ்ந்த ஜந்துக்கள் எல்லாம் அகத்தியர் முன்னிலையிலே இப்படி கூடிக் குலாவி மகிழ்ந்தது.

இப்படியெல்லாம் நான் சொல்லவில்லை. குமரகுருபரர் சுவாமிகளே சொல்கிறார். மதுரை மீனாட்சி அம்மைக் குறத்திலே, பொதிகை மலைக் குறத்தி தன் நாட்டு வளம்

கூறும் முறையிலே தான் இப்படி சத்திய யுகம் ஒன்று நடந்தது அன்று, என்று பாடுகிறாள்.

சிங்கமும் வெங்களிறுமுடன்
விளையாடும் ஒருபால்
இனப்புலியும் மடப்பிணையும்
திளைத்திடும் அங்கொருபால்
வெங்கரடி மரையினோடும்
விளையாடும் ஒருபால்
விடஅரவும் மடமயிலும்
விருந்தயரும் ஒருபால்
அங்கணமர் நிலங் கவிக்கும்
வெண்காகை நிழற்கீழ்
அம்பொன்முடி சூடும் எங்கள்
அபிடேக வல்லி
செங்கமலப் பதம்பரவும்
கும்பமுனி பயிலும்
தென் பொதிய மலையத்துற்றுமற்று
எங்கள்மலை அம்மே!

என்பது பாடல். இப்படி ஒரு சத்திய யுகம் நடந்ததை நேரில் காணவில்லை. தன் கற்பனைக் கண்களால் கண்ட காட்சியைச் சொல்கிறார் நல்லதொரு பாட்டில். ஆதலால் இப்படி ஒரு சத்திய யுகம் நடந்ததோ என்னவோ என்றுதான் சங்கை எழும்.

ஆனால் சமீப காலத்திலே நம் கண்முன்னே அப்படி ஒரு சத்திய யுகம் நடந்தது. அந்த பொதிகை மலைச் சாரலிலே, குற்றாலத்திலேதான். ஆம், ரசிகமணி டிகேசி என்றும் பொதிகை முனிவர் முன்னால் நடந்து ஒரு சத்திய யுகம். இதை நானும் தமிழ் அன்பர் பலரும் நேரிலேயே கண்டோம்; அறிந்தோம்.

டிகேசி குற்றாலத்தில் பர்ணசாலை கட்டியிருக்கவில்லை; யோக தண்டமும், கமண்டலமும் தாங்கி நடக்கவில்லை; சடை முடி, புலித்தோல் ஆடை உடுக்கவில்லை. என்றாலும் பொதிகை முனிவராக வாழ்ந்தார். அவரிடம் பலதரப்பட்டவர்கள் வந்தார்கள். ஆம், ராஜரிஷியான ராஜாஜி வந்தார். அவர் காரியங்கள் அத்தனையையும் வெறுக்கும் ஈரோட்டுப் பெரியார் வந்தார். ஆங்கில சர்க்காரின் அடிவருடிகள் வந்தார்கள்; அந்தச் சர்க்காரைக்

கவிழ்க்க விரும்பிய அரசியல்வாதிகள் வந்தார்கள். எஃகு சட்டம் என்னும் ஐசிஎஸ் வர்க்கத்தினர் வந்தனர். அவர்களைக் கண்டு அஞ்சி குலை நடுங்கும் அஸ்திவார உத்தியோகஸ்தர்கள் வந்தனர். ஏன், நிரம்ப சொல்லப்போனால் சிஐடி என்னும் ரகசிய போலீசார் வந்தனர். அவர்கள் கண்ணுக்கு அகப்படாமல் திரைமறைவாய்த் திரியும் குற்றவாளிகள் வந்தனர். வைதீகப் பிராமணர்கள் வந்தனர்; அவர்களை ஒழித்துக்கட்ட வேண்டும் என்று கூறும் ஜஸ்டிஸ் கட்சியினர் வந்தனர். முஸ்லீம் அன்பர்கள் வந்தனர். ஹரிஜன சகோதரர் வந்தனர்; சைவர்கள் வந்தனர்; வைணவர்கள் வந்தனர்; சமணர்கள் வந்தனர்; பௌத்தர்கள் வந்தனர்; ஆண்கள் வந்தனர்; பெண்கள் வந்தனர்; குடுகுடு கிழவர்கள் வந்தனர்; பச்சிளங் குழந்தைகள் வந்தனர்; எல்லோரும் டிகேசி உடனிருந்து அவர் சொல்லும் பாடல்களைக் கேட்டனர்; அவற்றைக் கேட்பதில் மெய்மறந்தனர்; அவர் சொன்ன கவிகளை மாந்தினர்; உணவை உண்டனர்; கோலகலமான வாழ்வையே அனுபவித்தனர். இப்படி ஒரு யுகத்தை நடத்தியவர் அவர் என்னும் போது, அவரைப் பொதிகை முனிவர் என்றோ அப்பொதிகை முனிவர்சந்நிதியில் ஒரு சத்தியயுகம் நடந்தது என்றோ கூறினால் அதை மறுக்க முடியுமா என்ன?

ரஸிகமணி டிகேசி உலகை நீத்து, ஒன்பது வருஷங்கள் ஆகிவிட்டன. அவரது நினைவு விழாவை அவரது ஜனன தினமாகிய கோகுலாஷ்டமி அன்று *(11-9-63)* திருக்குற்றாலத்திலே கொண் டாடுகின்றனர். அப்படி அவர் நினைவைக் கொண்டாடும் அளவுக்கு அவர் செய்த சேவைதான் என்ன?

ஐம்பது வருஷங்களுக்குமுன்னே ஆங்கிலம் கற்ற தமிழர், தமிழில் என்ன இருக்கிறது என்று கேட்டார்கள். கூட்டங்களில் தமிழில் பேசுவது கௌரவக் குறைவு என்று நினைத்தார்கள். ஆங்கிலத்தில் உள்ள அறிவியல் நூல்களைப் போல் தமிழில் இல்லை என்று சொன்னார்கள். இப்படியெல்லாம் அவர்கள் சொன்னதைத்தான் கவிஞர் பாரதி,

புத்தம் புதிய கலைகள்
பஞ்சபூதச் செயல்களில் நுட்பங்கள்கூறும்
மெத்த வளருது மேற்கே அம்
மேன்மைக் கலைகள் தமிழினில் இல்லை

சொல்லவும் கூடுவதில்லை அவை
சொல்லும் திறமை தமிழ் மொழிக்கில்லை
மெல்லத் தமிழினிச் சாகும்
மேற்கு மொழிகள் புவிமிசை ஓங்கும்

என்று ஒரு பேதை உரைத்தான் என்று வெகு ஆவேசத்தோடு பாடி இருக்கிறார்.

அந்த நிலைமை மாறி ஆங்கிலம் கற்ற தமிழர்களை எல்லாம் தமிழிலே மோகங்கொள்ளச் செய்தவர் டிகேசி. அறிவியல் சரித்திரங்கள் மாத்திரம் அல்ல, அழகுக் கலைகளைப் பற்றியெல்லாம் தமிழில் சொல்லுதல் கூடும் என்று நிரூபித்தவர் டிகேசி. எல்லாம் தமிழில் முடியும் என்று கட்டியங்கூறி இளைஞர் பலரைமுன் நடத்தியவர் டிகேசி. இந்தப் பணி ஒன்றுக்கே அவரை வாழ்த்தலாம்; வணங்கலாம்; போற்றலாம்.

டிகேசி மிக துணிச்சல் உடையவர். கிட்டத்தட்ட முப்பது வருஷங்களுக்கும் மேலாக இருந்து கம்பன் காவியமான ராமாயணத்தைப் படித்தார். அதில் கம்பன் பாடாத பாடல்கள் பல இடைச்செருகலாக இருக்கின்றன என்று கண்டார். மேலும் பல பாடல்கள் பிழைபட அச்சடிக்கப்பட்டிருக்கிறது என்றும் கண்டார். மிகத் துணிச்சலாக ஆம், எத்தனையோ பண்டிதர்களுடைய எதிர்ப்புகளுக்கிடையே, இடைச் செருகல்களை எல்லாம் நீக்கினார்.

கம்பன், அவன் பாடிய கவிகளுக்குக் கொடுத்த உருவம் எப்படி இருக்க வேண்டும் என்று படித்து அதன்படியே திருத்தியமைத்தார். அப்படியே கம்பர் தரும் ராமாயணம் என்று ஒரு புதிய பதிப்பையே வெளியிட்டார். கம்பராமாயணம் என்றாலே பயந்து ஓடிய அன்பர் பலரும் கம்பன் பாடல் மீது மோகம் கொண்டு கம்பன் காவியத்தைப் படிக்க ஆரம்பித்தனர்; கம்பராமாயணப் பிரசங்கம் ஊருக்கு ஊர் நடக்க ஆரம்பித்தன. கம்பனுக்குத் திருநாள், கவிஞனுக்கு பல்லாண்டு அவன் பிறந்த தேரழுந்தூரிலும், அவர் அமரரான நாட்டரசன் கோட்டையிலும், இன்னும் சென்னையிலும், கோவையிலும் கோலாகலமாகக் கொண்டாடப்பட்டன. அத்தகைய ஒரு அரிய பணியைச் செய்தவர் அவர்.

இன்னும் ஒன்று. அன்று தமிழ்நாட்டு இசை, 'தமிழில் பாடுவது அனுசிதம். சுந்தரத் தெலுங்கினில் பாடுவதே சீரும் சிறப்பும் உடையது என்று கருதப்பட்டது. உள்ளம் உருகிப் பாவம் கலந்த இசையை எல்லாம் மறந்து, வெறும் நாத சுகத்திலேயே பாகவதர்கள் எல்லாம் மெய்மறந்தனர். பாடுகிற பாட்டுகளில் பாடுகிறவர்களுக்கும் பொருள் தெரியாது, கேட்கிறவர்களுக்கோ பொருள் தெரியவே தெரியாது. இதைக் கேட்ட ஒரு சிலர் நெஞ்சம் குமுறினார்கள். இதயத்தைத் தொடுவது, பாவம் கலந்த இசையே. தமிழர்களும் அந்தப் பயனை அடையவேண்டும் என்று பத்திரிகைகளில் எழுதினார்கள்; மேடைகளில் பேசினார்கள். இப்படிப் பேசியவர்களில் முதன்மையானவர்தான் டிகேசி.

அவருடைய பேச்சைக் கேட்டபின்தான் செட்டிநாட்டு அரசர் ராஜா சர் அண்ணாமலைச் செட்டியார் தமிழிசை இயக்கத்தையே ஆரம்பித்தார். அந்த இயக்கம் தெருவெல்லாம் தமிழ் முழக்கம் கேட்கும்படி செய்திருக்கிறது. தமிழிசைக்குத் தலையாய தொண்டு புரிந்தவர் டிகேசி. பண்ணும் பரதமும் அவைகளில் பங்குபெறச் செய்தவரும் அவரே. தமிழ்நாட்டின் கலை வளர்ச்சிக்கு அவர் தந்த ஆதரவே இன்று பல காரியங்கள் வளர்வதற்கு உறுதுணையாக இருந்து வருகிறது.

எல்லாவற்றுக்கும் மேலாக அவர் செய்த சேவை, அன்பர் பலரைத் தமிழ்க் கவிதையை அனுபவிக்கும்படியும் அப்படி அனுபவித்து ஓர் ஆனந்த பரவச நிலையையே அடையும்படி செய்ததுதான். மேலைநாட்டில் ஒரு பெரிய கூட்டத்தைக் கலைக்க போலீசார் வேண்டியதில்லையாம். கண்ணீர்ப் புகை வேண்டியதில்லையாம். சரி, நான் இப்போது ஒரு கவிதை சொல்லப் போகிறேன் என்று சொன்னால் கூட்டம் கலைந்து விடுமாம்.

அதேநிலையில் இருந்த தமிழகத்தை, அதில் வாழ்ந்த தமிழர்களை எல்லாம் நல்ல கவிதைகளை அனுபவிக்கவும், அக் கவிதைகளைக் கேட்டு அதில் லயித்து ஆனந்தம் அடையவும் செய்தவர் டிகேசி. அவர் விளக்குகிறது போல தமிழ்ப் பாட்டையோ, ஆங்கிலக் கவிதையையோ வேறு யாரும் விளக்கி நான் கேட்டதில்லை. அவர் பாட்டிற்கு புது உரையோ பொழிப்புரையோ கருத்துரையோ கூறமாட்டார்.

பாட்டைப் பாடுவதற்கு முன் ஒரு விரிவான முன்னுரை சொல்வார். பாட்டின் பொருளையும் கூறுவார். அதன்பின் அவருக்கே உரிய பாணியில் பாட்டைப் பாடுவார். அடிஅடியாக நிறுத்தி நிறுத்திப் பாடுவார். மடக்கி மடக்கிப் பாடுவார். அவர் பாட்டைப் பாடி முடித்துப் பாட்டைக் கேட்டுக் கொண்டிருந்த அன்பர் எல்லோருக்குமே பாட்டு மனப்பாடம் ஆகிவிடும்.

அவருடைய சொற்பொழிவுகளில் ஆவேசம் இருக்காது. அடுக்குச் சொல் ஆரவாரம் இருக்காது. ஆனால் அமைதி இருக்கும். அனுதாபம், அழகு இருக்கும். ஆழமாக கேட்போர் உள்ளத்தில் பதியவும் செய்யும். கம்பனைப் பற்றித் தமிழ்க் கவிதையைப் பற்றி பேசும்போது அவருடைய நா பேசாது. வாய் பேசும். அவருடைய அடர்ந்த நெற்றிப் புருவம் பேசும், செழித்து வளர்ந்துள்ள மீசை பேசும். எல்லாவற்றுக்கும் மேலாக அவருடைய இதயமே நம்முடைய இதயத்தோடு பேசும் என்று சொன்னால், அவர் பேச்சைக் கேட்ட ஒருவரும் மறுக்க முடியாது.

டிகேசியின் தமிழ்ப் பற்று, கம்பன் பற்று, இவைகளை தமிழ் அன்பர் சிலர் தான் அனுபவித்திருப்பார்கள். ஆனால் அவர் வீட்டு விருந்தோம்பலை அனுபவித்திருப்பவர்கள் எண்ணிறந்தவர்கள். விருந்தோம்பலில் சிறந்த இலக்கியமாக வாழ்ந்தவர் அவர். குற்றாலத்தில் அவரது வீடு அடையாத வாயில் அகமாகவே விளங்கியது. அவர் வரும் விருந்தினர்களுக்கு விருந்தளித்து கம்பனை உணர்த்துகிறார் என்றால் அது எல்லாம் அவ்வளவு எளிதாகச் சொல்லக்கூடிய நிலைதான். உணவையும் கவிதையையும் சேர்த்தே ஊட்டிவிடுவார். அவருடைய விருந்தோம்பலை பல தடவை அனுபவித்த கவிமணி தே.வி.யவர்கள்,

அன்னைபோல் என்னை அருவியில் நீராட்டி
இன்னமுதும் பக்கத்து இருந்தூட்டி - என்னோடு
தங்கு தங்கு என்று சொன்ன தங்கக் குணத்தானை
எங்கு நான் காண்பேன், இனி?

என்று பாடி ஏங்கியதை தமிழ்நாடு நன்கறியும். இன்னும் அவரது வீட்டுத் தோசை இலக்கிய அந்தஸ்தையே பெற்ற ஒன்று. அத்தோசையை உருவாக்குவதில் பெரும் பணி டிகேசியின் துணைவியார் அண்ணியைச் சார்ந்ததே.

அண்ணி சுட்ட தோசையை
  ஆசையோடு தின்றவர்
எண்ணிலாதார் அல்லவோ
அதில் யானும் ஒருவன் அல்லனோ

என்று இளங்கவிஞர் ஒருவர் பாடினால் ஆம், ஆம், நானும் அக்கூட்டத்தைச் சேர்ந்தவர்களில் ஒருவனே என்று இன்றும் கும்மாளம் போடுவார் பலர் உண்டுதான்.

அந்த அமரர் ரசிகமணிதான் பொதிகை முனிவர் அகத்தியரைப் போல் நம் கண்முன் வாழ்ந்தவர். என்றும் வாழ்பவர்.

கன்னித் தமிழேபோல் கம்பன் கவியேபோல்
மன்னும் பொதியை மலையேபோல் - பண்ணுநம்
நாடுமகிழச் சிதம்பரநாத நண்பா
நீடூழி வாழ்க நீ

என்று கவிமணியுடன் சேர்ந்து வாழ்த்தி வணங்கி அவர் நினைவு நாளைத் தமிழகம் கொண்டாடினால் அது போதும்.

○

கலைமணி பாஸ்கரத் தொண்டைமான் கலைக் களஞ்சியம், பக்.75-80

4

அமரர் ஏ.சி. பால்நாடார்

பூர்விக கிரேக்கருக்கு ஹோமர் எப்படியோ, ரோமருக்கு வர்ஜில் எப்படியோ, இத்தாலியருக்கு டாண்டே எப்படியோ, ஜெர்மானியருக்கு கத்தே எப்படியோ, ஆங்கிலேயருக்கு ஷேக்ஸ்பியரும் மில்டனும் எப்படியோ, வடமொழிக்கு வால்மீகி எப்படியோ அப்படியே தமிழுக்குக் கம்பர் பெருமை கொடுக்கிறார் என்று முப்பது ஆண்டுகளுக்கு முன் கம்பனுக்குக் கட்டியங் கூறினார் ஒருவர்.

ஏதோ உபசாரமாகக் கூறியது அன்று. அப்படிக் கொண்ட சில 'இலக்கியங்களை அந்த அந்த மொழியிலேயே கற்றவர். மற்றும் பல இலக்கியங்களை ஆங்கில மொழி மூலம் கற்றவர். இப்படி நுண்மான் நுழைபுலத்தோடு கற்று அறிந்த பின் தான் உலக மகா கவிகளின் வரிசையிலே ஒருங்கு வைத்து எண்ணத் தகுந்த தமிழ்க் கவிஞன் கம்பனே என்று கூறினார்.

அப்படிக் கட்டியங்கூறிக் கொண்டு, சென்ற முப்பது ஆண்டுகளுக்கும் மேலாக கம்பன் புகழ் பரப்பும் தொண்டனாக வாழ்ந்திருந்தார் பால் நாடார்.

எழுபத்து நான்காம் வயது வரை வாழ்ந்து சமீபத்தில் இறைவன் திருவடி சேர்ந்திருக்கிறார். நிறைவாழ்வு வாழ்ந்து நிறைந்த புகழ்பெற்ற பின்னரே மறைந்திருக்கிறார்.

கம்பன், கம்பனது காவியம், கம்பன் உருவாக்கிய ராமனிடம் எல்லாம் எல்லையற்ற ஈடுபாடு உடைய இவரை கிறிஸ்தவ சமயத்தைச் சார்ந்தவர் என்றால் பலர் நம்பவே மாட்டார்கள். ஆனால் இலக்கிய உணர்வுகளில் சமய வேறுபாடு எல்லாம் ஏது?

திருநெல்வேலி ஜில்லாவில் ராதாபுரததை அடுத்த கூடங்குளத்திலே நல்ல சைவ மரபிலே பிறந்தவர். அவரது தாய் தந்தையார் அவருக்கு இட்டிருந்த பெயர் சங்கரமூர்த்தி. இளமையிலே தமிழ் இலக்கியங்களை எல்லாம் நன்கு கற்றுத் தேறியிருக்கின்றார்.

பின்னர் திருச்சி பிஷப்ஹீபர் கல்லூரியில் படித்தக் காலத்தில் இவ்வாறு தமிழ்ப் பற்றும் இன்னும் வளர்ந்திருக்கிறது. அப்போதுதான் கிறிஸ்து பெருமானின் போதனைகளைக் கேட்டு கிறிஸ்தவ மதத்தைத் தழுவியிருக்கின்றார். கிறிஸ்டின் பால் என்ற பெயரையும் ஏற்றிருக்கிறார். பின்னரே சென்னைச் சட்டக் கல்லூரியில் படித்துப் பிஎல் படித்து பாஸ் செய்திருக்கிறார்.

இவரது பள்ளித் தோழர் ரசிகமணி டிகேசி என்றால், கம்பன் பக்தி வளர்வதற்குக் கேட்பானேன்.

கம்பனது காவியத்தைச் சாத்திரக்கண்கொண்டு, காய்தல் உவத்தல் இன்றி நுணுகி ஆராய்வதில் அவர் ஒரு நிபுணர்.

கம்பனது காலத்தை நிர்ணயிப்பதிலே எத்தனையோ இடர்ப்பாடுகள். பேராசிரியர் வையாபுரிப் பிள்ளை அவர்கள் கம்பனது காலம் பன்னிரண்டாம் நூற்றாண்டே என்று சொல்ல, பால் நாடார், ‘அது தவறு; கம்பன் காலம் ராஜராஜ சோழனுக்கும் முந்திய ஒன்பதாம் நூற்றாண்டே’ என்று தக்க காரணங்களோடு தமிழிலும் ஆங்கிலத்திலும் விளக்கியிருக்கிறார்.

'தமிழ் கல்சர்' என்ற ஆங்கிலப் பத்திரிகையிலே அவர் எழுதி வந்தது இன்னும் முற்றுப்பெறவில்லை என்று நினைக்கிறேன்.

இப்படி ஆணித்தரமாக அவர் கம்பனை, தலைமை தாங்குவதோடும், சொற்பொழிவுகள் நிகழ்த்துவதோடும் அல்லாமல், மற்றைய இளைஞர்கள் பேச்சில் காணும் நயங்களையும் ஏன் குறைபாடுகளையுமே அவர்களிடம் நேரில் சொல்லி உத்சாகப்படுத்தினார்.

பால் நாடார் அவர்கள் குடும்பம் நல்ல தமிழ்ப் பண்பாட்டிலே ஊறித் திளைத்தக் குடும்பம். வைத்தியமே தொழிலாகவும், இசையே மூச்சாகவும் கொண்ட தஞ்சை ஆபிரகாம் பண்டிதர் இவர்களது மாமனார். இவர்களது துணைவியார் சௌந்திர வல்லியம்மையும், மைத்துனர் சுந்தரபாண்டியன், ஜோதிப் பாண்டியன், குணபாண்டியன் முதலானோர் நல்ல சங்கீத விற்பன்னர்கள், வீணை வித்துவான்கள். இவர்களது மூன்று பெண் மக்களே கமலவல்லி, திலகவதி, வேதவல்லி என்பவர். மற்றையவர்கள் இந்து சமயத்தைத் தழுவிய தமிழன்பர்கள்.

இவர்கள் வக்கீல் வாழ்க்கையைத் தொடங்கியது தூத்துக்குடியிலே. அங்கே தான் அறிவுடைமைக்கும், வாதத் திறமைக்கும் இவர்கள் பெயர் பெற்றிருக்கிறார்கள். சமூக சேவையில் ஈடுபட்டு, ராவ் சாகிப் பட்டம் பெற்று ஜில்லா போர்டு சங்கத் தலைவராக இருந்திருக்கிறார்கள்.

அவர்கள் செய்த சேவையை எல்லாம் விரிக்கில் பெருகும். நாவலர் சோமசுந்தரபாரதியார், தேசபக்தர் வ.உ.சிதம்பரனார் முதலியவர்களோடு சேர்ந்து முப்பது வருஷகாலமாக சிறந்த இலக்கியப் பணியாற்றி இருக்கிறார்.

தூத்துக்குடிக் கம்பன் கழகத்தின் நிரந்தரத் தலைவரும் அவரே. காரைக்குடியில் சகோதரர் சா. கணேசன் நடத்தும் கம்பன் திருநாளிலே அவர் பங்கு பெறாத வருஷமே இல்லை. அங்கு தலைமை தாங்குவார் சொற்பொழிவுகள் நிகழ்த்துவார். அவ்விழாவில் பங்கு பெறும் இளைஞர்களை எல்லாம் ஊக்குவிப்பார்.

கருத்த மேனியும், நரைத்த மீசையும், பீடுநடையும் அவர்களுக்கே உரிய ஒன்று. இருபது வருஷங்களுக்கு முன்னாலேயே அவர்களைப்

பற்றி ஆசிரியர் கல்கி, 'மீசை நரைத்தும் ஆசை நரைக்காதவர்' என்று கூறியிருக்கிறார்.

ஆம், தமிழ்க் காதலிலே கம்பன் பக்தியிலே நரைக்காத ஆசை உடையவர். தள்ளாத வயதிலும் அண்ணாமலை பல்கலைக்கழக கம்பராமாயண ஆராய்ச்சிக்குப் பங்குபெற்று உழைத்து, அந்தப் பணியைச் செய்து திரும்பும் வழியிலேயே இறைவன் திருவடி சேர்ந்தார்.

அவரது பிரிவால் வருந்தும் அவர்களது சுற்றத்தாரைவிட மற்றைய இலக்கிய அன்பர்கள் துயரே பெரிது. என்றாலும் வானுலகிலே வவேசு அய்யர், வ.உ.சி, கவிமணி, ரசிகமணி எல்லாம் சென்றிருக்கும் அநத் வானுலகிற்கல்லவா சென்றிருக்கிறார்.

அங்குமே கம்பன் புகழ் பரப்பும் பணி சிறப்பாக நடக்க வேணுமல்லவா என்றுதான் நம்மை நாம் தேற்றிக் கொள்ள வேணும்.

கலைமணி பாஸ்கரத் தொண்டைமான் கலைக் களஞ்சியம், பக்.95-97

கலைமணியும் இரசிகமணியும்

பகுதி - V

• பின்னிணைப்புகள்   279

ஆனந்த போதினி இதழ்களின் உள்ளமைப்பு

உ
ஓம்
பரப்பிரஹ்மணே நம:

ஆனந்தபோதினி

"எப்பொரு ளெத்தன்மைத் தாயினு மப்பொருண்
மெய்ப்பொருள் காண்ப தறிவு"—திருவள்ளுவர்.

(ALL RIGHTS RESERVED.)

தொகுதி 17 | பிரஜோற்பத்திஸு ஆவணிமீ கஉ 1931ஸு ஆகஸ்ட்டுமீ 17உ | பகுதி 2

கடவுள் வணக்கம்.

"நாடென்ப நாடாவளத்தன"

(தொ. மு. பாஸ்கரத் தொண்டைமான், பி. ஏ.)

"அண்ணல் தன் வண்ணம்"

(தொ. மு. பாஸ்கரத் தொண்டைமான், பி. ஏ.)

கண்வழி நுழைந்த கள்வன்

தொ. மு. பாஸ்கரத் தொண்டைமான், பி. ஏ.

"கேகயர் கோமகள் இழைத்த கைதவம்"

(தொ. மு. பாஸ்கரத் தொண்டைமான், பீ. ஏ.)

அன்பிற்கு முண்டோ – – – அடைக்குந்தாழ்.

—:(o):—

(தொ. மு. பாஸ்கரத் தொண்டமான், பி. ஏ.)

புகழுடம்பு பெற்ற புனிதன்

(தொ. மு. பாஸ்கரத் தொண்டைமான், பீ. ஏ.)

இந்திரசித்தன் வெந்திறல்

(தொ. மு. பாஸ்கரத் தொண்டைமான், பீ. ஏ.)

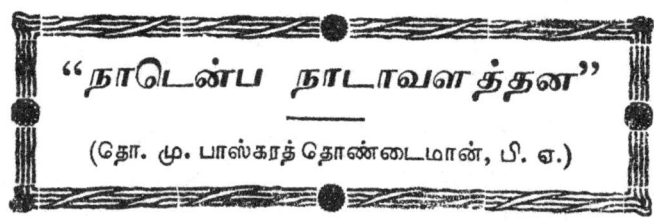

"நாடென்ப நாடாவளத்தன"

(தோ. மு. பாஸ்கரத் தொண்டைமான், பி. ஏ.)

" நாடென்ப நாடா வளத்தன நாடல்ல
நாட வளந்தரு நாடு." என்பது வள்ளுவர் இன் குறள்.

உலகுய்வான் திருமறை வகுத்தருளிய ஆசிரியர் வள்ளுவனார், நாட்டின் இலக்கணம் கூறப்போந்த விடத்து, தன்னகத்தே வாழ்பவர் தேடித் தேடி முயன்றாலன்றி அவர்கட்கு வேண்டும் பொருள்கள் நல்காத நாட்டை ஒரு நாடு என்று சொல்வது தகாது என்றும், நாடென்றால் ஒருவாது முயற்சியு மின்றி அதனகத்தே வாழும் மக்களுக்கு வேண்டும் பொருள்களைத் தானே நல்கும் நாடே நாடாகும் என்றும் கூறுகின்றார். ஒரு நாட்டின் இலக்கணம் இதுதான் என்று கொண்டால், கவியரசர் கம்பர் பெருமானது உலகம் போற்றும் உயரிய நூலாம் இராம காதையில் காணுகின்ற கோசலை நாடும் ஒரு நாடாகவே வேண்டும். அந்நாடு நம் வள்ளுவர் அருளிய தெள்ளிய குறளில் காணுகின்ற இலக்கணத்திற்கு எத்துணைப் பொருத்தமாய் அமைந்துள்ளது என்று பார்ப்பதே இக்கட்டுரையின் நோக்கமாகும்.

கவிதை யியற்றிய கவிஞர் அனைவரும் அவரவர் தம் காவியத்தில், அவர்கள் எடுத்துக் கொண்ட நாட்டின் வளங்கூறப் போந்தவிடத்து, அந்நாட்டிலுள்ள உழவர் பெருமைகளையே போற்றிப் புகழ்வர். "உழுதுண்டு வாழ்வதற கொப்பில்லை" என்னும் உயரிய கொள்கையுடைய உழவர் பெருமக்கள் தம் தம் வயல்களுக்குச் சென்று, ஏரிலே எருதுகளைப் பூட்டி, நிலத்தை உழுது பண்படுத்தி, விதைவிதைத்து, களைகழித்து, பயிர் வளர்த்து, வளர்ந்த பயிரை அறுத்து, அடித்துப் புடைத்து, பின்னர் அத்தானியங்களை வண்டியிலேற்றி வீட்டில் சேர்ப்பர். இதுவே அவரது வாழ்க்கையாய் அமைந்து கிடக்கக் காண்கின்றோம். இத்தியாதிய வேறுபட்ட தொழில் முறைகளைப் புனைந்து கூறுவதே கவிகளது மரபாகும். ஆனால் உழவர்களை இவ்வளவு தொழில்கட்கும் ஆளாக்கி, அதனால் அவர்கள் வளம் பெற வாழ்ந்ததாய் அமைத்திருக்கும் நாடு, நம் வள்ளுவர் அருளிய நாட்டின் இலக்கணத்திற்கு மாறுபட்டதே யன்றோ. அதனாறான் கவியரசர் கம்பர் பெருமான் மற்றைய கவிஞர்கள் கூறும் முறையினின்றும் மாறுபட்டு, தமிழின் தனிப் பெரும் புலவரான வள்ளுவர் அருளிய நாட்டின் இலக்கணத்திற்கு ஒப்பவே தமது கோசலைநாட்டை அமைத்தருளுகின்றார். கம்பரது கவியால் புனைந்து கூறப் பட்டுள்ள கோசல நாட்டில் மககள் சிறிதும் மெய் முயன்று தமக் கென ஒரு பொருள் ஈட்டிக்கொண்டாரல்லர். உழவர் பெரு மக்கள் நிலங்களை உழுது பண்படுத்தியதற்கு இரண்டொரு குறிப்புகளே காணப்படுகின்றன. ஆனால் இவ்வுழு தொழில் செய்யும் மள்ளர்கள் பயிர் செய்ததைப்பற்றி ஒரு குறிப்பும் காணப்படவில்லை. அவர்கள் தம் நிலத்தில் விதை விதைத்ததாவது, நீர் பாய்ச்சியதாவது நாற்று நட்டதாவது கவியரசர் கம்பர் கண்ணுக்குத் தோன்ற

தொ.மு.பாஸ்கரத் தொண்டைமான் எழுதிய நூல்கள்

பயணக்கட்டுரைகள்:
- வேங்கடம் முதல் குமரி வரை
- வேங்கடத்துக்கு அப்பால்

வாழ்க்கை வரலாறு:
- ரசிகமணி டி.கே.சி
- தமிழறிஞர் வெள்ளகால் சுப்பிரமணிய முதலியார்

தொகுப்பு:
- ரசிகமணி டி.கெ.சி.கடிதங்கள்
- ஆலயக்கலை
- கல்லும் சொல்லாதோ கவி
- பிள்ளையார்பட்டி பிள்ளையார்
- ஆறுமுகமான பொருள்
- தமிழர் கோயில்களும் பண்பாடும்
- கலைஞன் கண்ட கடவுள்
- ஆடும் பெருமானும் அளந்த நெடுமாலும்
- இந்தியக் கலைச் செல்வம்
- தமிழ் கோயில்களும் தமிழர் பண்பாடும்
- அமரகாதலர்
- மதுரை மீனாட்சி

கம்பராமாயணம்
- கம்பன் கண்ட இராமன்
- பாதுகா பட்டாபிஷேகம்
- கம்பன் சுயசரிதம்

கவிதை
- மாயமான்
- தென்றல் தந்த கவிதை

- (https://tamil.wiki/wiki/ தொ.மு.பாஸ்கரத் தொண்டைமான்)

கம்பன் இழைத்த காவியம்

கம்பன் குறித்தும், காரைக்குடி குறித்தும் எழுதும்போது, ஜனவரி மாதம் கிருங்கை சேதுபதி என்னிடம் தந்த அவரது "கம்பன் இழைத்த காவியம்" புத்தகம் நினைவுக்கு வந்தது. தினமணி "மாணவர் மலர்" தயாரிப்பு குறித்த கலந்துரையாடலுக்காகக் கோவைக்குப் பயணிக்கும்போது, படிப்பதற்காக அந்தப் புத்தகத்தைக் கையோடு எடுத்துக் கொண்டேன்.

ஆண்டுதோறும் காரைக்குடி கம்பன் கழகம் நடத்தும் கம்பன் விழாவின்போது, கம்பன் தொடர்பான ஒரு புத்தகத்தை எழுதி வெளியிடுவது என்று விரதம் பூண்டிருக்கிறார் கிருங்கை சேதுபதி. அந்த வரிசையில் வெளிவந்திருக்கும் புத்தகம்தான் "கம்பன் இழைத்த காவியம்".

"இழை", "இழைத்த" என்கிற வார்த்தைகளைக் கம்பன் பல இடங்களில் கையாள்கிறான். "இழைத்தல்" என்கிற வார்த்தைப் பிரயோகத்துக்கு, பல்வேறு விளக்கங்களைப் பதிவு செய்து, குறளை முன்னிறுத்தி விளக்கி இருப்பது ரசிக்கத்தக்கது. "இழைக்கின்ற விதி முன் செல்ல", "எம்பெருமான் பின் பிறந்தார் இழைப்பரோ பிழைப்பென்றான்", "உயிர் இருக்கும் இடம் நாடி இழைத்தவாறோ?" போன்ற பல மேற்கோள்களைக் காட்டி, தமது காவியத்தைக் கம்பன் எப்படி இழைத்து, இழைத்து மெருகேற்றி இருக்கிறான் என்பதைப் பதிவு செய்கிறார்.

“இழை” என்கிற வார்த்தையை மிக லாகவமாகக் கம்பன் கையாண்டிருக்கும் ஒரு பாடல் விடுபட்டிருக்கிறது. சடாயுவின் “வம்பிழை கொங்கை வஞ்சி...” பாடல்தான், விடுபட்ட அந்த “இழை”.

அணிந்துரை வழங்கி இருப்பவர், கம்ப காதையில் ஆழங்காற்பட்ட புலமைமிக்க முனைவர் தெ.ஞானசுந்தரம். “முன்னோடி ஆய்வாளர்கள் தந்த பனுவல்களும், அவர்கள் ஆற்றிய உரைகளைச் செவிமடுத்த அனுபவமும் சேர்ந்து தந்த அனுபவத்தின் வெளிப்பாடு இந்நூல். கால் நூற்றாண்டு காலமாய்க் கம்பனை ஆய்ந்தும், கம்பனில் தோய்ந்தும், சான்றோர் உரைத்த நயங்களைச் செவிமடுத்தும், படித்தும் பெற்ற பயன்களைக் கொண்டு “இழைத்த” எழுத்துச் சிற்பம் இது என்கிற பேராசிரியர் தெ.ஞா.வின் சான்றிதழுக்கு மேல், யார்தான் என்ன சொல்லிவிட முடியும்? சந்தனக் கட்டையை இழைப்பதுபோல, கம்ப காவியத்தை இழைத்து வாசமிகு வாசிப்புக்கு வழங்கி இருக்கிறார் முனைவர் கிருங்கை சேதுபதி.

- தினமணி, தமிழ்மணி, இந்த வாரம் கலாரசிகன் - 05.05.2024

‘கம்பன் இழைத்த காவியம் நூலுக்காக, புதுச்சேரி அரசு கலை பண்பாட்டுத்துறையின் 2022 ஆம் ஆண்டுக்கான தொல்காப்பியர் விருது

முனைவர் **'கிருங்கை' சொ.சேதுபதி**
நூல்: கம்பன் கேட்ட வரம்

சென்னைக் கம்பன் கழகத்தின் செல்லப் பிள்ளை சேதுபதி. கல்லூரிப் பருவத்தில் கம்பன் கழகப் போட்டிகளில் இவர் வாங்காத பரிசுகள் இல்லை!

சிவகங்கை மாவட்டம். வள்ளல் பாரி ஆண்ட பறம்பு மலைச் சாரலின் சிற்றூரான கிருங்காக் கோட்டையில் சொக்கலிங்கம்-சௌந்தரம் தம்பதியருக்குப் பிறந்தவர். ஊர்ப் பெயரைச் சுருக்கி, 'கிருங்கை சேதுபதி' எனும் பெயரில் எழுதி வருகிறார்.

முறையாய்த் தமிழ் பயின்ற இவர், பல்துறை சார்ந்த நூல்கள் படைத்து வரும் கவிஞர்; சிறுகதையாளர்; நாடக ஆசிரியர்; ஆய்வாளர்; சொற்பொழிவாளர். தமது ஆய்வுப் பணிக்காக, குறள் பீடப் பாராட்டிதழும் பொற்கிழியும் பெற்றவர்.

இவருடைய 'சிறகு முளைத்த யானை' எனும் சிறார் பாடல்களின் தொகுப்பு நூலுக்காக சாகித்திய அகாதெமியின் பாலபுரஸ்கார் விருதினைப் பெற்ற பெருமைக்குரியவர்! கலை, இலக்கிய, சமூக மேம்பாட்டு அமைப்புகளின் எண்ணற்ற விருதுகளை அள்ளிக் குவித்தவர்!

எழுத்தும் பேச்சும் இணைதல் கடினம்! வேட்ப மொழியும் சொல்லாற்றல் மிக்க சேதுபதி பல்வேறு துறைகளில் படைத்த நூல்களின் எண்ணிக்கை எண்பது. இதில் பத்துக்கும் மேற்பட்டவை கம்பன் குறித்த ஆய்வு நூல்கள்.

பல்கலைக்கழகங்களிலும், தன்னாட்சிக் கல்லூரிகளிலும் இவரது நூல்கள் பாட நூல்களாக வைக்கப்பட்டுள்ளன. பல்வேறு இலக்கிய அமைப்புகளில் தன்னை இணைத்துக் கொண்டு தமிழ்ப் பணியாற்றும் தகைமையாளர்.

'கம்பன் கேட்ட வரம்' என்ற இவருடைய ஆய்வு நூலைப் பாராட்டி,

சென்னைக் கம்பன் கழகம்,

பேராசிரியர் அ.ச.ஞா. குடும்பத்தினர் நிறுவியுள்ள
சிறந்த நூலுக்கான அ. ச. ஞா. விருது
வழங்கிப் பெருமிதம் கொள்கிறது.

கிருங்கை சேதுபதியின் கம்பனியல் நூல்கள்

அறக்கட்டளைச் சொற்பொழிவு நூல்:
- கம்பன் காக்கும் உலகு
  பாவை பப்ளிகேஷன்ஸ், சென்னை   (2011)

கட்டுரைத் தொகுப்பு: நூல்:
- கம்பன் ஒரு யுகசந்தி
  வானதி பதிப்பகம், சென்னை   (2018)

ஆய்வுநூல்கள்
- கம்பன் கேட்ட வரம்
  வானதி பதிப்பகம், சென்னை   (2018)
- கம்பனில் ஆழம் கண்ட வேழம்: கம்பன் அடிப்பொடி
  வானதி பதிப்பகம், சென்னை   (2018)
- கபிலர் வழியில் கம்பன்
  மஹாகவிதை வெளியீடு, புதுச்சேரி   (2021)
- கம்பன் இழைத்த காவியம்
  மஹாகவிதை வெளியீடு, புதுச்சேரி   (2022)
- கம்பன் காட்டும் ஞான நாயகன்
  முல்லை பதிப்பகம், சென்னை   (2023)

தொகுப்பு நூல்கள்: (இ.ப.ஆ)
- காலமும் கணக்கும் நீத்த காரணன்: கம்பன்
  கபிலன் பதிப்பகம், புதுச்சேரி.   (2013)
- வேறுள குழுவையெல்லாம் வென்ற மானுடன்: கம்பன்
  கபிலன் பதிப்பகம், புதுச்சேரி.   (2013)
- காசில் கொற்றத்துக் கவிச்சக்கரவர்த்தி: கம்பன்
  கபிலன் பதிப்பகம், புதுச்சேரி.   (2013)
- துறைதோறும் கம்பன்
  கபிலன் பதிப்பகம், புதுச்சேரி.   (2014)
- கம்பனில் இயற்கை
  கபிலன் பதிப்பகம், புதுச்சேரி.   (2015)
- கம்பர் கவியின் செந்தமிழ் இன்பம்
  (தொ.மு.பாஸ்கரத்தொண்டைமான்)
  நியூ செஞ்சுரி புக் ஹவுஸ், சென்னை.   (2024)

ஆசிரியர் அறிமுகம்

புதுச்சேரி பாரதிதாசன் அரசினர் மகளிர் கல்லூரியின் தமிழ்த்துறைத் தலைவர் முனைவர் சொ.சேதுபதி (கிருங்கைசேதுபதி), தவத்திரு குன்றக்குடி அடிகளாரின் வள்ளல்பாரி உயர்நிலைப்பள்ளியில் பள்ளிப் படிப்பையும், பாரம்பரியமிக்க மேலைச்சிவபுரி கணேசர் செந்தமிழ்க் கல்லூரி, பேரூர்த் தமிழ்க் கல்லூரிகளில் தமிழ்க்கல்வியும் பெற்றவர்.

பல்துறை சார்ந்த நூல்கள் படைத்து வரும் கவிஞர்; சிறுகதையாளர்; நாடக ஆசிரியர்; ஆய்வாளர்; சொற்பொழிவாளர்; 1990களில் இருந்து வெளிவந்துகொண்டிருக்கும் 'தொடரும்', 'மஹாகவிதை' ஆகிய இலக்கிய இதழ்களின் ஆசிரியர் குழுவில் ஒருவர். தமிழ் இணையப் பல்கலைக் கழகத்தின் பாடத்திட்ட வல்லுநர் குழுவில் இடம் பெற்றுள்ள இவர், ஆரோவில் தமிழ்மரபு மையத்தின் ஆலோசனைக்குழு உறுப்பினர்; உலகத் திருக்குறள் பேரவையின் இளைஞர் அணிச் செயலர்; சாகித்ய அகாதெமி தமிழ் ஆலோசனைக்குழு மேனாள் உறுப்பினர்; தஞ்சாவூர் சரசுவதி நூலகச் சிறப்புக் கேண்மைப் பதிப்பாசிரியர்; பல்வேறு கருத்தரங்குகளிலும் கலை இலக்கிய ஆய்வு மாநாடுகளிலும் பங்கேற்றுக் கட்டுரைகள் வழங்கியுள்ளார். தமது 'சிறகு முளைத்த யானை' என்ற நூலுக்காக, அண்மையில் சாகித்திய அகாதெமியின் 'பால சாகித்திய விருது' பெற்றிருக்கிறார்.

தமிழகஅரசின் குறள்பீடப் பாராட்டிதழ், புதுவை அரசு கலை பண்பாட்டுத்துறையின் கம்பன் புகழ் பரிசு, இசைஞானி இளையராஜா இலக்கியவிருது, கவிஞர் சிற்பி இலக்கியப்பரிசு, பேரூர் ஆதீனம் வழங்கிய தெய்வத்தமிழ் நாவலர் விருது, புதுவை பாரதிதாசன் அறக்கட்டளை வழங்கிய பாரதி இலக்கியச்சுடர் விருது, புதுவை பாரதி பேரவையின் பாரதிச்செல்வர் விருது, சேலம் தாரைப்புள்ளிக்காரரர் அறக்கட்டளைப் பரிசு, திருப்பூர் இலக்கியப்பரிசு, நெருஞ்சி இலக்கிய விருது, சென்னைக் கம்பன் கழகத்தின் 'திரிசிரபுரம் மகாவித்துவான் மீனாட்சிசுந்தரம் பிள்ளை நினைவுப்பரிசு', இராஜபாளையம், மணிமேகலை மன்ற 'சிறுவர் இலக்கியச் செம்மல் விருது', இராசபாளையம் திருவள்ளுவர் மன்ற, 'பொதுமறை அறிஞர் விருது, நெய்வேலி புத்தகக் கண்காட்சி- சிறந்த எழுத்தாளர் விருது, பாரத ஸ்டேட் வங்கி கவிதை இலக்கியப்பரிசு மற்றும் சென்னைக் கம்பன் கழகம், திருப்புத்தூர்த் தமிழ்ச்சங்கம், திருப்பூர் தமிழ்ச் சங்கம், குழந்தை எழுத்தாளர் சங்கம், தமிழ்நாடு கலை இலக்கியப் பெருமன்றம், தமுஎகச உள்ளிட்ட கலை இலக்கியஅமைப்புகளின் விருதுகள், பரிசுகள் பல பெற்றவர். கவிதை, சிறுகதை, நாடகம், சிறுவர் இலக்கியம், பாரதி ஆய்வுகள் எனப் பல்வேறு துறைகளில் நூற்றுக்கும் மேற்பட்ட நூல்களை எழுதியவர்.

பேச: 09443190440 எழுத: sethukapilan@gmail.com